संकरित

डॉ. संजय ढोले

मेहता पब्लिशिंग हाऊस

✆ +91 020-24476924 / 24460313 / Mob. No. 9545000513

Email : production@mehtapublishinghouse.com

Website : www.mehtapublishinghouse.com

- *या पुस्तकातील लेखकाची मते, घटना, वर्णने ही त्या लेखकाची असून त्याच्याशी प्रकाशक सहमत असतीलच असे नाही.*

SANKARIT by Dr. SANJAY DHOLE

संकरित : डॉ. संजय ढोले / विज्ञानकथासंग्रह

Email : author@mehtapublishinghouse.com

प्रकाशक : सुनील अनिल मेहता, मेहता पब्लिशिंग हाऊस
१९४१ सदाशिव पेठ, माडीवाले कॉलनी, पुणे ४११ ०३०.

मुद्रक : ट्रिनिटी अ‍ॅकॅडमी फॉर कॉर्पोरेट ट्रेनिंग लिमिटेड

मुखपृष्ठ : सतीश भावसार

प्रथमावृत्ती : १२ नोव्हेंबर, २०१५

किंमत : ₹ १९५

P Book ISBN 9788184989182

E Book ISBN 9788184989199

E Books available on : amazonkindle Apple Books Google Play Books

---

ज्यांच्यामुळे माझ्या विज्ञानकथांना उर्जितावस्था
प्राप्त झाली व त्या महाराष्ट्राच्या कानाकोपऱ्यात
जाऊ शकल्या ते ज्येष्ठ लेखक व समीक्षक

श्री. शंकर सारडा

यांना

हा विज्ञानकथासंग्रह

आदरपूर्वक

अर्पण

डॉ. संजय ढोले यांची विज्ञानकथा

आज मराठीतील विज्ञान साहित्य समृद्ध होत आहे. विविध माहितीपर मजकूर जसा मराठीमध्ये येत आहे त्याचप्रमाणे कथा-कादंबरी या साहित्यरूपांमधूनही ते व्यक्त होत आहे. मराठी माणसाची विज्ञानविषयक जाणीव समृद्ध करण्याचे कार्य हे विज्ञान साहित्य करीत आहे. हे मराठी साहित्याच्या दृष्टीने फार महत्त्वाचे आहे. निरंजन घाटे, जयंत नारळीकर, पंडित विद्यासागर, बाळ फोंडके, यशवंत देशपांडे, द. व्यं. जहागीरदार आणि इतर काही विज्ञान लेखक विज्ञान साहित्याचा प्रवाह समृद्ध करीत आहेत. त्यात आता आणखी एका लेखकाचा समावेश करावा लागेल. डॉ. संजय ढोले हे ते लेखक होत. गेल्या एक तपाहून अधिक काळापासून ते विज्ञानकथा लिहीत आहेत आणि त्यांचा चौथा विज्ञानकथांचा संग्रह प्रकाशित होत आहे.

विज्ञानकथेमध्ये विज्ञानातील एखादी कल्पना असते, अगर एखादे संशोधन असते. पुष्कळदा ती कल्पना सामान्य वाचकांच्या आकलनापलीकडीलही असते. परंतु डॉ. संजय ढोले यांचे वैशिष्ट्य असे की, अशी कुठलीही कल्पना ते वाचकाच्या आकलनकक्षेत आणतात. त्यामुळे त्यांची कथा वाचकांच्या मनाचा चटकन ताबा घेते, परंतु त्याहीपेक्षा महत्त्वाचे म्हणजे त्या त्या कल्पनेच्या निमित्ताने येणारी माणसे डॉ. संजय ढोले यांना महत्त्वाची वाटतात. त्यांचे मनोविश्व त्यांना महत्त्वाचे वाटते. त्या व्यक्तीच्या भोवतीचा समाज आणि सामाजिक ताणतणाव महत्त्वाचे वाटतात. त्यामुळे डॉ. संजय ढोले यांची कथा एकाच वेळी विज्ञानकथाही असते आणि सामाजिक ताणतणाव व्यक्त करणारी सामाजिक कथाही असते. उदाहरणार्थ, या कथासंग्रहातील 'परिवर्तन' ही कथा पाहा. या कथेचा प्रारंभ एखाद्या रहस्यकथेसारखा होतो. अंधारातून काचा बंद करून सुसाट वेगाने धावणारी कार एका हॉटेलपुढे थांबताच संरक्षकांचे कवच फोडून रुबाबदार पावले टाकीत निघालेला राजन अन् अनपेक्षितरीत्या होणारा गोळीबार हे सारेच एखाद्या रहस्यकथेप्रमाणे आहे. परंतु रहस्यात कथा अडकून पडत नाही. हृदयाची चाळणी झालेल्या राजनला इस्पितळात दाखल केले जाते आणि तो मोठा गुंड आहे हे लक्षात येते. आपल्याला

वाटते आता लेखक गँगवॉरची कथा सांगतो की काय पण तसे होत नाही. त्याला कसे वाचवायचे हाच सगळ्यांच्या पुढचा महत्त्वाचा प्रश्न आहे. हृदय बसवणे आवश्यक ठरते आणि येथून पुढे या कथेत विज्ञानाचा प्रवेश होतो. दुसऱ्याचे हृदय मिळणार कसे आणि हे शरीर ते स्वीकारणार तरी कसे हा अत्यंत अवघड प्रश्न उभा राहतो. मग त्याच अवयवाच्या ऊति विकसित करून तो अवयव तयार करता येतो हे तंत्र येथे वापरले जाते. संशोधक त्याच हृदयाच्या ऊति विकसित करतात आणि संपूर्ण हृदय तयार होते. ते शरीरामध्ये बसवले जाते. राजन पूर्ववत होतो.

येथे विज्ञानातील एक कल्पना असली तरी त्या निमित्ताने लेखकाने वैद्यकीय विश्व उभे केले आहे. ऊति विकसित करणाऱ्या शास्त्रज्ञांचे विश्व उभे केले आहे आणि त्यापेक्षा महत्त्वाचे म्हणजे गुंडांचे संपूर्ण विश्व त्यांच्या निष्ठा, त्यांच्या दिलदारपणासह येथे उभे करण्यात आले आहे. त्यामुळे ही विज्ञानकथा सामाजिक ताणतणाव व्यक्त करणारी कथाही होऊन जाते.

डॉ. संजय ढोले यांच्या कथेचे आणखी एक फार महत्त्वाचे वैशिष्ट्य म्हणजे विज्ञानाचा वापर समाजातील गरिबांच्या, शोषितांच्या उत्थानासाठी व्हायला पाहिजे असे त्यांना फार तीव्रतेने वाटते. त्यांच्या बहुसंख्य कथांचे नायक शास्त्रज्ञ आहेत. परंतु या सगळ्यांनी आपले खेड्याशी असणारे नाते टिकवून ठेवले आहे. म्हणजे ते प्रयोगशाळेत हरवून गेले नाहीत की शहराच्या झगमगाटामध्येही हरवून गेले नाहीत. सतत त्यांना आपला गाव आठवतो. गावातल्या लोकांची आपल्या संशोधनामुळे प्रगती झाली पाहिजे असे त्यांना वाटत राहते. हे वाटणे डॉ. संजय ढोले फार समर्थपणे व्यक्त करतात. उदाहरणार्थ, 'उत्परिवर्तन'मधील डॉ. नेरकर बियाणांवर न्यूट्रॉन प्रक्रिया करून घेतात आणि गावाकडच्या शेतीत ती बियाणे लावतात. त्यामुळे शेतकऱ्यांना भरघोस पीक प्राप्त होते. आजूबाजूची खेडीही समृद्ध होतात. यात डॉ. नेरकर आणि त्यांच्या विद्यार्थिनीला प्राण गमवावे लागतात. कारण न्यूट्रॉन प्रक्रिया केलेल्या आंब्याची झाडे विद्युत्‌भारित होऊन गेलेली असतात. हे कोणाच्याच लक्षात येत नाही पण त्यांचे सहकारी शास्त्रज्ञ असलेले डॉ. संपत भोसेकर मात्र या रहस्याचा शोध घेतात. त्यातून संपूर्ण परिसर विजेच्या दृष्टीने समृद्ध होऊन जातो. म्हणजे डॉ. नेरकरांना प्राण गमवावे लागले तरी त्यांच्या संशोधनामुळे आणि त्यांच्या आंतरिक इच्छेमुळे सगळा ग्रामीण परिसर उजळून निघतो.

'कोळिष्टक'सारख्या कथेतही कोळ्यांची जाळी शेतांच्या बांधावर निर्माण केली तर पिकावर पडणाऱ्या किडीचा नाश होऊ शकतो असे डॉ. शरणकुमार मगरे यांना वाटते आणि ते आपल्या गावाकडे तो प्रयोग करतात. त्यांना एका मर्यादेपर्यंत यशही येते किंवा 'दुर्गम्य' कथेतील दोन्ही शास्त्रज्ञ आपल्या गावाशी, तेथील आदिवासी पाड्याशी अत्यंत जिव्हाळ्याचे नाते ठेवून आहेत. हा आजचा जगभराचा

कळीचा प्रश्न आहे. दहशतवादी कारवाया कशा रोखाव्यात आणि मानवी संहार कसा थांबवावा हे निदान भारताला तरी कळेनासे झाले आहे. परंतु 'मोहीम फत्ते' यामध्ये मात्र गर्दीच्या ठिकाणी नेमका बॉंब कोठे ठेवला गेला आहे ते शोधण्याची यंत्रणा विकसित करता येऊ शकते हे डॉ. संजय ढोले यांनी सांगितले आहे. अंतरिक्षातील उपग्रह, संगणक, शास्त्रज्ञ आणि पोलीस यंत्रणा यांच्यातील समन्वयामधून गर्दीत ठेवलेले बॉंब सापडू शकतात असे डॉ. ढोले यांनी दर्शविलेले आहे. 'उद्‌ध्वस्त' या कथेमध्येही संशोधनामधून दहशतवादी कारवाया नियंत्रणात आणू शकता येतात हे त्यांनी सांगितले आहे. कोमामध्ये गेलेल्या व्यक्तीच्या मदतीला रोबो देता येऊ शकतो आणि त्यामुळे अशा व्यक्तीच्या नातेवाइकांवरील ताण कमी होऊ शकतो हे डॉ. संजय ढोले यांनी 'अस्तित्व' या कथेतून सूचित केले आहे. तर 'अखेर तो परतला' या कथेमध्ये अपघातात स्मृती गमावलेल्या रुग्णाला कृत्रिम स्मृतिपटल लावता येऊ शकते हेही त्यांनी दाखविलेले आहे. समीर वेलणकर या अपघातग्रस्त व्यक्तीची संपूर्ण स्मृती गेलेली आहे परंतु मज्जासंस्थेवर काम करणाऱ्या संशोधकामुळे त्याला विज्ञानाने विकसित केलेले कृत्रिम स्मृतिपटल बसविले जाते व तो पूर्ववत होतो. थोडक्यात काय की, विज्ञानातून ग्रामीणांना, खेडुतांना, शोषितांना आणि संकटग्रस्तांना मदत होऊ शकते किंवा त्यांच्यासाठी उपयोगी असणारे संशोधन झाले पाहिजे व ते होऊ शकते हेच डॉ. संजय ढोले त्यांच्या कथांमधून सांगत आहेत. तसेच दहशतवादासारख्या आंतरराष्ट्रीय प्रश्नावरही विज्ञानातील संशोधनामधून अचूक मार्ग सापडू शकतात यावर ते ठाम आहेत. त्यामुळेच त्यांच्या कथा एकूण विज्ञान साहित्यात वेगळ्या ठरतात. तसेच विज्ञानाचा आधुनिक काळात क्रूरकर्मासाठीही वापर होऊ शकतो, हेही ते सूचित करतात. 'संकरित' ही कथा हेच सांगू पाहते. याचा अर्थ असा की, मानवी जीवनाला विज्ञान हे केवळ वरदान नाही तर त्यापासून फार मोठा धोकाही आहे हेही ते सूचित करतात. म्हणून 'विज्ञान कशासाठी?' हा पुन्हा महत्त्वाचा प्रश्न ठरतो. हा प्रश्न ते उपस्थित करतात म्हणजे विज्ञानाकडे ते भाबडेपणाने बघत नाहीत, तर अत्यंत डोळसपणेच पाहतात हेच दिसते.

अमर्याद आहे, मानवी बुद्धीच्या कक्षेत न येणारा आहे म्हणून माणसाने नेहमी निसर्गापुढे लीन होऊन राहिले पाहिजे असे त्यांना वाटते. माणसाने विज्ञानाकडे भाबडेपणाने पाहू नये तसेच आपल्या बुद्धिमत्तेचा अहंकारही बाळगू नये याची जाणीव त्यांच्या कथांमधून सतत होत राहते आणि ही फार महत्त्वाची गोष्ट आहे. 'उत्परिवर्तन'या कथेमध्ये संशोधक असणाऱ्या डॉ. नेरकर आणि त्यांच्या विद्यार्थिनीला प्राण गमवावा लागतो किंवा 'कोळिष्टक' मध्येही केलेल्या प्रयोगामुळे एका गावकऱ्याला जीव गमवावा लागलेला आहे. शेवटी शास्त्रज्ञ असणाऱ्या शरणकुमार

मगरे यांना शेताच्या भोवती केलेला कोळिष्टक उभारण्याचा प्रयोग आग लावून नष्ट करावा लागतो. 'विचारवहन' या कथेत तर ही जाणीव फार स्पष्टपणे आणि प्रभावीपणे आली आहे. या कथेतील डॉ. बनकर यांनी मानवी मनातील विचार भावना ओळखण्याचे तंत्र विकसित केले आहे. हस्तस्पर्श झाल्यावर ज्या लहरी उमटतात ते वाचण्याचे तंत्र त्यांनी विकसित केले आहे. त्यातूनच आपल्याला मित्र मारून टाकणार आहेत हे त्यांना कळते. ते तशी तक्रार पोलिसांकडे करतात. कधी नाही ते पोलीस कार्यक्षम होतात. डॉ. बनकरांवर विश्वास ठेवून बनकरांबरोबर जातात. डॉ. बनकर मित्रांकडे पार्टीत सहभागी होतात आणि त्यांच्यावर प्राणघातक हल्ला होतो. गुन्हेगार म्हणजे त्यांचे मित्र काही होण्याच्या आत पकडले जातात. डॉ. बनकरांनी विकसित केलेले तंत्र अचूक आहे याचा अनुभव येतो. ते त्यांच्या मृत्यूला चकवा देऊ शकलेले असतात. परंतु आरोपींना पकडून पोलीस स्टेशनमध्ये आणताना मात्र एका सुसाट ट्रकने डॉ. बनकरांच्या कारला धडक दिली आणि त्यातच त्यांचा अंत होतो. म्हणजे त्यांनी माणसाच्या मनातील ओळखून आपले मरण टाळलेले असले तरी ते काही क्षण पुढे ढकलले गेलेले असते. त्या दिवशी त्या क्षणी त्यांना मृत्यू येणार हे जणू ठरलेलेच असते. निसर्ग त्याच्या पद्धतीने कार्य करतो. त्याच्या व्यवहारात तुम्ही कितीही हस्तक्षेप केला तरी एका मर्यादेच्या पुढे मानवी बुद्धीला जाता येत नाही असेच डॉ. संजय ढोले यांनी सूचित केले आहे.

'सॉकर' या कथेचाही या संदर्भात विचार करता येईल. यातील संशोधक मूल न होऊ शकणाऱ्या जोडप्याला मुलाची प्राप्ती करून देतात. मानवी गुणसूत्रांची साखळी प्रयोग करून तोडतात आणि स्त्रीबीज आणि पुरुषबीजात पूरक होऊन जननक्षम होतात. त्या जोडप्याला मूल होते. एवढेच नाही तर हे मूल पुढे जागतिक फुटबॉलमध्ये विक्रम करणारे ठरते. अद्भुत चपळता, चिवटपणा आणि शक्ती त्या मुलात निर्माण झालेली असते. हा प्रयोग करताना ते संशोधक म्हणतात, मी निसर्गामध्ये हस्तपेक्ष करीत आहे हे बरोबर आहे की नाही या संभ्रमात ते असतात. तरीही प्रयोग करतात. एका प्रकारे लेखकाने निसर्गामध्ये हस्तक्षेप करू नये असेच सूचित केले आहे किंवा हस्तक्षेप केला तरी निसर्ग या हस्तपेक्षाचा नियम होऊ देत नाही हेही त्यांनी सूचित केले आहे.

फुटबॉलपटू पोराचा सर्वांगाने अभ्यास करण्याचा निर्णय आंतरराष्ट्रीय फुटबॉल संघटना घेते आणि शास्त्रज्ञ काळजीत पडतो. कारण त्याने त्या मुलाबाबत गुणसूत्राची केवळ साखळीच तोडली नव्हती तर त्या साखळीमध्ये माकडाचे आणि कोळ्याचे जीन्स टाकलेले असतात. त्यामुळे त्या खेळाडूमध्ये चिवटपणा आणि चपळता आलेली होती. हा एक अद्भुत प्रयोग होता आणि तो यशस्वी झालेला होता. त्या मुलावर संशोधन झाले असते तर हा सगळा प्रयोग जगजाहीर झाला असता आणि

जगभर गोंधळ उडाला असता. ही त्या शास्त्रज्ञाची चिंता आहे. उद्या अशा प्रकारे जीन्स मिसळण्याची स्पर्धाही निर्माण झाली असती आणि तो एक वेगळा नियम तयार झाला असता. ही निसर्गामध्ये मोठीच ढवळाढवळ होती. परंतु निसर्ग अमर्याद आणि अगम्य आहे. भारतीय खेळाडूंना घेऊन निघालेल्या विमानाला हवेतच अपघात होतो आणि 'रहस्य' रहस्यच राहते. या रहस्याचा नियम होऊ नये याची काळजी निसर्गानेच समर्थपणे घेतली होती. एका अर्थाने निसर्ग समजून घेणे आणि निसर्ग अमर्याद आहे हे मान्य करणे हेच शास्त्रज्ञांच्या दृष्टीनेही योग्य आहे असेच जणू डॉ. संजय ढोले यांना सुचवायचे आहे. एक फार महत्त्वाची जाणीव त्यांच्या कथालेखनामधून प्रकट होते. विसाव्या शतकाच्या उत्तरार्धामध्ये विविध ज्ञानक्षेत्रांच्या संकटाची कल्पना उदयास आली. जीवनाचे, निसर्गाचे यथार्थ आकलन करायचे असेल तर एकच एक ज्ञानशाखा पुरेशी होत नाही. त्या पलीकडेही खूप काही उरलेले असते. म्हणून विविध ज्ञानशाखांच्या मदतीने जीवनातील व निसर्गातील रहस्ये उलगडली पाहिजेत हा दृष्टिकोन पुढे आला. तसेच ज्ञानक्षेत्राचा विकास व्हायचा असेल तर आंतरविद्याशाखीय दृष्टिकोन स्वीकारला पाहिजे असेही जगभरातल्या ज्ञानाच्या क्षेत्रात काम करणाऱ्या प्रज्ञावंतांना वाटू लागले. त्यातूनच आंतरविद्याशाखीय दृष्टिकोन आणि अभ्यास विकसित होत गेले. आज तर आंतरविद्याशाखीय अभ्यास हेच ज्ञानक्षेत्रामध्ये केंद्रस्थानी आले आहेत. या दृष्टिकोनामुळेच विविध विद्याशाखा जवळ येऊ लागल्या आहेत. 'पॉलिटिकल इकॉनॉमी' काय किंवा 'अ‍ॅग्रो इकॉनॉमिक्स' काय हे आंतरविद्याशाखीय अभ्यास आहेत. येथून पुढे शाखांचे वेगळेपण टिकविण्याला काही अर्थ उरणार नाही. आपण एखाद्याच विषयात विशेषीकरण (specialisation) करण्यालाही काही अर्थ राहणार नाही. ज्ञानक्षेत्रात झालेल्या बदलाची जाणीव डॉ. संजय ढोले यांच्या विज्ञानकथांमधून सतत होत राहते. त्यांच्या याआधीच्या कथा – संग्रहात विविध शास्त्रे आणि नॅनो टेक्नॉलॉजी यांच्या संयोगातून निर्माण होणाऱ्या एका वेगळ्या जगाचे चित्रण झालेले दिसते. या कथासंग्रहामध्येही हाच आंतरविद्याशाखीय दृष्टिकोन सतत जाणवत राहतो. उदाहरणार्थ, 'उत्परिवर्तन'कथेमध्ये वनस्पतीशास्त्राचे संशोधक प्राध्यापक डॉ. नेरकर यांच्या डोक्यात बियाणांवर न्यूट्रॉनची प्रक्रिया केली पाहिजे अशी कल्पना येते व ते पदार्थ विज्ञान विभागातील डॉ. संपत भोसेकर यांची मदत घेतात. विज्ञानातील दोन ज्ञानशाखा जवळ येतात आणि संपूर्ण ग्रामीण परिसर बदलून जातो, याचे चित्रण 'उत्परिवर्तन'या कथेमूधन येऊन जाते.

जनुकीय संशोधनाला त्यांच्या कथांमधून बरेच प्राधान्य मिळालेले आहे. उदाहरणार्थ, 'सॉकर'सारख्या कथेमध्ये माणसामध्ये माकड आणि कोळी यांचे जीन्स सोडले गेले असे चित्रण येते पण असे काही करायचे असेल, तर वैद्यकशास्त्राची मदत घ्यावी लागते. म्हणून 'सॉकर' या कथेमध्ये डॉक्टर आणि शास्त्रज्ञ एकत्र येतात आणि

एका अफाट माणसाचा जन्म होतो. 'परिवर्तन' या कथेमध्येही डॉक्टर आणि मानवी जीन्सवर संशोधन करणारे शास्त्रज्ञ एकत्र येतात आणि एका व्यक्तीला जीवदान मिळते. 'अस्तित्व' आणि 'अखेर तो परतला' या दोन कथांमध्येही वैद्यकशास्त्र आणि मेंदूवर काम करणारे संशोधक यांच्या संयोगातून काही नवीन घडताना दिसते. पहिल्या कथेमध्ये अपघातात सापडून जायबंदी झालेल्या आणि कोमात गेलेल्या माणसाच्या मदतीला रोबो देता येऊ शकतो असे चित्रण लेखक करतात. अशा रुग्णांच्या मेंदूमध्ये व्यवहार चालू असतात. (जरी ते कोमात असले तरी) व त्या व्यवहाराचे रूपांतर संदेशात करून रोबोद्वारा त्यालाच मदत करता येऊ शकते. अर्थात या कथेमध्ये प्रयोग यशस्वी होतो, परंतु कोमातील रुग्ण आपले आयुष्यच रोबोमार्फत संपवून टाकतो, अशी ही कथा आहे. दुसऱ्या कथेत अपघातामध्ये एका रुग्णाची संपूर्ण स्मृती गेली आहे. त्याला बोलता येते. बाकीचे व्यवहार तो करतो परंतु त्याची स्मृती मात्र हरवून जाते. अशा वेळी कृत्रिम स्मृतिपटल निर्माण करण्याचे कार्य आय. आय. टी. मधील शास्त्रज्ञ करतात. हे स्मृतिपटल जोडले जाते व रुग्ण पूर्ववत होतो. म्हणजे येथे वैद्यकशास्त्र आणि तंत्रविज्ञान यांच्या एकत्रीकरणामधून एका रुग्णाला जीवदान मिळते. 'परिवर्तन' मध्येही एका ऊतिपासून संपूर्ण अवयव विकसित करण्याचे तंत्र शास्त्रज्ञ विकसित करतात असे दर्शविले आहे. असे तंत्र वैद्यकशास्त्राच्या दृष्टीने वरदान ठरू शकते हेच जणू ते 'परिवर्तन' मधून सूचित करीत आहेत. एकंदरीत काय की, नव्या जगाचा मंत्र म्हणजे आंतरविद्याशाखीय दृष्टिकोन- त्याची जाण डॉ. संजय ढोले व्यक्त करतातच पण त्याच्या वापरातून माणसासाठी केवढे तरी मोठे धन प्राप्त होणार आहे हेही सांगतात.

दोन कथांबद्दल मात्र विशेषत्वाने लिहावे लागेल. एक म्हणजे 'अकल्पित' या कथेमध्ये एका स्त्रीला पुरुषाशी मीलन न होताही गर्भसंभव झालेला दर्शविला आहे. मालन नावाची स्त्री जेथे किरणोत्सर्ग होतात अशा प्रयोगशाळेत काम करीत असते आणि त्या किरणोत्सर्गाचा परिणाम होऊनच तिच्या स्त्रीबीजाचे स्वयंक्लोनिंग होते व ती गरोदर राहते. अशक्य वाटणारी गोष्ट कशी संभवू शकते ते विज्ञानाच्या साह्याने लेखकाने फार चांगल्या रीतीने प्रकट केले आहे. 'सॉकर' या कथेमध्येही किरणांच्या साह्याने गुणसूत्रांची मालिका बदलता येऊ शकते. त्यात नवे जीन्स मिसळता येऊ शकतात याचे दिग्दर्शन डॉ. संजय ढोले यांनी केले आहे. अधून-मधून परग्रहावर जीवसृष्टी आहे किंवा नाही याची चर्चा होत असते. 'दुर्गम्य' या कथेमध्ये पृथ्वीच्या बाहेर कुठल्या तरी ग्रहावर राहणारे मानवसदृश्य मानव पृथ्वीवर तोरणमाळच्या भागात येऊन राहतात याचे चित्रण कथाकाराने केले आहे. ते मानवासारखे दिसत असले तरी मानवापेक्षा निश्चित वेगळे असतात. ते कोणीतरी

वेगळेच आदिवासी असावेत म्हणून संशोधक त्यांच्यावर संशोधन करू लागतात आणि एके दिवशी मात्र संशोधकांना दीर्घ निद्रेत लोटून ते कसल्या तरी यानात बसून निघून जातात. ते नेमके कुठल्या ग्रहावरील लोक आहेत, येथे येण्याचा त्यांचा हेतू काय आहे? हे आणि यासारखे अनेक प्रश्न लेखक ध्वनित करीत जातात. आंतरविद्याशाखीय दृष्टिकोन स्वीकारणाऱ्या या कथा विज्ञानाच्या बैठकीवर तर उभ्या असतातच पण 'कथा' म्हणूनही त्या भक्कमपणे उभ्या राहतात आणि हे डॉ. संजय ढोले यांचे खरेखुरे सामर्थ्य आहे. जाता जाता त्यांच्या कथालेखनाच्या संदर्भातील आणखी एक वैशिष्ट्याचा उल्लेख केलाच पाहिजे. डॉ. संजय ढोले आपल्या कथांमधून मराठी संज्ञांचा आवर्जून वापर करतात. रूढ संज्ञा मिळाल्या नाहीत तर त्यांची ते निर्मितीही करतात. ही बाब मराठी भाषेच्या विकासाच्या दृष्टीने महत्त्वाची आहे. 'किरणोत्सर्ग', 'मूलद्रव्ये', 'समस्थानिके', 'केंद्रक', 'ऊति', 'स्मृतिपटल', 'जनुक', 'गुणसूत्रे', 'उत्परिवर्तन', 'जनित्र', 'किरणोत्सारिता', 'आयनीकरण', 'विद्युत्भार', 'विसर्जन', 'मूळपेशी', 'संकरित', 'मस्तिष्क स्तंभातील प्रेरक', 'कोशिका', 'मेरू', 'अतिसूक्ष्म', 'पेशिका' या आणि यांसारख्या असंख्य संज्ञा ते सहजपणे वापरतात. यातूनच एखादेवेळी 'स्वयंक्लोनिंग' सारखी मराठी इंग्रजी संज्ञाही तयार होऊन जाते.

एकंदरीत मराठीतील विज्ञान साहित्य समृद्ध करणाऱ्या या कथा आहेत. या कथा वाचल्यानंतर त्यांच्याबद्दलच्या अपेक्षा अधिकच वाढतात. डॉ. संजय ढोले यांच्या पुढच्या वाटचालीबद्दल त्यांना शुभेच्छा!

दि. ०४.०३.२०१२

प्रा. डॉ. नागनाथ कोत्तापल्ले
ज्येष्ठ साहित्यिक व समीक्षक
(माजी कुलगुरु, डॉ. बाबासाहेब आंबेडकर मराठवाडा विद्यापीठ, औरंगाबाद)
(अध्यक्ष, अखिल भारतीय मराठी साहित्य संमेलन, चिपळूण-२०१३)
पुणे

भूमिका आणि दोन शब्द

हा माझा चौथा विज्ञानकथासंग्रह. विज्ञानकथा ही आता माझ्या जीवनाचा अविभाज्य घटक झालेली आहे. व्यासंग व अभ्यासाचाही भाग बनलेली आहे. यापूर्वी प्रसिद्ध झालेल्या 'प्रतिशोध', 'प्रेमाचा रेणू' व 'अश्मजीव' या कथासंग्रहांना भरघोस प्रतिसाद लाभलेला आहे. त्यानिमित्ताने वाचकांची मतेही जाणून घेण्यात आलेली आहेत. 'प्रेमाचा रेणू'ला काही पुरस्कारही लाभलेले असून, पुणे विद्यापीठाच्या पदव्युत्तर अभ्यासक्रमात ह्या संग्रहाचा समावेश करण्यात आला आहे. 'प्रतिशोध' मधील अंतराळातील मृत्यू या विज्ञानकथेचाही समावेश एस.वाय.बी.ए., बी. कॉम. आणि बी.एस्सी.च्या अभ्यासक्रमात करण्यात आला होता. हे मी एका परीने विज्ञानकथेचं यश मानतो व या प्रवाहाची जनमानसात व शिक्षण क्षेत्रात दखल घेण्यात आलेली आहे. या व्यतिरिक्त मराठीतील काही अभ्यासक विज्ञानकथेचा संशोधनपूर्ण अभ्यास करण्याच्या प्रयत्नात असल्याचे निदर्शनास आले आहे. विज्ञानकथेच्या यशाची हीच खरी पावती मी समजतो. या निमित्ताने मी पुन्हा एकदा विज्ञानकथा का? कशासाठी? कुणासाठी? कशी? या प्रश्नांचा पाठपुरावा करण्याचा प्रयत्न करणार आहे. तत्पूर्वी विज्ञान म्हणजे काय? वैज्ञानिक दृष्टिकोन म्हणजे काय? अंधश्रद्धा व साहित्य म्हणजे काय? विज्ञान साहित्य कशाला म्हणायचे व शेवटी विज्ञानकथा का लिहायला हवी या गोष्टीचे संक्षिप्त विमोचन करणार आहे.

तर विज्ञान म्हणजे निसर्गातील रहस्यमय, गूढ, अगाध व अनाकलनीय गोष्टींची उकल करण्याचं उत्तम साधन होय. ज्या गोष्टी/घटना विज्ञानाने ठरवून दिलेल्या परिमाणांना टिकते किंवा विज्ञानाने आखून दिलेल्या चौकटीत राहते ते म्हणजे विज्ञान होय किंवा निसर्गात ज्या अनाकलनीय व अनाठायी गोष्टी/घटना घडतात त्या घटनांचा अंतर्मुख होऊन 'हे असे का?' असा प्रश्न निर्माण करून पाठपुरावा करतो ते म्हणजे विज्ञान आणि प्रत्येक गोष्ट, घटना ही वैज्ञानिक पातळीवर पडताळून पाहण्याचा ज्याचा प्रयत्न असतो तो म्हणजे वैज्ञानिक दृष्टिकोन. या अगदी साध्या व सरळ व्याख्या आहेत. एखादी व्यक्ती निसर्गात घडलेल्या कुठल्याही घटनेकडे आंधळेपणाने बघते ती म्हणजे अंधश्रद्धा होय. प्रत्येक मानवात

हा दृष्टिकोन राहीलच याची शाश्वती नाही. कारण निसर्गाने प्रत्येक मानव गुणसूत्र पातळीवर वेगवेगळा घडवलेला आहे. एकाच आईच्या पोटी जन्म घेतलेल्या जुळ्यांच्या स्वभावातही विसंगती असते हेच त्याचे उदाहरण. एक विचारवंत होतो तर दुसरा गुंड. गुणसूत्रांमधील बदलच या मानवातील विसंगतीला कारणीभूत असतात.

आजूबाजूच्या घटनांचं जे माध्यम चित्रण करतं ते म्हणजे साहित्य. मग यात बरेच प्रवाह आले. ग्रामीण साहित्य, दलित साहित्य, विद्रोही साहित्य, शहरी साहित्य, संत साहित्य, ख्रिस्ती साहित्य, मुस्लीम साहित्य, इत्यादी. त्यातच विज्ञान साहित्याचा समावेश आहे. ज्यामध्ये विज्ञानाचा अंतर्भाव आहे किंवा सोप्या भाषेतून विज्ञान समजावून सांगण्याचे जे माध्यम आहे ते म्हणजे विज्ञान साहित्य. विज्ञान साहित्यात विज्ञान हाच मुद्दा मुळी केंद्रस्थानी असायला हवा. त्या साहित्यातून विज्ञान बाजूला काढून घेतलं तर ते विज्ञान साहित्य राहत नाही तर ते इतर प्रवाहातील साहित्य उरतं. विज्ञानकथा हा विज्ञान साहित्यातील मुख्य प्रवाह असून, आजच्या काळात या प्रवाहाचं महत्त्व खूप आहे.

विज्ञानकथाम्हणजे काय? या आधी विज्ञानकथा का लिहिली गेली पाहिजे? याचा विचार करणे गरजेचे वाटते. आजची विज्ञान प्रगती जर का आपण पाहिलीत तर ती अचंबित करणारी आहे. अवकाशातील भरारीपासून ते संगणकापर्यंत आणि सुपर संगणकापासून ते अतिसूक्ष्म पदार्थांपर्यंत असा चौफेर प्रवास होताना आपण पाहत आहोत, पण आजही या प्रगतीची जाण अथवा भरारी भारतातील किती लोकांपर्यंत पोचलेली आहे? आपणास खोटे वाटेल की, भारतात ज्यांना विज्ञानाची प्रगतीच नाही तर, प्राथमिक माहितीही नाही अशांची संख्या खूप आहे. ही खरोखर दुर्दैवाची बाब आहे. म्हणूनच आपण पाश्चात्त्य देशांपासून १०० वर्षे मागे का आहोत याची प्रकर्षाने जाणीव होते. या अशाच सामान्य लोकांपर्यंत विज्ञान पोचवायचं, रुजवायचं असेल तर मला वाटतं कथा हे त्याचं उत्कृष्ट माध्यम आहे. विज्ञानाशी काडीमात्र संबंध नसणाऱ्या सामान्य वाचकांत विज्ञानकथाच गोडी निर्माण करू शकते. म्हणून विज्ञानकथा का लिहिली गेली पाहिजे हे त्यामागील महत्त्वाचं कारण... आणि शिवाय आजकाल प्रवाहाबरोबर जायचे असेल तर विज्ञान हा एकमेव पर्याय आहे. प्रत्येकाने विज्ञानाशी हातमिळवणी करूनच जायला हवं. तरच देशही प्रगतिपथाकडे जाईल.

आता विज्ञानकथा म्हणजे काय? ही कल्पनाही प्रथम ५०-६० वर्षांपूर्वी पाश्चात्त्य व विकसित देशांमध्ये रुजली होती. प्रथम ती पोलंड, फ्रान्स यांसारख्या देशांमध्ये लिहिली गेली व पुढे इंग्रजांनी सरशी केली. पण आजतागायत अमेरिकन विज्ञानकथाच खऱ्या अर्थाने रूढ झाली व तिचाच पसारा मोठ्या प्रमाणात वाढला.

यात प्रामुख्याने ज्यूल्स व्हर्न, एच.जी. वेल्स, ऑर्थर, रे ब्रॅडबरी, फ्रेड हॉयल, आयसॅक असिमॉव्ह, रॉबिन कूक, मायकेल क्रायस्टन यांची नावे घेता येतील. मुख्यत्वे साय-फाय या नावाने विज्ञानकथा पाश्चात्त्य जगतात प्रचलित आहे. त्या पाठोपाठ भारतातही पूर्वी ही कल्पना रूढ झाली पण त्याचा फारसा प्रसार होऊ शकला नाही. हिंदीत हा प्रकार फारसा रुजला नाही पण मराठीत मात्र तो चांगल्याप्रकारे रुजला. म्हणून ५० ते ७०च्या दरम्यान बोटावर मोजण्याइतपतच विज्ञानकथा लिहिल्या गेल्या. त्यात प्रामुख्याने कृ. ना. आठल्ये, वा. गो. आपटे, श्री. बा. रानडे, वा. म. जोशी, द. पां. खांबेटे, दि. बा. मोकाशी, भालबा केळकर, भा. रा. भागवत, नारायण धारप, यशवंत रांजणकर यांचा समावेश आहे. तद्नंतर डॉ. जयंत नारळीकर, निरंजन घाटे, डॉ. अरुण मांडे, डॉ. बाळ फोंडके, सुबोध जावडेकर, डॉ. पंडित विद्यासागर, म. वि. दिवेकर, द. व्यं. जहागीरदार, यशवंत देशपांडे, शुभदा गोगटे, सुधा रिसबूड, डॉ. संजय ढोले इत्यादींनी अलीकडच्या काळात विज्ञानकथेला वेगळा व आधुनिकतेचा आकार दिला. त्यामुळे विज्ञानकथेचा प्रसार होऊ लागला. म्हणूनच विज्ञान साहित्य हा प्रकार मराठीमध्ये जसजसा रुजू लागला आणि मराठी वाचक आणि टीकाकार यांनी त्याची गंभीरपणे दखल घ्यायला सुरुवात केली, तेव्हा सर्वप्रथम प्रश्न पडला की हा वाङ्मय प्रकार कोणत्या वर्गात घालायचा. सुरुवातीच्या काळात विज्ञानकथा ही रहस्यकथा, भयकथा, साहसकथा, गुप्तहेरकथा याचेच एक भावंड आहे अशी बऱ्याच जणांनी समजूत करून घेतली होती पण विज्ञानकथा ही यांपैकी काहीही असू शकते. कारण तिचा आवाकाच मोठा आहे. ती वरील प्रकारातील कुठलीही कथा असू शकते. अगदी प्रेमकथा व विनोदीकथाही असू शकते. बऱ्याच लेखकांनी विज्ञान कथेत वेगवेगळे प्रकार हाताळलेले आहेत. अगदी पाश्चात्त्य देशांतही विज्ञानकथा अद्भुत प्रकारात मोडली गेली. मुख्य प्रवाहातील प्रसिद्ध लेखक रे ब्रॅडबरी यांनी अद्भुततेचा आधार घेऊन उत्कृष्ट विज्ञानकथा लिहिल्या आहेत. तर ऑर्थर यांनी कुठल्याही अद्भुत व चमत्काराचा समावेश न करता उत्कृष्ट प्रायोगिक विज्ञानकथा लिहिल्या आहेत. गिल्क, अलेन व फ्लेमिंग या लेखकांनी विज्ञानकथा ही 'कल्पनेचे साहित्य' म्हणून संबोधले आहे.

खरं तर विज्ञानकथेची जातकुळीच वेगळी आहे. ती जातकुळी कोणती? ती म्हणजे विज्ञानकथांमध्ये वाचकाला एका अगदी नव्या अनुभवाला सामोरे जावे लागते. हा अनुभव मानवी मनाला विज्ञान युगाला सामोरे जाताना आलेला अनुभव आहे. कोणतेही साहित्य हे मानवी मनातील विचारांचे आणि विकारांचे दर्शन घडवते. विज्ञानकथेमध्येही ते घडते. निदान घडायला हवे पण या भावभावनांच्या संघर्षाच्या केंद्रस्थानी असते विज्ञान. विज्ञानामुळे झालेली किंवा होऊ घातलेली

प्रगती, अतिशय वेगाने बदलत जाणाऱ्या जगापुढील समस्या हा विज्ञान साहित्याचा आत्मा आहे.

विज्ञानकथांसंदर्भात नेहमी विचारला जाणारा प्रश्न आहे तो म्हणजे विज्ञानकथा कशी ओळखायची? तिची व्याख्या काय? बऱ्याच लेखकांनी/वैज्ञानिकांनी तिची वेगवेगळी व्याख्या केलेली आहे. कुणीतरी म्हटले आहे, 'विज्ञानकथा ही माझ्या बायकोसारखी आहे, मला तिची व्याख्या करता येणार नाही पण मी तिला बरोबर ओळखू शकतो.' (सुबोध जावडेकर) विज्ञानकथा कशी असावी? यावर बऱ्याच लेखकांची वेगवेगळी मते आहेत. काहींची मते इथे उद्धृत करतो. (निरंजन घाटे) १. सध्याचा तंत्रज्ञानापेक्षा निदान थोडे तरी प्रगत तंत्रज्ञान गृहीत धरलेले असते. त्यावर आधारित ती विज्ञानकथा. २. अंतराळ, परग्रहावरील मानव, समांतर प्रतिरूपे यांचा समावेश असणारी ती विज्ञानकथा. ३. सध्याच्याच तंत्रज्ञानामुळे पुढील काळात निर्माण होणाऱ्या समस्यांशी निगडित अशी ती विज्ञानकथा. ४. जिच्यातून विज्ञान काढून टाकले तर ती कथा राहत नाही ती विज्ञानकथा. ५. कथेच्या मुळाशी असलेली समस्या वैज्ञानिक असेल तरच ती विज्ञानकथा.

अशा अनेक व्याख्या केल्या गेल्या आहेत. माझं मतही यापेक्षा वेगळं नाही. पण तरीही विज्ञानकथा म्हणजे अस्तित्वात असलेलं प्राथमिक, सैद्धांतिक व वास्तव काल्पनिक यांचा संगम म्हणजे विज्ञानकथा. कुठली तरी वैज्ञानिक कन्सेप्ट सामान्य वाचकांपर्यंत पोचवणे हेच खरं विज्ञानकथेचं स्वरूप होय. विज्ञान हीच मूळ संकल्पना ठेवून कथा लिहिली जायला हवी. कथेत विज्ञान हाच हिरो असायला हवा. सामान्य वाचकाला मूलभूत विज्ञान सहजासहजी पचनी पडणार नाही. त्यासाठी मूळ गाभा विज्ञान हाच ठेऊन, उत्कृष्ट विज्ञानकथा निर्माण होण्यासाठी रहस्य कथा, भयकथा, प्रेमकथा या सारख्या कथांचा आधार घेतला तरी त्यात कुणाची हरकत नसावी. म्हणजेच विज्ञानकथेत गाभा हा विज्ञान व त्याला आवरण कथेचं असावं. जसे अणूच्या केंद्रस्थानी अणुगर्भ असतो तसाच विज्ञानकथेच्या केंद्रस्थानी विज्ञान व अणूच्या बाह्यांगाला इलेक्ट्रॉन मूलकणांचं आवरण असते, तसेच कथेच्या स्वरूपातील आवरण विज्ञानाला असणे गरजेचे आहे. विज्ञानकथा ही अणुकल्पना म्हणूनच समोर यायला हवी. या शिवाय विज्ञानकथेचा एक सुवर्ण नियम नेहमी पाळला पाहिजे तो म्हणजे विज्ञानातील प्रस्थापित नियम/व्याख्या थोडे वाकवले तरी चालतील पण ते तोडता कामा नये. कधीकधी विज्ञानकथा ही अद्भुततेकडे झुकते पण चांगली व खरी विज्ञानकथा ही कधीच अद्भुत असू शकत नाही. अद्भुत आणि विज्ञानकथा यांतील फरक स्पष्ट करताना प्रसिद्ध लेखक रॉड स्टर्लिंग म्हणतात, 'अद्भुत कथा या अशक्यप्राय गोष्टी करतात तर विज्ञानकथा या असंभाव्य गोष्टी करतात.'

मी स्वत:तरी याच उद्देशाने प्रेरित होऊन विज्ञानकथा लिहिलेल्या आहेत पण ही बाब अभावानेच आताच्या तथाकथित विज्ञानकथाकारांमध्ये दिसून येते. मी बऱ्याच जणांच्या विज्ञानकथा वाचल्या आहेत. वाचतो आहे. किंबहुना आधी सांगितल्याप्रमाणे माझा व्यासंगच आहे. खर सांगायचं तर मला त्या फारशा आवडत नाहीत. माझ्या मते त्या विज्ञानकथाच नाहीत. कारण त्यात वैज्ञानिक संकल्पनांचा अभाव आहे. ज्यात विज्ञानच नाही, विज्ञानाचा प्रवाह नाही, त्याला विज्ञानकथा कशी म्हणणार? उदाहरणच घ्यायचे झाले तर ज्यात कॉम्प्युटर व यंत्रमानवाचा उल्लेख केला तरी ती विज्ञानकथा कशी होऊ शकते. शिवाय अवकाश, परग्रह म्हणजे विज्ञानकथा नव्हे. एखाद्या ग्रहावर शास्त्रज्ञ जातो आणि तेथील चित्रविचित्र मानवाला भेटून पृथ्वीवर परत येतो किंवा टाइम मशीनमध्ये बसून भविष्यात फिरून येतो आणि त्यामुळे त्यांचा गोंधळ होतो. याला काय अर्थ आहे? टाइम मशीन शब्द टाकला म्हणजे विज्ञानकथा होते का? नाही. कमीत कमी टाइम मशीन म्हणजे काय? त्यामागील मूलभूत शास्त्र व सूत्र काय? याचा विचार कथाकार करीत नाही. कमीत कमी एखाद्याला भविष्यात जायचे असेल तर वैज्ञानिक मूलभूत शास्त्रात काय असायला हवे याचा विचार विज्ञानकथाकारांनी करायला हवा. हे सर्व कथेत आणायचे असेल तर विज्ञानकथाकारांकडून थोडी अभ्यासाची अपेक्षा करणे गैर नाही. दुर्दैवाने काही लेखक मंडळी विज्ञानकथेत जास्त विज्ञानाचा समावेश असणाऱ्या कथांवर टीका करतात. गंमत म्हणजे संपादक मंडळीही विज्ञान कमी पण कथेत आशय असायला हवा म्हणून आग्रह करतात. पण तेथे वादविवाद करणे उपयोगी नसते. थोडे त्यांच्या पद्धतीने जाणे भाग पडते. शेवटी सामान्य वाचकास वेठीस धरण्यासारखंच हे आहे. पण काही संपादक मात्र जाणीवपूर्वक विज्ञानाचा समावेश असलेल्या विज्ञानकथा छापतात. हेही तेवढंच महत्त्वाचं आहे.

माझ्या विज्ञानकथांमध्ये विज्ञानाला प्रामुख्याने महत्त्व दिलेले आहेच पण शिवाय कथाही लालित्यपूर्ण, आशय असणारी व तेवढीच रोचक होईल याकडेही लक्ष दिलेले आहे. विविध वैज्ञानिक संकल्पनांचा त्यात समावेश आहे. 'परिवर्तन' ही कथा मूळपेशींवर आधारलेली असून 'मोहीम फत्ते'मध्ये स्वर व त्यांच्या शोधावर चाललेल्या संशोधनावर आधारित आहे. 'कोळिष्टक' ही कथा 'स्पायडर फार्मिंग' व त्यांच्या जनुकावर आधारलेली आहे. तर 'अकल्पित' ही कथा किर्णोत्सारीतून निर्माण होणाऱ्या समस्येवर आधारलेली आहे. 'संकरित' ही कथा जनुकांमध्ये हेतुपुरस्सर बदल घडवून आणल्यानंतरचे परिणाम दर्शविते तर 'अस्तित्व'मध्ये वैद्यकशास्त्रातला मानवातील विधायक प्रयोग दाखविला आहे. 'उद्ध्वस्त' ही कथा 'दीपन' (Luminiscence) या पदार्थांच्या विघातक उपयोगावर आधारलेली आहे. 'अखेर तो परतला' ही कथा स्मृतिपटलांवर आहे. 'सॉकर' ही कथा फुटबॉलच्या

रोमांचक खेळावर विज्ञानाच्या दृष्टिकोनातून भाष्य केलेली कथा आहे. 'विचारवहन' ही मानवी मेंदूतील प्रक्षेपित होणाऱ्या क्षीण लहरींवर आधारलेली आहे. 'दुर्गम्य' ही कथा भौतिकशास्त्रातील 'टॅनेलिंग इफेक्ट'वर आधारित आहे. या सर्वच कथांना विज्ञानाचं अधिष्ठान आहे.

या कथा दिवाळी अंकांमध्ये प्रकाशित झाल्याने वाचकांच्या बऱ्यावाईट प्रतिक्रियाही मिळाल्या. प्रथम 'परिवर्तन' ही कथा मराठी विज्ञान परिषदेच्या 'पत्रिके' च्या दिवाळी अंकात आली तेव्हा प्रसिद्ध समीक्षक व लेखक अनंत मनोहर, बेळगाव यांची मोलाची प्रतिक्रिया मिळाली. त्यांनी फोन करून चर्चाही केली व माझे इतर विज्ञानकथासंग्रहही मागून घेतले. त्यामुळे हुरूप वाढला. शिवाय 'अस्तित्व' या कथेवरील एका नागपूरच्या प्रतिक्रियेने मात्र मन हेलावून गेले. तिचा नवरा अपघातात जायबंदी झाला होता व तिलाही असाच प्रयोग करण्याची इच्छा होती. ही प्रतिक्रिया खरोखरच अंतर्मुख करणारी होती. याशिवाय 'अकल्पित' कथेची प्रतिक्रिया अनपेक्षित होती. या विज्ञान कथेत कथानकानुसार 'वांझोटी' हा शब्द वापरलेला आहे. या शब्दावर एका लेखिकेने आक्षेप घेऊन, लेखकाचे विचार अजूनही बुरसटलेले असल्याचा आरोप केला होता. या निमित्ताने मला इथे नमूद करावेसे वाटते की, ही कथा ज्या खेड्यातील वातावरणात घडते तेथे आजही खेड्या-पाड्यांमध्ये स्त्रियांवर अन्याय होताना दिसतात. तिथे स्त्रियांना स्त्रियाच 'वांझोटी' म्हणून हिणवतात. हे कदाचित त्या लेखिकेला माहीत नसावं. त्या लेखिकेचं आयुष्य शहरात गेलं असल्याने कदाचित तिनं असे विधान केले असावे किंवा हा समाज खरोखरच सुधारलेला असावा असा तिचा गोड गैरसमज तरी असावा-असो. छात्र प्रबोधनमधील 'उद्ध्वस्त' या कथेसंदर्भात विद्यार्थ्यांच्या प्रतिक्रिया मिळाल्या होत्या. या अशा एक ना अनेक प्रतिक्रिया मिळाल्याने पुढील कथा लिहिण्याचा उत्साह वाढला.

माझ्या लेखन प्रवासात मला बऱ्याच जणांचे सहकार्य व मार्गदर्शन लाभले. माझे फॅमिली डॉक्टर डॉ. एस. पी. उपासनी यांनी माझे कथासंग्रह वाचून प्रतिक्रिया तर दिल्याच पण त्यांच्याशी विज्ञानाच्या विविध प्रयोगांवर चर्चा करतानाही मजा आली. त्यांचे वैद्यकीय क्षेत्रातील नवीन संशोधनावर चाललेल्या प्रयोगांचे ज्ञान कमालीचे असल्याने मला त्यांच्या चर्चेतून कथाबीजे सापडली आहेत व त्याचा उपयोग मला झाला. तसेच श्री. शंकर सारडा हे नेहमीच पाठीशी असतात, तर माझ्या विभागातील डॉ. अरुण बनपूरकर, डॉ. विकास मठे, डॉ. येसाप्पा कोळेकर, डॉ. किरण अढी, प्रा. डॉ. गौरी कुलकर्णी, प्रा. डॉ. एस. व्ही. घैसास व मराठी विभागातील प्रा. डॉ. मनोहर जाधव, प्रा. डॉ. अविनाश आवलगावकर, प्रा. डॉ. संस्कृती आवलगावकर, डॉ. तुकाराम रोंगटे यांचे प्रोत्साहन कथा लिहिताना हुरूप देते व नवीन कल्पनांचा मागोवा घेता येतो. त्याचबरोबर प्रा. विजय जाधव यांची

माझ्या विज्ञानकथेबद्दलची ओढ वेगळ्या टप्प्यावर नेते. माझे विद्यार्थी डॉ. भूषण पाटील, अविनाश देवरे, डॉ. शैलेंद्र दहिवले, प्रा. नंदकुमार मंडलिक, प्रा. कैलास सापनर, प्रा. पाटील यांचेही पाठबळ आहेच.

माझे मित्र प्रा. रमाकांत जोशी यांना माझ्या विज्ञानकथांविषयी विशेष आपुलकी व आवड आहे. विज्ञानकथांवर चांगल्या रीतीने समीक्षा व्हावी अशी त्यांची धडपड व प्रयत्न मला निश्चितच ऊर्जा देऊन जाते.

माझे ज्येष्ठ सहकारी प्रा. डॉ. शंकर पाटील हे फिरत्या प्रयोगशाळेचे समन्वयक आहेत. त्यानिमित्ताने ते शाळांमध्ये विविध कार्यक्रम आयोजित करतात. प्रत्येक वेळी माझ्या विज्ञानकथांचा ते कौतुकाने उल्लेख करतात व विद्यार्थ्यांशी हितगुज करण्याची संधी मिळवून देतात. त्यामुळे पुढच्या लेखन प्रवासाला चालना मिळते.

श्री. हरेश शेळके हा मराठीचा एक हुरहुन्नरी संशोधक विद्यार्थी. साहित्याचा असून देखील त्याची वैज्ञानिक प्रगल्भता वाखाणण्याजोगी आहे. माझ्या विज्ञानकथांचा विविध अंगांनी विचार करून तो चर्चा करीत असतो. यावरून एक सिद्ध होते की विज्ञानकथा ही विज्ञानाशी संबंधित नसणाऱ्यांमध्ये वैज्ञानिक दृष्टिकोन रुजवायला मदत करीत आहे.

सुप्रसिद्ध साहित्यिक, समीक्षक व विचारवंत प्रा. डॉ. नागनाथ कोत्तापल्ले यांनी या विज्ञानकथासंग्रहाला 'प्रस्तावना' लिहिण्याचे मान्य करून, विज्ञानकथा या प्रवाहाला एक उंची प्राप्त करून दिलीय. त्यांच्या प्रस्तावनेने विज्ञानकथेला प्रतिष्ठा तर मिळेलच पण साहित्य वर्तुळातही तिची दखल घेण्यात येईल यात तीळमात्र शंका नाही.

वैद्यकीय क्षेत्रात असलेला माझा भाचा डॉ. विशाल वाडेकर याची विज्ञानकथांबद्दलची जाण प्रगल्भ आहे. तसेच अभियांत्रिकी शाखेत असणाऱ्या पुतण्या अविनाश लांबोळे याची वाचनाबद्दलची व एकूणच विज्ञानकथांविषयीची आस्था पाहून, या पिढीत मराठीतून मनापासून वाचणारी मंडळी असल्याने उत्साह येतो.

लोकमत, प्रभात, मराठी विज्ञान परिषद-पत्रिका, छात्र प्रबोधन, तरुण भारत, विज्ञानयुग, पोलीस टाइम्स, समन्वय, इ. दिवाळी अंकांमध्ये या कथा पूर्वप्रसिद्ध झालेल्या आहेत. लोकमतचे प्रदीप निफाडकर, पत्रिकेचे आ. पा. देशपांडे, छात्र प्रबोधनचे महेंद्र सेठिया व शैलजा देशमुख, पोलीस टाइम्सचे नंदकुमार ओतारी व अनंत सरनाईक, समन्वयकचे आनंद लाटकर व वर्षा कुलकर्णी यांनी आग्रहाने दिवाळी अंकांसाठी विज्ञानकथेचे लेखन करून घेतले व आजही ते सातत्याने लिखाणासाठी पाठपुरावा करीत असतात. शिवाय संपादक या नात्याने त्यांनी या कथांचे पुनर्मुद्रण करण्याची परवानगी दिल्याबद्दल त्यांचे आभार.

माझी पत्नी सिंधू हिचा एक प्रथम वाचक म्हणून पाठबळ असल्याने विज्ञान

कथेत नवीन कल्पना रुजायला मदतच होते.

चित्रकार चंद्रमोहन कुलकर्णी यांचेही आभार. कारण त्यांनी 'प्रेमाचा रेणू' व 'अश्मजीव' विज्ञानकथासंग्रहांना अप्रतिम व कल्पकता असलेली चित्रं काढलीत.

मेहता पब्लिशिंग हाऊसचे सुनील मेहता यांनी 'प्रेमाचा रेणू', 'अश्मजीव' या विज्ञानकथा संग्रहांनंतर या कथासंग्रहाचे काम हाती घेऊन हुरूप वाढवलाच पण त्यांच्या सारख्या प्रकाशकाचे पाठबळ असल्यानंतर नावीन्याचा ध्यास घ्यायला प्रोत्साहन मिळते. मेहता पब्लिशिंग हाऊसच्या सौ. राजश्री देशमुख यांचेही आभार. सौ. देशमुख या सातत्याने पाठपुरावा करून काम करून घेतात.

शेवटी वाचकांच्या हाती हा माझा विज्ञानकथांचा चौथा संग्रह देताना विशेष आनंद होतो आहे. त्यांच्या प्रतिक्रिया ह्या पुढील कथा लिहिण्यास टॉनिक म्हणून उपयोगात येतात, म्हणून वाचकांकडून बऱ्या-वाईट प्रतिक्रियांचेही मी स्वागत करीन.

डॉ. संजय ढोले
पुणे

विज्ञानकथा लेखक डॉ. संजय ढोले यांची मुलाखत

प्रश्न १ : सर, नमस्कार! 'अश्मजीव' हा विज्ञानकथांचा संग्रह नुकताच प्रसिद्ध झाला. त्याला वाचकाकडून उत्तम प्रतिसादही मिळाला. या आपल्या यशाबद्दल प्रथम आपले मन:पूर्वक अभिनंदन! आपली आतापर्यंतची विज्ञानकथा लेखनाची वाटचाल अत्यंत गौरवास्पद आहे. महाराष्ट्र राज्य शासनानेही आपल्याला राज्य पुरस्कार देऊन सन्मानित केले आहे. आपण विज्ञानाचे विद्यार्थी असूनही मराठी कथा लेखनाकडे कसे वळलात?

उत्तर : मी विज्ञानाचा विद्यार्थी जरी असलो तरी साहित्याची जडणघडण ही मी नंदुरबार कॉलेजात असतानाच झाली आहे. त्याला कारण तेथील नियमित होणारे सांस्कृतिक कार्यक्रम. काव्यसंमेलने, परिसंवाद, व्याख्याने, कथाकथने यांसारखे उपक्रम मला खूप आवडायचे. मला आठवतंय भैय्या उपासनी नावाचे त्यावेळी जळगाव आकाशवाणीवर असणाऱ्या कलाकाराचे काव्यवाचन, शंकर पाटील या प्रथितयश ग्रामीण कथाकाराचे कथाकथन यांसारख्या उपक्रमांनी माझ्या मनात असलेल्या साहित्याविषयीची प्रगल्भता अजूनच वाढली व त्याचे रूपांतर चांगल्या साहित्यिकांचे साहित्य वाचण्यात झाले. या दरम्यान मी माझे मित्र प्रा. नरेंद्र तोरवणे यांच्या संपर्कात आलो. आम्ही एकाच वर्गात असल्याने त्याचे रूपांतर गाढ मैत्रीत झाले व त्यांच्या सोबतच मीही महाविद्यालयातील विविध साहित्यिक व सांस्कृतिक उपक्रमांत भाग घेऊ लागलो. तो कविता, कथा व नाटके छान लिहीत असे. ते पाहून लिखाणाची आवड निर्माण होऊन मीही कविता व कथा लिहू लागलो. साधारण सामाजिक आशय असणाऱ्या अप्रगल्भ अशा त्या कथा होत्या. त्या कुठेही प्रकाशित झालेल्या नव्हत्या. मात्र पुढे बोटावर मोजण्याइतपत सामाजिक आशय असणाऱ्या कथा प्रकाशित झाल्या.

साधारण एस. वाय./टी. वाय. ला असताना अभ्यासाव्यतिरिक्त महाविद्यालयाच्या सर्वच उपक्रमांमध्ये भाग घेऊ लागलो. युवक महोत्सव,

स्नेहसंमेलन, परिसंवाद किंवा काव्यवाचन असो आमचा सहभाग निश्चित असे. त्यामुळे झाले काय की वाचनाची व नाटकाची प्रचंड आवड निर्माण झाली. मला आठवतंय परीक्षेदरम्यान एक पेपर झाल्यानंतर, दुसऱ्या पेपरआधी एक संपूर्ण कादंबरी वाचायची आणि नंतरच अभ्यासाला सुरुवात करायची. हे करीत असताना मी विज्ञान मंडळातही तेवढाच सक्रिय असायचो. त्यामुळे विज्ञान संघटनेशी जवळीक होऊन त्यातील सक्रिय कार्यकर्ता होण्याची संधी मला मिळाली व त्यातील उपक्रमांमध्ये भाग घेता आले. त्यात प्रामुख्याने आम्ही पथनाट्ये व नाटिका सादर करून लैंगिक समस्या व अंधश्रद्धेवर प्रहार करीत असू. विज्ञानाच्या साहाय्याने प्रयोग करून अंधश्रद्धेमागील सत्य उलगडून दाखवित असू. संघटनेद्वारे खेड्यापाड्यांमध्ये जाऊन आम्ही अंधश्रद्धा निर्मूलनावर कार्यक्रम केलेले आहेत. कधी कधी श्रद्धा आणि अंधश्रद्धा यांमध्ये थोडीशी गफलत होऊन, नागरिकांचा मारही खाल्लेला आहे. पण यात मला एक गोष्ट प्रकर्षाने जाणवली, ती म्हणजे आज जरी आपण एकविसाव्या शतकात विज्ञान-तंत्रज्ञानाच्या गप्पा मारीत असलो तरी, प्राथमिक स्वरूपाच्या विज्ञानाची जाण अजूनही ७० ते ८० टक्के लोकांना नाही. मूलभूत विज्ञानाची माहितीच नाही. मोबाइल हातात आले, टीव्ही घरात आले. तरीही विज्ञानाच्या नावाने बोंब आहे. सामान्य माणसाची वैज्ञानिक प्रगल्भता खूपच कमी आहे. अशा लोकांपर्यंत विज्ञान पोहचवायचं असेल तर मला लेखांपेक्षा कथा हे माध्यम प्रभावी वाटले. कथाच खऱ्या अर्थाने लोकांमध्ये विज्ञानाविषयी आवड निर्माण करू शकते व प्रबोधनही. म्हणूनच मी मराठी कथेकडून विज्ञानकथेकडे वळलो आणि त्यात मी यशस्वीही झालोय असं मला वाटतं.

प्रश्न २ : हे कथालेखन करताना आपल्यासमोर कोणत्या विज्ञानकथा लेखकांचा आदर्श होता?

उत्तर : तसा सुरुवातीला माझ्यासमोर कुणाचाही आदर्श नव्हता. माझा हेतूच मुळी विज्ञानप्रसारासाठी विज्ञानकथा लिहिण्याचा होता. विज्ञानकथा लिहिण्याचं हे एक मुख्य कारण होतंच. पण आपणही विज्ञानकथा लिहू शकतो हे मी अंमळनेरला पदव्युत्तर शिक्षण घेत असताना, 'चंपक' या मासिकातील डॉ. बाळ फोंडके यांची एक कथा वाचण्यात आली आणि आत्मविश्वास दुणावला त्यावेळी जाणवलं. या दरम्यान जयंत नारळीकरांच्या 'यक्षांची देणगी'नेही मला चांगलंच झपाटलं होतं. त्यात कथेद्वारे लोकांपर्यंत विज्ञान नेण्याचं तंत्र मला खूप भावलं. याच कालावधीत मीही 'झेप'

नावाची विज्ञानकथा लिहून काढली पण ती माझ्याजवळच पडून राहिली. पुढे पुण्याला आल्यानंतर माझे मित्र प्रा. अनिल दुसाने यांच्या वाचण्यात ती आली आणि ते स्वत:हून मला निरंजन घाटे या प्रसिद्ध विज्ञानकथा लेखकाकडे घेऊन गेले. त्या वेळी ते 'सृष्टिज्ञान' मासिकाचे संपादक होते. त्यांनी 'झेप' लगेच वाचून काढली व लेखकाला पाठवून द्या म्हणाले. मी गेलो व त्यांनी चांगलेच तोंडसुख व परखड टीका करून पुनर्लेखनाचा सल्ला दिला व विज्ञानाचा सहभाग वाढविण्यास सांगितले. मी 'झेप'चे पुनर्लेखन करून त्यांच्याकडे दिली व त्यांनी ती 'सृष्टिज्ञान' मासिकात छापली. निरंजन घाटेंच्या परखड टीकेने आमच्यात मैत्रीचे धागे विणले गेले व पर्यायाने त्यांच्या कथांचा अभ्यासही करता आला. तसेच सुबोध जावडेकर, अरुण मांडे, पंडित विद्यासागर, द. व्यं. जहागीरदार यांच्याही कथा माझ्या वाचण्यात आल्या व त्या त्या स्तरावर त्यांच्याशी मैत्री झाली. त्यांच्या कथांचा प्रभाव माझ्या कथांवर नसला तरी त्यांच्या कथा मार्गदर्शक ठरल्याने ते त्या दृष्टीने माझे आदर्श ठरतात. मला स्वत:ला वाटतंय की माझ्या विज्ञानकथेची जातकुळी स्वतंत्र आहे.

प्रश्न ३ : सर्वसामान्य वाचकांपर्यंत विज्ञान पोहचविणे हा आपल्या विज्ञानकथांचा हेतू असतो का? तो कितपत साध्य होतो?

उत्तर : होय! मी मगाशी म्हटल्याप्रमाणे सर्वसामान्य व तळागाळातल्या की ज्यांचा विज्ञानाशी काहीही संबंध नाही अशाही वाचकांपर्यंत विज्ञान पोहचविणे हाच माझ्या विज्ञानकथांचा हेतू आहे. तो बव्हंशी साध्य झालेला आहे. एक उदाहरण द्यायला मला आवडेल. 'अश्मजीव' या विज्ञानकथा संग्रहातीलच एक 'अघटित' नावाची कथा मी जपानच्या प्रदीर्घ वास्तव्यानंतर भारतात आलो तेव्हा लिहिली. तेव्हा ज्येष्ठ समीक्षक श्री. शंकर सारडा हे लोकमतच्या 'अक्षररंग' पुरवणीचे संपादन करीत होते. त्यांनी मला विज्ञानकथा लिहिण्यास उद्युक्त केले व मी 'अघटित' त्यांना दिली. ती त्यांनी संपूर्ण पानभर छापली. तसे वर्तमानपत्रात फुल कव्हरेज मिळणे अवघड असते. ज्या रविवारी ती कथा आली त्या दिवशी मला सकाळपासून ते रात्री बारापर्यंत दीडशे फोन आले. शिवाय साठसत्तर पत्रेही आली. यात प्रामुख्याने लहान मुलांपासून ते ऐंशी वर्षांच्या वृद्धापर्यंत व मोलकरणीपासून ते हातावर काम करणाऱ्या मजुरापर्यंत सर्वांचे फोन होते आणि ते महाराष्ट्राच्या सर्व भागातून आलेले होते. त्या सगळ्यांनाच ती कथा आवडली होती आणि शिवाय

उत्सुकतेने त्यातील विज्ञानाविषयी ते चर्चाही करीत होते. इतर कथांच्या बाबतीतही असेच झालेले आहे. म्हणूनच मला वाटते की मी लोकांपर्यंत विज्ञान नेण्यात बव्हंशी यशस्वी झालेलो आहे.

प्रश्न ४ : आपल्या विज्ञानकथांची निर्मितीप्रक्रिया नेमकी कशी असते? किंवा या कथांची बीजं आपल्याला कशी सुचतात?

उत्तर : माझ्या विज्ञानकथांची निर्मिती प्रक्रिया किंवा कथांची बीजं ही विज्ञानाशीच निगडित आहेत. कारण विज्ञान हेच माझ्या कथांचे नायक आहे. विज्ञानकथा लिहिताना प्रथम माझ्या डोक्यात विज्ञानाचा पाया पक्का असतो. सूत्र तयार असते. कन्सेप्ट असते. मग मी सूक्ष्मतंत्रज्ञान असो, मूळपेशी असो किंवा किरण, नाभिकीय, जैव, रसायन, भौतिकीशास्त्रातील नियम सूत्रे असोत. त्यांच्या संशोधनाची व होऊ घातलेल्या परिणामांची दिशा ठरलेली असते. शिवाय कथेची सुरुवात व अंत काय आणि कसा असावा हे मी आधीच ठरवितो. त्यामुळे फक्त पात्र, परिसर व वातावरणाची निर्मिती करावी लागते आणि एकदा का कथा लिहिण्यास बसलो की आजूबाजूची पात्रे आपोआप येऊन कथेत मिसळून जातात व ते आपापल्या स्वभावानुसार वातावरणनिर्मितीही करतात. पुढे तीन-चार तासांत कथा लिहिली जाते. पण कधीकधी काही कथांना समर्पक शीर्षक द्यायला दोन दोन दिवसही लागतात. ही अशी आहे साधारण माझी निर्मिती प्रक्रिया.

प्रश्न ५ : 'शास्त्राचा अभ्यास हवा, परि मानण्याचा ध्यास हवा' या कविवर्य बा. भ. बोरकरांच्या कवितेतील ओळींचा दाखला देऊन सुबोध जावडेकर म्हणतात की, कथेत विज्ञान हवे पण त्या लेखनामागे मानव्याचाच ध्यास असला पाहिजे. हे त्यांचे मत आपणास मान्य आहे का?

उत्तर : मला हे फारसे मान्य नाही. माझ्या मते विज्ञानकथा या विज्ञानासाठीच लिहिल्या गेल्या पाहिजेत. विज्ञान हेच कथेचे नायक असले पाहिजे. सामान्यांमध्ये विज्ञान प्रबोधन हा मुख्यत्वे विज्ञानकथांचा हेतू असला पाहिजे. किमान माझा तरी आहे. जर ती विज्ञानाच्या परिणामांची कथा असेल तर त्याला विज्ञानकथा म्हणू नका ना. तो अट्टहास का? सरळ कथाच म्हणा. विज्ञानाची कुठलीही संकल्पना नसताना तिला तुम्ही विज्ञानकथा कशी म्हणू शकता? हाच मुळात प्रश्न आहे. डॉ. बाळ फोंडके, सुबोध जावडेकर, निरंजन घाटे यांचा असा दृष्टिकोन आहे हे मान्य आहे. त्यांच्या मते विज्ञानकथा या विज्ञान शिकविण्यासाठी लिहायला नकोत. त्याचा फक्त अंश किंवा परिणाम असेल तरी चालेल. समाजजीवनावर होऊ घातलेले परिणाम त्यात आले पाहिजे. पण हा झाला त्यांचा

दृष्टिकोन. ‘झेप’ नावाची माझी कथा निरंजन घाटेंनी त्यात विज्ञान कमी असल्याने तिचे पुनर्लेखन करायला सांगितले होते. त्यावेळी ते म्हणाले होते की विज्ञानकथेमध्ये विज्ञान असायलाच हवे. हा त्यांचा दृष्टिकोन का बदलला मला माहीत नाही, पण आजही मी विज्ञानकथा या विज्ञानप्रसारासाठीच लिहिल्या गेल्या पाहिजेत याचा समर्थक आहे. डॉ. जयंत नारळीकर, डॉ. पंडित विद्यासागर, डॉ. द. व्य. जहागिरदार हे लेखक प्रामुख्याने या दृष्टिकोनाचे समर्थक आहेत. त्यांच्या कथाही विज्ञानाच्या अनुषंगाने जाणाऱ्या आहेत.

प्रश्न ६ : विज्ञानकथांमध्ये सत्यता अथवा वास्तव किती असते किंवा त्या कल्पनेच्या भराऱ्या असतात का? उदा. आपल्या ‘अश्मजीव’ या कथेत परग्रहावरील जीव प्रयोगशाळेत जन्माला येतो, ‘निरापराध’ या कथेत मृत व्यक्ती जिवंत होते. असं वास्तवात घडण्याची शक्यता असते का?

उत्तर : विज्ञानकथांमध्ये कथा ही काल्पनिक असते पण त्यातील विज्ञान मात्र सत्य असते. ते वास्तवावर आधारित असते किंबहुना ते सत्यावरच असायला हवे. प्रस्थापित विज्ञान व भविष्यात होणारे वैज्ञानिक प्रयोग व सिद्धान्तांवर त्या कथा आधारलेल्या असतात. त्यात थोडीफार वास्तवाला धरून कल्पना चालू शकते, पण अवास्तव विज्ञान भरारी मारता येणे शक्य नसते. काही लेखक विज्ञानात कल्पनांच्या भराऱ्या मारण्याच्या नादात प्रस्थापित विज्ञानही सर्रास चुकीचे लिहितात, हे मात्र दुर्दैवी आहे. असे होता कामा नये पण हे तपासण्यासाठी आपल्याजवळ कुठलीही यंत्रणा नाही. वाचकांनीच ते ठरवावे किंवा लेखकानेच तारतम्य बाळगून प्रस्थापित विज्ञानात कल्पनांच्या अवास्तव भराऱ्या मारू नयेत हे इष्ट होय. हाच एक सध्या मार्ग आहे. आपण माझ्या ‘अश्मजीव’ व ‘निरापराध’ सारख्या विज्ञानकथांचे उदाहरण दिलेले आहे. त्यात मी एवढेच सांगू शकतो की यांतील विज्ञान सत्य आहे. त्यात भविष्यातील प्रयोग दडलेले आहेत. भविष्यात हे प्रयोग यशस्वी होण्याची शक्यता जास्त आहे. ‘अश्मजीव’ ही कथा परग्रहावरील जीवावर असली तरी त्यानिमित्ताने त्यात प्रयोगशाळेत होणाऱ्या डी.एन.ए. पातळीवरील प्रयोगांचा व प्रवेगकावरील प्रयोगांचा प्रामुख्याने समावेश आहे. जगात यावर प्रयोग चालले आहेत. शिवाय ‘निरापराध’ या कथेत अतिसूक्ष्म पदार्थ व तंत्रज्ञानाची चर्चा केलेली आहे आणि हे तंत्रज्ञान एकविसाव्या शतकात मानवी जीवनच बदलवून टाकणार आहे. आज अतिसूक्ष्म आकाराच्या पेशींची निर्मिती प्रयोगशाळेत करण्याचे प्रयत्न केले जात आहेत आणि

याच पेशी मानवी शरीरात प्रवेश करून, मानवी जीवनाला संजीवन प्राप्त करून देणार आहेत. हे पुढील काही वर्षांत घडण्याची शक्यता आहे एवढं मात्र निश्चित.

प्रश्न ७ : आपल्याला आपली कोणती कथा जास्त आवडते?

उत्तर : तसे सांगणे अवघड आहे. कारण आपल्याला आपली सर्वच अपत्ये आवडत असतात पण तरीसुद्धा मला माझ्या 'प्रेमाचा रेणू' या विज्ञानकथासंग्रहातील 'जिद्द' ही कथा आवडते. त्या कथेत साहित्यिक मूल्ये तर आहेतच, पण त्यात प्रामुख्याने शास्त्रज्ञ नायकाची शास्त्रीय, सामाजिक, राजकीय अडथळे पार करीत गावासाठी वीज निर्मितीचे ध्येय व जिद्द ही आलेली आहेत. शास्त्रज्ञाची घालमेल आलेली आहे. वैज्ञानिक मीमांसाही त्यात पुरेपूर आहे. शिवाय ती आजच्या सामाजिक गरजेची जाणीव करून देणारीही आहे. या व्यतिरिक्त 'मूषक' ही कथाही मला आवडते. त्यात विज्ञानाचा भाग जरी कमी असला तरी प्रयोगासाठी गिनीपिग – सारख्या प्राण्याचा वापर करणाऱ्या मानव व मूषकाच्या मनो-विश्लेषणावर आधारित आहे. आपल्यावर प्रयोग करणाऱ्या मानवावर त्याच्याच प्रयोगामार्फत सूड उगवण्याच्या नादात त्याला स्वतःच्याच मर्यादांची जाणीव होते व तो मानवाच्या उत्कर्षासमोर नतमस्तक होतो. अशा बऱ्याच कथा आहेत की त्या वैज्ञानिक व सामाजिक भान ठेवून आहेत.

प्रश्न ८ : आपण या पुढील वाटचालीत विज्ञान कादंबरीकडे वळणार आहात का?

उत्तर : निश्चितच! त्या दृष्टीने माझे प्रयत्नही चालू आहेत. कादंबरीचा आवाका तसा मोठा असतो आणि त्यात तुम्हाला व्यापकता मांडता येते. कादंबरीचे नाव 'साक्ष' ठेवलेले आहे पण ते बदलूही शकते. वनस्पतींच्या व त्यांच्या संशोधनावरील भावभावनांवर व वैज्ञानिक संकल्पनेवर आधारित ही कांदबरी आहे. मात्र त्यात विज्ञानासोबतच समाजकारण, राजकारण यांचाही समावेश आहे. बघू यात या वर्षात ही कादंबरी पूर्ण होण्याची शक्यता आहे. साठ ते सत्तर टक्के लिखाण झालेले आहे.

आपल्या लेखनप्रवासाच्या संदर्भात आपण अतिशय मौल्यवान माहिती आम्हाला दिलीत त्याबद्दल मी आपले मनापासून आभार मानते आणि आपल्या पुढील लेखनप्रवासास शुभेच्छा देते. धन्यवाद!

डॉ. संस्कृती आवलगावकर
मराठी विभागप्रमुख
मॉडर्न कॉलेज, गणेशखिंड, पुणे - ०७

अनुक्रमणिका

उत्परिवर्तन

डॉ. संपत भोसेकर अणुगर्भीय प्रयोगशाळेत इलेक्ट्रॉन प्रवेगक यंत्रावर काही पदार्थांच्या प्रज्वलीकरणात (Irradiation) गुंतले होते. कंट्रोल पॅनलवर बसून वेगवेगळे चलपरिमाण (Parameters) बदलून टार्गेटवर इलेक्ट्रॉनचा झोत आणण्याच्या प्रयत्नात होते. काही संशोधक विद्यार्थी पदार्थांची ने-आण करण्यास त्यांना मदत करत होते. तेवढ्यात एक गृहस्थ प्रयोगशाळेत दाखल होत म्हणाले,

"येऊ का सर!"

कार्यमग्न असलेल्या डॉ. भोसेकरांनी आवाजाच्या दिशेने पाहिलं व विस्तीर्ण हसत म्हणाले, "या.. या... नेरकर सर!" पार्टिशनच्या बाजूला असलेल्या त्यांच्या बैठकीकडे निर्देश करीत पुढे म्हणाले,

"बसा ना, एका मिनिटात आलोच."

डॉ. भोसेकर अजून इलेक्ट्रॉनचा झोत जुळवून घेण्यात व्यस्त झाले.

डॉ. अशोक नेरकर त्यांच्या एका विद्यार्थिनीसोबत आले होते. डॉ. भोसेकरांनी सांगितलेल्या जागेवर दोघेही स्थानापन्न झाले. डॉ. अशोक नेरकर हे पन्नाशीतील उत्साही गृहस्थ होते. बुटकेसे व फ्रेंच कट ठेवणारे. डोक्यावर छोटे टक्कल होते पण तेही त्यांच्या व्यक्तिमत्त्वास शोभणारे. ते स्वत: विद्यापीठातील वनस्पतीशास्त्राचे प्राध्यापक होते.

पाचच मिनिटात डॉ. भोसेकर इलेक्ट्रॉन प्रज्वलीकरण सुरू करून व संशोधक विद्यार्थ्याला काही सूचना देऊन उठले. डॉ. भोसेकर हे भौतिकशास्त्रातील मुख्यत्वे किरण व अणुशास्त्राचे नामवंत प्राध्यापक होते. आंतरराष्ट्रीय पातळीवर त्यांचं बऱ्यापैकी नाव होतं व असंख्य विद्यार्थी त्यांच्या हाताखाली संशोधनाचं कार्य करीत होते. त्यांना नेहमीच संशोधनाच्या वेगवेगळ्या वाटा धुंडाळायला आवडत असत. वर्षानुवर्षे एकाच क्षेत्रात संशोधन करण्यास त्यांना मुळीच रस नव्हता.

डॉ. भोसेकर त्यांच्या बैठकीत येत म्हणाले,

"हॅलोऽऽ... सर! काय काम काढलंत?" आपला हात पुढे करीत ते म्हणाले. डॉ. नेरकर हस्तांदोलन करीत शेजारी बसलेल्या मुलीकडे पाहात म्हणाले,

"सर! ही माझी विद्यार्थिनी शीतल शर्मा. आत्ताच जॉइन झालीय." डॉ. भोसेकरांनी प्रतिउत्तरादाखल तिच्याकडे पाहून स्मित केलं. तिनंही नमस्कार केला. डॉ. नेरकर पुढे म्हणाले,

"मागे तुम्ही एकदा विद्यापीठातील आंतरविभागीय व्याख्यानमालेत एक सुंदर व्याख्यान दिलं होतं. 'वनस्पतींवर अणुगर्भीय मूलकणांचा होणारा परिणाम' असा तो विषय होता. इट वॉज रिअली वंडरफुल लेक्चर. एका वेगळ्या प्रवाहातलं."

"होऽऽ....होऽऽ..... थँक्स." डॉ. भोसेकर ओशाळत उत्तरले.

"त्यावेळी तुम्ही वनस्पतींच्या बियाणांवरच जर का प्रोटॉन, न्यूट्रॉनसारख्या मूलकणांचा मारा केला तर उत्परिवर्तन (Mutation) होऊन जनुकांतच बदल होऊ शकतो असं सांगितलं होतं आणि तो कसा आहे हे बघणे रोचक ठरू शकेल. सर! तुम्हाला आठवत असेल त्यावेळी प्रश्नोत्तराच्या काळात व चहापानात आपण यावर सखोल चर्चा केली होती." डॉ. नेरकर आठवण करून देत म्हणाले होते.

"हो. आठवतंय ना!" डॉ. भोसेकर सहमतीपूर्वक मान हलवीत पुढे म्हणाले,

"आणलीत का तुम्ही काही बियाणे?"

"होय....आणलीत ना!" पाच-सहा पॉलिथीनच्या छोट्या बॅग्ज टेबलावर ठेवत डॉ. नेरकर म्हणाले,

"सध्या या वेगवेगळ्या डाळी आहेत. त्यात गहू, ज्वारी, तूर, मूग, उडीद, मसूर आहेत. लेट अस स्टार्ट विथ धिस."

"निश्चितच! पण नेमकं आपल्याला काय अपेक्षित आहे." डॉ. भोसेकरांचा स्वाभाविक प्रश्न. डॉ. नेरकर खुर्चीत थोडं रेलून बसत म्हणाले,

"मी स्वत: वेगवेगळ्या वनस्पतींच्या जनुकांवर काम करीत आहे. त्यांचा जनुकीय आराखडा बघून अजून काही बाहेरील वेगळ्या जनुकांची सरमिसळ करून मानवासाठी उपयुक्त ठरतील अशा जाती निर्माण करण्याचा माझा प्रयत्न आहे. त्याचा भाग म्हणून मूलकणांच्या साहाय्याने जनुकात कशा प्रकारे बदल घडवून आणता येईल हा प्रथम माझा हेतू असेल."

"हे तर तुम्ही कराच! पण मी तुम्हाला एक सुचवू का?"

"सुचवा ना सर!" डॉ. नेरकर स्वगत होत म्हणाले.

"जनुकांसोबतच त्या बियाणांमध्ये नायट्रोजन, ऑक्सिजनचे प्रमाण काढून त्यांची वाढ (Growth) कशाप्रकारे होतेय हे ही बघा."

"तेही करून बघेन. वनस्पतींची वाढ कशी होतेय हा एक नवीन अ‍ॅस्पेक्ट आपल्याला करता येईल." डॉ. भोसेकरांकडे पाहात पुढे म्हणाले, "यासाठी प्रोटॉन

मूलकणच वापरायचा का?''

''नाही! न्यूट्रॉन हे मूलकण आपण वापरूयात. कारण ते अणुगर्भाशी क्रिया परिणामकारकपणे घडवून आणतात आणि त्यातील जनुकांमध्ये उत्परिवर्तन होण्याची शक्यता खूप असते. शिवाय किर्णोत्सारिताही विकसित होण्याची प्रवृत्ती असल्याने त्यात द्विगुणित परिणाम साधता येतो.'' डॉ. भोसेकर उठत पुढे म्हणाले, ''या मी तुम्हाला न्यूट्रॉन जनित्र दाखवतोय.''

तिघेही उठले व शेजारीच असलेल्या न्यूट्रॉन जनित्र प्रयोगशाळेत शिरले. अवाढव्य उपकरण पाहून डॉ. नेरकर स्तंभित झाले. इथे अतिउच्च दाब असून अतिशय धोक्याचं असल्याचं भोसेकरांनी नमूद केलं. डॉ. भोसेकरांनी बियाणांचं प्रज्वलीकरण कसं करणार याची सविस्तर माहिती देऊन नियंत्रण कक्षाही दाखविली. तिथे सर्व प्रकारची उपकरणे उपलब्ध होती. डॉ. भोसेकर म्हणाले,

''जेव्हा हे न्यूट्रॉन जनित्र मी सुरू करीन तेव्हा हवं तर मी तुम्हाला बोलावून घेईन.''

''इट्स माय प्लेझर! जसं तुम्हाला योग्य वाटेल तसं. तुमच्या सोईनुसार प्रज्वलित करून पाठवलं तरी चालेल. नाहीतर ही माझी विद्यार्थिनी येऊन जाईल. ठीक आहे सर! तुमच्यामुळे मला एका वेगळ्या प्रवाहात शिरायला मिळतंयं.''

''तसं काही नाही. आपण सर्वच संशोधक आहोत. अंतरंगात शिरून सूक्ष्म शोध घ्यायलाच हवेत. त्यासाठीच या वेगळ्या वाटा.'' डॉ. भोसेकर हसत उत्तरले.

''ठीक आहे सर, थँक्स. येतो आम्ही'' हस्तांदोलन करून डॉ. नेरकरांनी निरोप घेतला होता.

एका वेगळ्या क्षेत्रातील प्रयोगाला सुरुवात तर झाली म्हणून डॉ. नेरकर समाधानी होते. त्यांच्या डोक्यात वनस्पतींच्या अंतरंगात शिरून वेगळी विश्वे शोधायच्या कल्पना होत्या. त्यासाठीच हा पाठपुरावा होता.

डॉ. नेरकर व शीतल समाधानाने वनस्पतिशास्त्र विभागात परतले. प्रयोगशाळेत शिरताच शीतल तिच्या कामाला लागली. डॉ. नेरकरांच्या हाताखाली बरेच विद्यार्थी होते. त्यातलीच शीतल एक होती. नुकतीच पीएच. डी. ला जॉइन झालेली. वनस्पतींमधील जनुकांचा व त्यांच्या कार्याचा अभ्यास हा तिचा विषय होता. डॉ. नेरकरांचीही त्यातच रुची होती. इतर विद्यार्थी वेगवेगळ्या संशोधन प्रकल्पांवर काम करीत होते. प्रकाशसंश्लेषण हाही डॉ. नेरकरांचा जिव्हाळ्याचा विषय असल्याने बहुसंख्य विद्यार्थी वनस्पतीच्या प्रकाशसंश्लेषण प्रक्रियेचा अभ्यास करीत होते. कारण प्रकाशसंश्लेषण ही प्रक्रिया शेती आणि जैव ऊर्जेसाठी लागणाऱ्या ऊर्जेचा पुरवठाही त्यातूनच होणारी होती. म्हणूनच डॉ. नेरकरांनी हे उद्‌बोधक विषय आपल्या विद्यार्थ्यांना दिले होते. त्यात संशोधनापाठोपाठ सामाजिक तळमळही होती.

डॉ. नेरकर प्रयोगशाळेत आले तेव्हा इतर विद्यार्थी आपापल्या कामात गर्क होते. त्यांची प्रयोगशाळा अद्ययावत् उपकरणांनी सज्ज होती. वेगवेगळी काचांची तावदानं वापरून पार्टिशन केले होते. प्रत्येक ठिकाणी अतिसूक्ष्म पातळीचा वेध घेता येईल अशा सूक्ष्मदर्शिका होत्या. प्रयोगशाळा स्वच्छ व वातानुकूलित होती. अतिसूक्ष्म पातळीवर चालणारी प्रकाशसंश्लेषणचा व पेशीतील जनुकांचा वेध घेणारी यंत्रणा प्रयोगशाळेच्या उजव्या व डाव्या बाजूला होती. सगळेच विद्यार्थी हातात रबरी मोजे व पांढरा ओव्हरकोट घालून काम करीत होते. प्रयोगशाळेत काम करण्याचे नियम डॉ. नेरकरांनी बांधून दिल्याने प्रयोगशाळा सुस्थितीत होती.

डॉ. नेरकर आपल्या छोटेखानी केबिनमध्ये बसले. क्वचितच शास्त्रज्ञांची केबिन नीटनेटकी आणि स्वच्छ असते. त्यातलेच डॉ. नेरकर होते. काचेच्या कपाटात ठेवलेले विषयवार ग्रंथ, संशोधन पेपर्स, प्रकल्पांच्या प्रति, इ. सर्व पारदर्शक होतं. हवी ती माहिती त्यांना बसल्या बसल्या कुठे आहे ते कळत असे. समोरचा टेबलही स्वच्छ होता. मागे भिंतीवर जगदीशचंद्र बोस यांची तसबीर लटकवलेली होती. कुठलं तरी पुस्तक हाती घेताच, संशोधक विद्यार्थी शशांक शहाणे आत येत म्हणाला,

"सर! तुम्ही सांगितलेल्या त्या वनस्पतीची पेशी बाजूला काढून सूक्ष्मदर्शिकेखाली तिचे अंतरंग उघडलेत. इट्स रिअली अ फॅब्युलस. बघता का सर तुम्ही?" डॉ. नेरकर तत्काळ उठत म्हणाले,

"चल, बघू बरं!" समोरच्या काचकप्प्यात ते दाखल झाले. डॉ. नेरकरांनी सूक्ष्मदर्शिकेला डोळे लावले व जिच्यावर वनस्पतीची पेशी इम्प्लांट केली होती ती काच पुन्हा ॲडजस्ट केली. तेही उत्साहाने म्हणाले,

"वंडरफुल! बघ पेशीतले अंतरंगच दिसायला लागलेत. तो केंद्रक, केंद्रकद्रव्य, रंगद्रव्याचे जाळे, गुणसूत्रे, आंतरद्रव्य जालिका, हरितलवके, तंतुकणिका, वर्णद्रव्ये! व्वा! शशांक व्हेरी गुड. अशी पेशी अभावानेच पाहायला मिळते. मला वाटतं तू ह्याच पेशीचा उपयोग करून पुढचे संशोधन करावे. हा खूप छान नमुना आहे. यातील गुणसूत्रांच्यामध्ये शिरून काही नवीन मिळतंयं का बघ!"

शशांकला स्फुरण चढलं. अतिशय मेहनतीने त्याने ही पेशी मिळविली होती. तो उत्साहाने म्हणाला.

"होय सर! त्यावरच मी लक्ष केंद्रित करतो. येत्या काही दिवसांत यातील गुणसूत्रे व त्यांच्या खंडांची माहिती मी मिळविण्याचा प्रयत्न करतो."

"गुड.... गो अहेड."

तेवढ्यात शेजारून किशोर कदम हा विद्यार्थी हातात काही परिणाम घेऊन आला व म्हणाला,

''सर! तुम्ही मला परवा सूक्ष्मपातळीवरील प्रकाश संश्लेषणाची अभिक्रिया सांगितली होती. त्याचेच हे परिणाम!''

डॉ. नेरकर किशोरच्या हातातले परिणाम बराच वेळ बघत राहिले. काहीतरी वेगळे सिग्नल त्यात होते. निश्चितच त्यांचा चेहरा खुलला व ते तत्काळ म्हणाले,

''किशोर! तू हा आलेख व्यवस्थित घेतलाय ना?''

''होय सर! बऱ्याचदा पुनरावृत्ती करून घेतलाय.'' किशोर आत्मविश्वासाने उत्तरला.

''ठीक आहे! कारण हे जे काही सूक्ष्मसे उंचवटे आहेत, दे आर शोईंग गुड साईन अँड इंडिकेशन्स. ते अनपेक्षित आणि अद्‌भुतही आहेत.'' डॉ. नेरकर विचार करीत म्हणाले होते.

''अद्‌भुत?'' किशोर चिंतेने म्हणाला.

''म्हणजे आपल्याला न कळणारे असे. कदाचित वेगळ्या विश्वात नेणारी ती खिडकीही असेल. तू याचाच पाठपुरावा कर.'' डॉ. नेरकरांनी समजावत सांगितलं.

''ओ. के. सर! एखाद्या अद्‌भुत विश्वात विहार करायला मलाही आवडेल.'' परिणाम पुन्हा हाती घेऊन किशोर त्याच्या बैठकीत निघून गेला. केबिनमध्ये जाता जाता डॉ. नेरकरांनी शीतलला बोलावून घेतलं. शीतल येताच ते म्हणाले,

''शीतल तू एक काम कर! गहू, ज्वारी, तांदूळ, तूर, मूग यांच्या प्रजाती घेऊन त्यांचा जनुक आराखडा मिळव. त्यात आपल्याला अशी जनुकं मिळवायची आहेत की जेणेकरून ती बाहेरील विषाणूंशी युद्ध करून प्रतिगट करू शकतील. नाहीतर असे जिवाणू त्यात आपण टाकू की ते स्वतःच विषाणूंचा नायनाट करतील.''

''यानं काय साध्य होईल सर!'' शीतलचा साहजिक प्रश्न.

''अगं, असं जर आपण यशस्वीपणे करू शकलो तर ह्या वनस्पती बाहेरील विषाणूंशी लढा देऊन स्वतःचं अस्तित्व टिकवून ठेवतील. पर्यायाने मानवासाठी सकस धान्य मुबलक प्रमाणात उपलब्ध होऊ शकेल.'' डॉ. नेरकरांनी त्यांच्या मनातील हेतू थोडक्यात सांगितला. शीतलच्या ते तत्काळ लक्षात आलं. डॉ. नेरकरांच्या डोक्यात काय चालेल काहीच सांगता येत नव्हतं. ती संशोधनाच्या या विधायक हेतूकडे पाहातच राहिली. ती तत्काळ म्हणाली,

''सर मी जरूर करते.'' ती उठून वळणार तेवढ्यात डॉ. नेरकर पुन्हा म्हणाले,

''आणि शिवाय आंब्याचंही बियाणं घेऊन त्याचा जनुक आराखडा तयार ठेव. बघूयात एखादी जात निर्माण करता येतेय का?''

''ठीक आहे सर, आय विल डू दॅट.''

शीतल केबिनबाहेर आली आणि ती तिच्या प्रयोगाजवळ जाऊन बसली. शीतल जशी देखणी होती तशी ती हुशारही होती. नव्याचा ध्यास घेणं तिला नेहमीच

आवडायचं. डॉ. नेरकरांकडचे हे सर्वच विद्यार्थी हुशार होते.

शीतल गेली आणि डॉ. नेरकर एक संदर्भग्रंथ चाळत बसले. अजून वेगळ्या संशोधन वाटांचं विचारमंथन करू लागले.

डॉ. नेरकरांचं संशोधन मुळी विधायक असायचं. तसा त्यांचा प्रयत्न होता. समाजातील घटकांसाठी, शेतकऱ्यांसाठी काय देता येईल याचा ते नेहमीच विचार करीत असत. त्यांचे आई-वडील शेतकरी असल्याने त्यांना त्याची जाणीव व प्रश्नही माहीत होते. शेतकऱ्यांचं उत्पादन कसं वाढेल, अशा संशोधनाकडे त्यांचा कल जास्त असे. शेतकऱ्यांची विदारक आणि दयनीय स्थिती त्यांना ठाऊक होती. म्हणूनच डॉ. भोसेकरांसोबत तेही संशोधनाच्या नवीन प्रवाहात उतरले होते. जेणेकरून वेगळ्या विश्वाचं दार उघडलं जाईल. डॉ. नेरकर हे नेहमीच आशावादी असायचे. त्यांची वृत्तीच ती होती.

सर्व संशोधक विद्यार्थी निघून गेले तरी रात्री उशिरापर्यंत डॉ. नेरकर प्रयोगशाळेतच होते. ते स्वत:ही जातीने काही महत्त्वाचे प्रयोग रात्री करून बघत असत. असाच एक प्रयोग यावेळी त्यांनी हाती घेतला आणि त्यातच ते कार्यमग्न झाले होते.

दोन-तीन दिवसांनी एका प्रयोगात व्यस्त असतानाच डॉ. नेरकरांना फोन आला. रिसिव्हर उचलताच ते म्हणाले,

"हॅलोऽऽ... डॉ. नेरकर."

"हं! मी डॉ. भोसेकर बोलतोय. न्यूट्रॉन जनरेटर चालू केला आहे. जर तुम्हाला वेळ असेल तर येऊ शकता का? तुमच्याच सॅम्पल्सचे प्रज्वलीकरण सुरू आहे."

"निश्चितच सर! पाच मिनिटात आलोच." डॉ. नेरकरांनी फोन ठेवला व कोपऱ्यात काही नोंदी घेत असलेल्या शीतलला म्हणाले,

"शीतल."

"यस सर!"

"चल, भोसेकर सरांनी बोलवलंय. त्यांनी न्यूट्रॉन जनित्र सुरू केलंय. बरं, ज्या आंब्याच्या बियाणात आपण जनुकं टाकलीत त्यांचेही नमुने घे. बघूयात न्यूट्रॉन्सनी त्याच्यावर काही परिणाम होतोय का?"

शीतलने आदेशानुसार आंब्याच्या बियाणांचे नमुने घेतले व तीही डॉ. नेरकरांसोबत बाहेर पडली. पाचच मिनिटांत ते दोघे भौतिकशास्त्र विभागात होते.

आल्याआल्याच डॉ. भोसेकरांनी त्यांना न्यूट्रॉन जनित्र प्रयोगशाळेत नेलं व त्यांचे नमुने जेथून न्यूट्रॉन बाहेर येतात तेथे लावलेले दाखवले. सर्वच उपकरणं सुरू असल्याने प्रयोगशाळेत घर्रऽऽ...घर्रऽऽ... आवाज येत होता. डॉ. भोसेकरांनी पुनश्च नियंत्रण कक्षेत येऊन, न्यूट्रॉन जनित्र सुरू केलं.

पुढचे सलग दोन तास डॉ. नेरकरांच्या सर्वच नमुन्यांचे न्यूट्रॉन प्रज्वलन सुरू

होतं. एक विनंती करीत डॉ. नेरकर म्हणाले,

"सर! एक रिक्वेस्ट आहे." शीतलच्या हातातील नमुने हाती घेत ते पुढे म्हणाले, "आम्ही खास जनुकीय प्रक्रिया केलेली ही आंब्यांची बियाणे आहेत. माझी इच्छा आहे की यांच्यावरही न्यूट्रॉन्सचा मारा करून यात काही बदल होतो का? काही परिणाम होतात का? ते बघायचंय. एवढे काही नमुने करून देऊ शकाल?"

"होऽऽ... नो प्रॉब्लेम. न्यूट्रॉन जनित्र सुरूच आहे. आणा." डॉ. भोसेकर तत्काळ उत्तरले व लगेच जाऊन न्यूट्रॉन हेडवर ठेवून आले.

अर्ध्या तासाने न्यूट्रॉननी प्रज्वलित केलेले सगळे बियाणे हाती घेऊन डॉ. नेरकर व शीतल विभागात परतले. प्रत्येक बियाणांमध्ये किर्णोत्सारिता विकसित झाली असल्याने त्यांना तत्काळ पुढील प्रयोगासाठी वापरायचे होते. डॉ. नेरकर म्हणाले,

"शीतल! तू एक काम कर. यातील प्रत्येकी दोन-दोन बियाणे घेऊन आपल्या कल्चर्ड रूममध्ये असलेल्या कुंड्यांमध्ये पेरून टाक."

"आणि आंब्याचं काय करायचं सर!" शीतलनं मध्येच विचारलं.

"आंब्याचं तसंच राहू दे. भोसेकर सर म्हणाले की, त्याच्यात खूपच किर्णोत्सारिता असल्याने गॅमासारखी भेदक किरणे त्यातून बाहेर पडत आहेत. त्यांनी ते किमान पाच-सहा तास शिशाच्या पेटीत ठेवायला सांगितलंय. वुई विल डू दॅट वे." डॉ. नेरकरांनी भोसेकरांच्या सूचना पाळण्याचं ठरवलं होतं.

"ओ. के. सर! मी इतर बियाणांची लागवड करून येते."

शीतल न्यूट्रॉनने प्रज्वलित झालेले प्रत्येकी दोन निवडक बियाणे घेऊन बाहेर पडली.

डॉ. नेरकरांचाही आता उत्साह वाढला होता. कारण प्रस्थापित संशोधनाच्या बाजूला जाऊन त्यांनी प्रयोगांना सुरुवात केली होती.

तिसऱ्या दिवशी शीतल डॉ. नेरकरांच्या केबिनकडे धावतपळतच आली. नेमके तिच्या चेहऱ्यावरचे भाव कळतच नव्हते. ती घाबरली होती की आनंदानं बेहोश झाली होती? तिच्या चेहऱ्यावर आश्चर्यही होतं. त्याशिवाय कपाळावर घर्मबिंदूही साचले होते. तिचा भयभीत चेहरा पाहून डॉ. नेरकर म्हणाले,

"शीतल, अगं झालंय काय? अशी घाबरलेली का दिसतेस?"

"सर, एक मिनिट आपल्या वनस्पती कल्चर्ड रूममध्ये येता का?" शीतल अजिजीने म्हणाली होती.

"का? काही झालं का? एनिथिंग रॉंग?" डॉ. नेरकर स्मित करीत उत्तरले.

"सर, प्लीज या ना? आय वॉंट टू शो यू समथिंग." ती पुन्हा घाईघाईने म्हणाली.

"बरं चल."

दोघंही कल्चर्ड रूममध्ये येताच डॉ. नेरकर बघतच राहिले. कुंड्यांमध्ये गव्हाची दीड-दोन फूट उंच व तुरीच्या डाळीचं चार फूट रोपटं डोलताना दिसलं होतं. डॉ. नेरकरांनाही आता आश्चर्य वाटत होतं. इतर कुठलंही रोप उगवलेलं नव्हतं. कारण ही सर्व रोपटी परवाच लावली होती. मग दोन दिवसात ही वाढलीत कशी? एवढ्या झपाट्याने? डॉ. नेरकर शीतलकडे पाहात म्हणाले,

"शीतल? कुणी हा खोडसाळपणा तर नाही ना केलाय?"

"नाही सर, कारण ह्या रोपट्यांची मुळं खोलवर गेलेली आहेत. नुसती उभी करणं कुणालाही शक्य नाही." शीतलनं माहिती दिली.

"इट्स रिअली अमेझिंग. बरं तू एक काम कर. डॉ. भोसेकर सर असतील तर बोलावून घे."

शीतल पुन्हा पळतच केबिनमध्ये गेली व मिनिटात फोन करून परतताच म्हणाली,

"सर, भोसेकर सर पाच मिनिटात येतो म्हणाले."

तोपर्यंत डॉ. नेरकर विचार करीत होते. उगवलेल्या रोपट्यांना पुन्हा पुन्हा पाहात होते. अवलोकन करीत होते. तेवढ्यात तिथे डॉ. भोसेकर हजर झाले.

"यस डॉ. नेरकर, एनिथिंग हॅपन्ड?"

"सर हे बघा, तुम्ही दिलेले न्यूट्रॉन प्रज्वलित बियाणे शीतलने परवाच लावले आणि आज ते पूर्ण वाढीवर आहेत, इन सच अ शॉर्ट टाइम. शिवाय पुरेसा प्रकाश व पाणी नसताना देखील." डॉ. नेरकर रोपट्यांना हात लावीत म्हणाले होते.

डॉ. भोसेकरांनाही आश्चर्य वाटलं. हा परिणाम तसा विधायकच होता. तेही रोपट्यांचे निरीक्षण करीत म्हणाले,

"नेरकर सर, हे आश्चर्यच म्हणायला हवं. कदाचित ही न्यूट्रॉन्सची किमया असावी. जनुकांच्या गर्भात शिरून तेथे उलथापालथ घडवून आणण्याची त्याची क्षमता आहे. कसं ते यावेळी सांगणं अशक्य आहे. पण एक काम करू शकता. याची पुन्हा शहानिशा करण्यासाठी या बियाणांची पेरणी शेतातच करा. तिथेही असाच अनुभव यायला हवा, जर का असं झालं तर शेतकऱ्यांसाठी ते योगदानच ठरणार आहे. तुमची शेती आहे ना?" डॉ. नेरकरांना त्यांनी शेवटी प्रश्न विचारला होता.

"हो, चार एकर कोरडवाहू आहे."

"तर मग एकदम छान. तेथेच ही बियाणे लावा. गरज पडली तर मी अजून गहू व तूर न्यूट्रॉनने प्रज्वलित करून पाठवतो."

डॉ. भोसेकरांची कल्पना वादातीत होती. इतर काही विचार करण्यापेक्षा अजून प्रयोग करणे जास्त उचित होते. ते म्हणाले,

''ठीक आहे सर. आपण सरळ शेतातच याचा प्रयोग करून बघू. वाटल्यास परिणामांचे पृथक्करण नंतर करता येईल.''

डॉ. भोसेकर डॉ. नेरकरांच्या खांद्यावर हात ठेवत म्हणाले.

''डॉ. नेरकर, मला खात्री आहे या संशोधनामुळे तुम्हाला छान बूस्टअप मिळेल. तुम्ही बघाच वनस्पतींच्या एका वेगळ्या विश्वाची दालनं तुम्हाला उघडी होतील. आता त्यात शिरायचं कसं हे तुम्ही बघा. तरी मी म्हणेन, लगे रहो...''

सगळेच जण यावर हसले. डॉ. भोसेकर निरोप घेऊन परतले होते. डॉ. नेरकरांच्या डोळ्यापुढे गावाकडची कोरडवाहू शेती येऊ लागली. तिच्यावर हिरवीगार डोलणारी गव्हाची तृणं त्यांना दिसू लागली. उद्या परवाच या वेगळ्या प्रयोगाला सुरुवात करण्याचं त्यांनी ठरवलं होतं.

डॉ. नेरकरांचं गाव तसं पुण्यापासून पन्नास किलोमीटरवरच होतं, सिंहगड परिसरात- डोंगरांच्या कुशीत वसलेलं पाच-पन्नास घरांचं जांभुळवाडी नावाचं गाव. निसर्गाचं देणं या गावाला होतं पण वीज व पाण्याची इथे नेहमीच टंचाई असे. पाणशेत धरण जवळ असून देखील शेतीला व प्यायला पुरेसं पाणी येथे मिळत नसे. शेती व मोलमजुरी करून पोट भरणारी मंडळी इथे होती.

डॉ. नेरकरांचीही इथे चार एकर शेती होती. म्हातारे आई-वडील असल्याने, बहुधा ती शेती तेच बघत असत. आताशी त्या शेतातून फारसं उत्पादन येत नसे. कारण पाण्यासोबतच शेतीची मशागतही पुरेशी झालेली नव्हती. काहींनी विहिरी खणल्या पण वीजपुरवठा अखंडित नसल्याने उत्पन्नावर परिणाम व्हायचा. परिणामी बहुसंख्य शेतकरी कर्जबाजारी झाले होते. काहींनी शेती विकून चाकरमानी स्वीकारली होती. थोड्याफार फरकाने सगळयांची हीच स्थिती होती.

प्रयोगाच्या निमित्ताने डॉ. नेरकरांनी आपली शेती मशागत करून पुरेसा पाणीपुरवठा होईल याची सोय केली होती. त्या निमित्ताने डॉ. नेरकरांचं जांभुळवाडीत येणंजाणं वाढलं होतं. शीतलही याकामी त्यांना मदत करीत होती. कारण हाच तिचा संशोधनाचा विषय होता.

गावातल्या काही लोकांची मदत घेऊन त्यांनी नांगरणी करून घेतली. वडील म्हातारे असल्याने याकामी त्यांचे फक्त उपयुक्त मार्गदर्शन मिळत असे.

जांभुळवाडी गावात डॉ. नेरकरांना तसा बऱ्यापैकी मान होता. त्याचं कारण ते एकटेच उच्चशिक्षित असून, परदेशात जाणारे प्रथम गावकरी होते. गावकऱ्यांसाठीही ते नेहमीच विधायक कार्य करण्याचा प्रयत्न करीत असत. डॉ. नेरकर इथे एक वेगळा प्रयोग करताहेत याची कुणकुण सगळ्यांनाच लागली होती.

दरम्यान शीतलने डॉ. भोसेकरांकडे जाऊन पुन्हा काही गहू व तूर न्यूट्रॉनने

प्रज्वलित करून आणली होती. चार एकर शेतात पेरणी करता येईल एवढी बियाणं त्यांच्याजवळ होती.

डॉ. नेरकरांनी स्वत: जातीनं हजर राहून गहू व तुरीची पेरणी केली. हंगाम नसतानाही त्यांनी हे धाडस केलं होतं. त्यावेळी डॉ. नेरकरांनी जनुकीय चिकित्सा व न्यूट्रॉन प्रज्वलित केलेल्या आंब्यांच्या बियाणांची लागवड शेतात बहुसंख्य ठिकाणी केली. या निमित्ताने तोही प्रयोग होऊन जाईल हा त्यांचा हेतू होता.

जांभुळवाडीतील संशोधक विद्यार्थांची ये-जा व डॉ. नेरकरांच्या शेतातील प्रयोग यानं मात्र गावातील गावकऱ्यांच्या मनात उत्सुकता व कुतूहल निर्माण झालं होतं. डॉ. नेरकर आपल्यासाठी काहीतरी करताहेत अशी त्यांची धारणा होती.

पेरणीनंतर डॉ. नेरकर पुन्हा पुण्याला येऊन आपल्या काही प्रस्तावित प्रयोगात व्यस्त झाले होते.

डॉ. नेरकर आज वनस्पतींच्या एका अतिसूक्ष्मपातळीवरील प्रयोगात गुंतले असतानाच रात्र झाली. एखाद्या प्रयोगात समरस झाले तर त्यांना भान राहत नसे. आजही असंच झालं. शीतल व इतर विद्यार्थीही त्यांच्यासोबत होते. नवनवीन गोष्टी उलगडताना ते नेहमीच आपल्या विद्यार्थ्यांना सोबत ठेवत असत.

घरी आल्यानंतर डॉ. नेरकरांच्या पत्नी श्यामला म्हणाल्या,

"अहो किती उशीर? या संशोधनानं तुमच्या बरोबर आमचंही आयुष्य वेठीला धरलंय. नशीब तुम्हाला मुलं-बाळं, बायको आहे याची आठवण तरी होते." नेहमीचा तक्रारीचा सूर लावीत, चेहऱ्यावर त्रासिक हावभाव आणत त्या पुढे म्हणाल्या, "घरून आप्पांचा फोन होता. शेताचं काहीतरी अद्‌भुत झालं म्हणाले ते. लगेच पाठवा म्हणे. अद्‌भुत होणार नाहीतर काय? सांगतेय विकून टाका. पण माझं मेलीचं ऐकतंय कोण? पाठवून द्या म्हणे. जसे इथे सगळेच रिकामे आहेत."

श्यामलाची अखंड बडबड सुरू होती. तिच्या बडबडीकडे डॉ. नेरकरांचं लक्षच नव्हतं. कारण अद्‌भुत या शब्दानं ते कधीच मनानं शेतात पोहोचले होते.

श्यामला ही नेरकरांची पत्नी देखणी व सुंदर होती पण बुद्धीने मात्र यथातथाच होती. डॉ. नेरकरांच्या बुद्धीची जाण तिला कधीच नव्हती. प्रथम तिच्या बडबडीचा त्रास होई. संशोधन कार्यात व्यत्यय येत असे पण नंतर त्यांनी सवयच करून घेतली. दुर्लक्ष करणे हा सोपा उपाय त्यावर त्यांनी शोधून काढला होता. आयुष्य चांगलं सुखावह होण्यासाठी आर्थिक सुबत्ताच असावी लागते असे नाही पण दोघा व्यक्तींचे स्वभावही जुळले पाहिजेत, तरच आयुष्याला मजा येते. त्या दृष्टीने डॉ. नेरकर अतिशय कमनशिबी होते. पत्नीशी त्यांनी प्रत्येक पातळीवर समझोता केला होता. शास्त्रज्ञांच्या वाट्याला हे असं येतंच हा इतिहास होता. या एका पातळीवर

डॉ. नेरकर मात्र सपशेल हरले होते.

पत्नीच्या विरोधाला न जुमानता डॉ. नेरकर शीतलला घेऊन सकाळीच जांभुळवाडीत हजर झाले होते. शेतात आल्याआल्याच डॉ. नेरकर व शीतल आर्श्चयाने शेताकडे पाहात राहिले. त्यांच्यासोबत बरेच गावकरीही होते.

शेत चोहीबाजूंनी हिरवंगार झालं होतं. फूटभर वर आलेल्या गव्हाच्या ओंब्या वाऱ्याच्या झुळकीने डोलत होत्या. मध्ये मध्ये तुरीची मोठी रोपटी खळाळताना दिसत होती. गावकरीही अचंबित झाले होते. कारण त्यांना या शेतात परवाच पेरणी झाल्याचं माहीत होतं. हा काय चमत्कार आहे? असंच त्यांच्या भाबड्या मनाला वाटत होतं.

डॉ. नेरकरांच्या चेहऱ्यावर आनंद झळकत होता. उत्साहाने त्यांनी मोबाइल काढला व डॉ. भोसेकरांचा नंबर प्रेस करीत कानाला लावला.

"हॅलो सर, मी डॉ. नेरकर..."

"हं, बोला नेरकर सर, कसं काय?" पलीकडून आवाज आला.

"सर तुम्हाला वेळ आहे?"

पलीकडून थोडा वेळ स्तब्धता. काहीतरी मनाशी निश्चय करीत म्हणाले,

"अंऽ अंऽ... पण काढू शकेन."

"मग तुम्ही याक्षणी गावी येऊ शकता? जांभुळवाडीत?"

"ओऽऽ याचा अर्थ तुम्हाला काहीतरी परिणाम मिळालेले दिसताहेत?" डॉ. भोसेकरांच्या तत्काळ लक्षात आलं.

"तुम्ही या तर खरं! जांबुळवाडी फक्त पन्नास किलोमीटरवर आहे. सिंहगड परिसरात. येताय ना?" डॉ. नेरकरांचा पुनश्च अजीजीचा स्वर.

"बरं, आलोच मी." डॉ. भोसेकरांनी सहमती दर्शवित मोबाइल खिशात ठेवला होता. डॉ. भोसेकर निर्णय घेत तातडीने बाहेर पडले.

एक तासातच डॉ. भोसेकर जांभुळवाडीत होते. चोहोबाजूंनी निसर्गाच्या कुशीत असलेलं जांभुळवाडी गाव डॉ. भोसेकरांना विशेष भावून गेलं. त्यांचं आयुष्य पुण्यासारख्या शहरात गेल्याने त्यांना अशा खेड्या-पाड्यांमध्ये जायला नेहमीच आवडत असे.

शेतावर येताच डॉ. नेरकर त्यांचं स्वागत करीत म्हणाले,

"या सर, बघा तुम्ही सुचविलेला प्रयोग. परवाच गहू व तुरीची पेरणी केली आणि आज ती पिकं पूर्ण वाढलेली आहेत. अ मॅच्युअर्ड ग्रोथ विदीन टू डेज ओन्ली." डॉ. नेरकरांच्या चेहऱ्यावरचा आनंद लपून राहात नव्हता.

डॉ. भोसेकरही अचंबित होऊन आश्चर्याने पाहत होते. निसर्गाच्या नियमाचं उल्लंघन करून ही पिकं उभी राहिली होती. डॉ. भोसेकर विचार करीत म्हणाले,

"नेरकर सर, ही पिकं बघितलीत कशी आहेत ते?"

"होय सर, बघितलीत." शीतलला निर्देश करीत ते पुन्हा म्हणाले, "शीतल जरा आणते का काही नमुने?"

शीतल लगेच शेताच्या बांधावर गेली. गहू व तुरीचे नमुने डॉ. भोसेकरांच्या हाती देत म्हणाली.

"हे घ्या सर, आकारानं मोठे आहेत."

डॉ. नेरकर भोसेकरांना दाखवत म्हणाले,

"हे बघा सर, अतिशय सशक्त व परिपक्व असं धान्य आहे. अमेझिंग! दि क्वालिटी इज इक्स्ट्रीमली गुड. शिवाय कमी पाणी, कुठलंही खत न टाकता ती परिपक्व झालेली आहेत."

डॉ. भोसेकरांनीही हातात घेऊन पाहिलं. धान्य निश्चितच उत्कृष्ट दर्जाचं होतं. त्यांच्या डोक्यात विचार घोळू लागले होते. डॉ. नेरकर म्हणाले,

"सर, न्यूट्रॉनने नेमकी अशी काय किमया केलीय याच्यात?"

"तोच विचार करतोय मी डॉ. नेरकर. असा कुठला जनुकीय बदल झालाय ते सांगणे अवघड आहे. ते तुम्हालाच शोधून काढावं लागेल पण न्यूट्रॉननी या बियाणांना अंतर्बाह्य बदलून टाकलं एवढं निश्चित. शिवाय किर्णोत्सारितेचाही यात मोठा सहभाग आहे हे मात्र खरं. आपण निश्चित याचा छडा लावू. यू जस्ट गो अहेड विथ धिस. पृथक्करण होतंच राहील. आता इतर शेतकऱ्यांचाही फायदा होईल असे बघा आणि पाऊल उचला."

"ते मी उद्यापासूनच करणार आहे सर. माझ्या शेतकरी मित्रांना त्याचा फायदा व्हायला हवा. सगळ्यांचीच कोरडवाहू जमीन असल्याने त्यांना अशा संशोधनाची नितांत गरज आहे." डॉ. नेरकर ठाम व मनाशी खूणगाठ बांधून म्हणाले होते.

डॉ. भोसेकर, डॉ. नेरकर, शीतल व इतर गावकरी शेताचं पुन्हा पुन्हा अवलोकन करीत होते. डॉ. भोसेकरांनी चौफेर शेतीला फेरी मारली. आंब्याचं रोपटंही तरारून वर येत असल्याचं डॉ. नेरकरांच्या लक्षात आलं. बहुधा तेही त्याच्या कालावधीच्या आधीच परिपक्व होईल अशी आशा डॉ. नेरकरांना वाटत होती.

पुन्हा एकदा सविस्तर चर्चा व पुढचा आराखडा तयार करून डॉ. भोसेकर परतले होते. डॉ. नेरकर व शीतल तिथेच थांबले. कारण आता त्यांना पुढची दिशा ठरवायची होती.

डॉ. नेरकरांनी ते धान्य विकले तेव्हा त्याला प्रचंड भाव आला. त्याची सकसता व परिपक्वता पाहून बाजारपेठेतील व्यापारीही स्तंभित झाले होते.

इतर शेतकऱ्यांच्याही शेतात वेगवेगळ्या धान्याचं उत्पन्न काढण्यात आलं. यासाठी पुन्हा डॉ. भोसेकरांची प्रचंड मदत झाली होती. गहू व तूर या धान्यांव्यतिरिक्त

इतर धान्यांवरही डॉ. भोसेकरांनी न्यूट्रॉन मात्रेचे नियंत्रण करून, त्यांचा वाढीव कालावधी खूपच कमी केला होता. त्याचे परिणामही मिळाले होते.

याचाच परिणाम म्हणून जांभुळवाडीत सर्वच शेतकऱ्यांना दोन-तीन महिन्यांत सुबत्ता आली होती. प्रत्येकाकडे पैसा खेळू लागला होता. हे सर्व डॉ. नेरकरांमुळेच झालं याची जाण त्यांना होती. त्यामुळे प्रत्येक प्रयोगाला शेतकरी प्रोत्साहन देऊ लागले. विज्ञान असं काही करू शकतं यावर त्यांचा विश्वास बसला होता.

तीन महिन्यांनीच आंब्याची झाडेही बऱ्यापैकी मोठी झाली होती. त्याची वाढ यापुढे होईल की नाही शंका होती. कारण ती पूर्ण परिपक्व झाल्याची खात्री डॉ. नेरकरांनी करून घेतलेली होती. बोनसायसारखाच तो प्रकार होता. त्यांच्या शेतात आता आंब्यांची झाडेही उठून दिसत होती.

काही महिन्यांतच जांभुळवाडीचा कायापालट झाला होता आणि हा बदल इतर शेजारील गावांच्याही लक्षात आला होता. हा फायदा इतर गरीब शेतकऱ्यांनाही व्हावा म्हणून डॉ. नेरकर आता प्रयत्न करणार होते. सरकारने या संशोधनाची दखल घ्यावी असे त्यांना मनापासून वाटत होतं.

सहा महिन्यांनी एके दिवशी दुपारीच डॉ. भोसेकरांना वनस्पतीशास्त्र विभागातून निरोप आला. तो निरोप डॉ. नेरकरांच्या विद्यार्थ्यांनी दिला होता. डॉ. नेरकर व त्यांची विद्यार्थिनी शीतल या दोघांचा जांभुळवाडीच्या शेतातच अपघाती मृत्यू झाला होता.

या बातमीने डॉ. भोसेकर चांगलेच हादरले. सुन्न झाले. अनपेक्षित व तेवढीच अविश्वासार्ह अशी ही बातमी होती. डॉ. भोसेकर तडकपणे जांभुळवाडीत हजर झाले. सगळा गाव त्यांच्या घराजवळ जमा झाला होता. डॉ. नेरकरांचा मृतदेह अंगणातच होता. आई-वडिलांना कमालीचा धक्का बसला होता. त्यांची बायको शोकाकुल होऊन नशिबाला दोष देत होती.

शीतलचा मृतदेह पुण्याला नेऊन, तिच्या आई-वडिलांनी राजस्थानला नेला होता. तरुण व हुशार मुलीचा मृत्यू त्या माता-पित्यांना सहन झाला नव्हता. डॉ. नेरकरांच्या इतर विद्यार्थ्यांनीच त्यांनाही सांभाळलं होतं.

डॉ. नेरकरांना वनस्पतीशास्त्र विभागातील त्यांचे सहकारी व गावकरी यांच्या उपस्थितीत शोकाकुल वातावरणात निरोप देण्यात आला. विद्यापीठात शोकसभा घेऊन कुलगुरूंनी श्रद्धांजली वाहिली होती. डॉ. नेरकर हे धडाडीचे शास्त्रज्ञ होते हे सर्वज्ञात होतं.

डॉ. भोसेकर नेरकरांच्या मृत्यूने कमालीचे अंतर्मुख झाले. त्यांचा मृत्यू अपघाती होता हे निश्चित पण तो कसा? हाच विचार ते करीत होते.

पुन्हा एकदा जांभुळवाडीला जाऊन ते स्वतः शहानिशा करून आले होते.

काही गावकऱ्यांच्या मदतीने जाऊन शेतात नेमके ते कुठे मृत्यू पावले त्या ठिकाणाचेही त्यांनी अवलोकन केलं. एक गावकरी म्हणाला,

"साहेब, अशोकभाऊ आणि त्यांची विद्यार्थिनी इथेच पालथे पडले होते. त्यांच्या अंगावर कुठलीही जखम नव्हती. आम्हालाबी आश्चर्य वाटलं, साहेब, भाऊने या गावासाठी खूप केलं हो. त्याच्यासारख्या माणसाला असं मरण यायला नको होतं." गावकरी सद्गदित होऊन हुंदके देऊ लागला. डॉ. भोसेकरांनी त्यांचं सांत्वन केलं. डॉ. भोसेकरांनी आजूबाजूच्या परिसराचं बारकाईनं निरीक्षण केलं. अर्धा तास ते विचार करीत होते. तोंडाचा चंबू करीत म्हणाले,

"का होऽ, हा अपघात दिवसा झाला का?"

"नाही साहेब, बहुतेक रातच्याला. त्या दोघास्नी रात्री काहीतरी बघायचं होतं म्हणून गेले ते." तोच गावकरी रुद्ध कंठाने उत्तरला होता.

"बरं, ठीक आहे."

डॉ. भोसेकर संपूर्ण शेतात किमान एक तास होते. त्यांना काही शंका आल्या होत्या पण त्या कोणत्या? सांगता येत नव्हतं. निश्चय करून ते डॉ. नेरकरांचे आई, वडील व बायकोला भेटून पुण्याला परतले होते.

विचार करीत असताना त्यांच्या डोक्यात एका शंकेने भरारी मारली होती. म्हणून त्यांनी रात्रीचं जांभुळवाडीत एकट्यानेच येण्याचं ठरवलं. कारण डॉ. नेरकर, शीतलचा मृत्यू रात्रीच्या वेळी झाला होता असं गावकऱ्यांनी सांगितल्याचं त्यांना आठवलं. म्हणून त्यांनी रात्री शहानिशा करण्याचं ठरवलं. या प्रकरणाचा छडा ते लावणारच होते. कारण तेच फक्त या रहस्याचा भेद करू शकणार होते, दुसरे कुणीही नाही.

रात्री नऊनंतर डॉ. भोसेकर एकटेच कारने जांभुळवाडीत निघाले. मुद्दामच उशिरा निघाले होते. कारण खेड्यात आठ वाजेनंतर सर्व ग्रामस्थ निद्राधीन होत असत. या त्यांच्या शोधप्रक्रियेत त्यांना सोबत कुणीच नको होतं. ही फार मोठी जोखीम होती याची जाणीव त्यांना होती आणि कुठल्याही गावकऱ्याला त्यांना अडचणीत टाकायचं नव्हतं.

रात्रीची नीरव शांतता व गार हवा त्यांना नेहमीच आवडे पण यावेळी मात्र डॉ. भोसेकरांच्या डोक्यात विचारांचं काहूर माजलं होतं. म्हणून वातावरणातला आल्हाददायकपणा त्यांच्या मनाला भिडत नव्हता.

एका तासात डॉ. भोसेकर जांभुळवाडीत होते. रात्रीचे दहा वाजून गेले होते. कुणालाही कळणार नाही अशा ठिकाणी त्यांनी गाडी लावली आणि ते सरळ डॉ. नेरकरांच्या शेतावर हजर झाले. ठार अंधार होता पण परावर्तित होणाऱ्या संधी प्रकाशात ते बरोबर मार्ग शोधत आले होते.

शेतावर येताच एक वेगळीच चाहूल त्यांना जाणवली. ते सावध झाले. अंगावर क्षणभर शहारेही आले. पुढे जावे की नाही या मन:स्थितीत ते होते पण मनाचा निश्चय ठाम होता. आजूबाजूला अंदाज घेतला. अंधार असल्याने दृश्यरूपानं काहीही दिसलं नाही. दिसलं ते फक्त अंधारातील वलयाकृती भास. त्यानं डॉ. भोसेकरांचं हृदय धडधडलं पण पुन्हा धैर्याने त्यांनी पुढे पाऊल टाकलं आणि गव्हाच्या ओंब्या त्यांच्या पायाला चिकटू लागल्या. ते तसेच उभे राहिले आणि पुन्हा पुढचं पाऊल टाकलं.

तत्क्षणी ते हादरले. त्यांच्या डोक्यावरचे केस, अंगावरचे शहारे टोकदार झाले होते. अंगावर कुणीतरी खेळतंयं असं जाणवू लागलं. गव्हाची तृणं अजूनच चिटकू पाहात होती. धोक्याची सूचना डॉ. भोसेकरांना मिळाली होती आणि हे सर्व त्यांच्या तत्काळ लक्षात आलं. ते हादरले. या पुढचं पाऊल जर का आपण टाकलं तर मृत्यू अटळ होता हे लक्षात आलं. विचारचक्र भराभर फिरू लागली. ही स्थिती न्यूट्रॉन जनित्र प्रयोगशाळेतील होती. उच्च दाब सुरू करतोय तेव्हाची होती.

याचा अर्थ इथेही उच्च दाब निर्माण झाला होता. आजूबाजूची हवा पूर्णपणे भारांकित झाली होती. तिचं आयनीकरण होऊन सूक्ष्मविद्युत्प्रवाह वाहत होता. हे नेमकं कोण तयार करतोय म्हणून त्यांच्या मनात आलं. एक पाऊल मागे घेत पुन्हा अंधारात ठाव घेऊन जागोजागी बुजगावण्यासारखी उभी असलेली आंब्याची झाडे त्यांना दिसली. ही आंब्याची झाडे तर नाही ना जनित्र म्हणून कार्य करीत आहेत? स्वत:लाच त्यांनी प्रश्न विचारला.

याची खात्री आता त्यांना करायची होती. ते दहा फूट मागे गेले. अंधारात बराच वेळ काहीतरी शोधत राहिले. सुदैवाने त्यांच्या हाती एक मोठा लोखंडाचा गज आला. तो त्यांनी उचलला व समोर असलेल्या एका आंब्याच्या झाडाकडे भिरकावला. लोखंडाचा गज त्यावर पडताच मोठा स्पार्क होऊन प्रचंड प्रकाश शलाका आसमंतात विखुरल्या गेल्या. त्या क्षणिक प्रकाश शलाकेने तो परिसर उजळून निघाला होता. याचा अर्थ प्रचंड मोठा विद्युत् दाब येथे निर्माण झाला होता आणि ते निर्माण करण्याचं कार्य ही आंब्याची झाडे करीत होती. ती कशी? डॉ. भोसेकरांच्या लक्षात आलं होतं.

ते पुन्हा पुढे गेले. यावेळी त्या झाडाशेजारी हवा भारांकित नव्हती. कारण त्यांच्यावरील विद्युत्‌भार विसर्जित झाला होता. डॉ. भोसेकरांच्या लक्षात आल्याने ते सहजपणे झाडाजवळ गेले आणि पुन्हा तो गज उचलून दुसऱ्या झाडावर टाकली. तिथेही मोठा स्पार्क होऊन प्रकाश शलाका बाहेर फेकली गेली होती. याचा अर्थ प्रत्येक झाड विद्युत् दाब निर्माण करीत होतं. डॉ. भोसेकर रिलॅक्स झाले. डॉ. नेरकर व शीतलच्या मृत्यूचं कारण कळलं होतं. या भारांकित झालेल्या हवेने व दाबाने त्यांचे प्राण गेले होते- त्यांच्या नकळत. पण हा दाब नेमका निर्माण का व कसा

झाला याचं उत्तर मात्र त्यांच्याजवळ नव्हतं. ते त्यांनाच शोधावं लागणार होतं.

रात्रीच डॉ. भोसेकर माघारी फिरले, तेव्हा त्यांचं डोकं कमालीचं शांत होतं पण हे असं का झालं असावं? या उत्तराच्या शोधात मात्र त्यांचे विचार भरकटत होते. याचा शोध घेतल्याशिवाय त्यांना चैन पडणार नव्हतं.

घरी न जाता ते सरळ रात्री त्यांचा प्रयोगशाळेतील अभ्यासिकेतच दाखल झाले आणि पाठपुरावा करू लागले. असंख्य संदर्भग्रंथ, पेपर्स चाळू लागले. इंटरनेटवर माहिती घेऊ लागले. हळूहळू त्यांच्या लक्षात येत गेलं. डॉ. नेरकरांनी आंब्याच्या बियाणात जनुकीय बदल तर घडवून आणलेच होते, शिवाय न्यूट्रॉननीही त्यांच्यात बदल केला होता. तो बदल असा झाला की त्यातील अतिसूक्ष्मपातळीवर होणारी प्रकाशसंश्लेषण प्रक्रिया सशक्त होऊन, सौरऊर्जेमुळे निर्माण झालेले कार्बोहायड्रेट्स व ग्लुकोज यांच्याशी पुनश्च परस्परक्रिया होऊ लागली. त्यातील एन्झाइम्समुळे इलेक्ट्रॉन व आयन प्रामुख्याने तयार होऊ लागले. ही प्रक्रिया एवढी सशक्त होती की दिवसा प्रकाशामुळे ती सतत क्रियेत असते आणि रात्र झाली की आयन आणि इलेक्ट्रॉन एकमेकांपासून विभागले जाऊन प्रचंड विभवांतर तयार होते. या अनपेक्षित प्रयोगातील नैसर्गिक घटनेकडे पाहून डॉ. भोसेकर अचंबित झाले. निसर्गाने एक मोठाच ऊर्जा स्त्रोत डॉ. नेरकरांच्या बदल्यात बहाल केला होता. मानवासाठी अविरत ऊर्जास्त्रोत उपलब्ध झाला होता.

डॉ. भोसेकर क्षणभर डोळे मिटून शांतपणे खुर्चीवर बसून राहिले. त्यांना हलकं हलकं वाटू लागलं आणि ते पुन्हा ताडकन उठले. पुन्हा तिथे अपघात होऊ शकतो याची जाणीव होताच त्यांनी घड्याळात पाहिलं. पहाटेचे पाच वाजले होते. सूर्य उगवण्याच्या आत त्यांना पुन्हा जांभुळवाडीला जावं लागणार होतं.

ते उठले आणि पुन्हा कार घेऊन जांभुळवाडीच्या रस्त्याला लागले. यावेळी पहाटेचा गार वारा त्यांना झोंबत होता पण ते त्यांना छान वाटू लागलं. मनाला उभारी देणारं.

गेल्यागेल्याच त्यांनी गावकऱ्यांच्या मदतीने शेताला चोहोबाजूंनी तारेचं कुंपण टाकून घेतलं व तेथे 'डेंजर झोन' म्हणून पाटीही लावून टाकली.

पुढे डॉ. भोसेकरांनी परिश्रमपूर्वक वेगवेगळी यंत्रणा वापरून नैसर्गिकरीत्या प्रकाशसंश्लेषणामार्फत आंब्याच्या झाडात होणारी ऊर्जा एकत्रित केली व गावाच्या मुख्य डी.पी.ला जोडली. जांभुळवाडीत वीज खेळू लागली. शिवाय जांभुळवाडी स्वयंप्रकाशित व ऊर्जा निर्माण करणारं आदर्श गाव झालं. हे केवळ डॉ. भोसेकर व डॉ. नेरकरांमुळे शक्य झालं होतं.

डॉ. भोसेकरांच्या प्रकल्पाची चर्चा राज्य व राष्ट्रीय पातळीवर होऊन दखल

घेतली गेली. ग्रामीण योजनेंतर्गत राज्य व केंद्र शासनाने डॉ. भोसेकरांच्या हाती कोट्यवधी रुपयांचे प्रकल्प दिले. त्यांना या ऊर्जास्त्रोतामार्फत देशातील प्रत्येक खेडं स्वयंपूर्ण करण्याची जबाबदारी देण्यात आली आणि ती त्यांनी अत्यानंदाने स्वीकारली होती. समाजासाठीचं हे फार मोठं योगदान होतं.

मुख्यमंत्र्यांच्या हस्ते डॉ. भोसेकर यांना 'महाराष्ट्र भूषण' व डॉ. नेरकर यांनाही हाच पुरस्कार मरणोत्तर देऊन गौरविण्यात आले. शिवाय केंद्र शासनानेही त्यांचा यथोचित गौरव केला होता. मात्र प्रत्येक वेळी डॉ. भोसेकरांना डॉ. नेरकरांचं स्मरण झालं होतं. मानवाची ऊर्जा क्षेत्रातील ही फार मोठी भरारी होती.

◆

परिवर्तन

पहाटे तीनच्या सुमारास खंडाळा ओलांडून मारुती एस्टीम भरधाव वेगाने द्रुतमार्गावरून मुंबईकडे निघाली होती. वेग ताशी एकशे दहा कि.मी. एवढा असावा. ती सुसाटपणे जात होती. आत कोण बसलेले आहे याचा अंदाज बाहेरून कुणालाही घेता येत नव्हता. अवघ्या अर्ध्या तासातच मारुतीने पनवेल गाठले. गाडी सराईतपणे वळण घेत, एका आलिशान बीअर बारपाशी येऊन थांबली. त्यातून एक रुबाबदार व्यक्तिमत्त्व बाहेर उतरलं— गोरा-गोमटा, काळा चश्मा घातलेला, त्याच्या व्यक्तिमत्त्वाला शोभून दिसणारा ब्लेझर, भुरभुरणारे सोनेरी केस, सुदृढ— क्षणात गाडीतून इतर चार-पाच तरुणांनी त्याच्या आजूबाजूला ठरावीक अंतर ठेवून संरक्षण फळी तयार केली. त्याने सुस्कारा सोडत आजूबाजूला पाहिले. कपाळावर येणारी जुल्फे मानेला एक झटका देत मागे सारली आणि स्वत:चे कवच घेतच तो बीअरबारमध्ये शिरला. चालण्यातून त्याचा प्रचंड आत्मविश्वास परावर्तित होत होता.

वीस मिनिटांतच स्वत:चे कवच घेऊन तो बाहेर परतला व पुनश्च येऊन गाडीत बसला. त्याच्या गार्ड्सनीही आपापल्या जागा घेतल्या. गाडी हलणार तेवढ्यात, चोहोबाजूंनी गोळ्या थाड-थाड येऊन आदळू लागल्या. त्याच्या संरक्षकांनी चपळाईने लोळण घेत, बचावात्मक फळी तयार करून, प्रत्युत्तर देण्यास सुरुवात केली. पहाटेच्या वातावरणात पुढची दहा मिनिटे अखंडपणे, तो भाग बंदुकीच्या आवाजाने निनादत राहिला. प्रत्येकाच्याच हृदयाचा ठोका चुकला होता. उपस्थित सामान्यजन या प्रासंगिक हल्ल्याने भेदरून आडोशाला लपले होते.

ज्या वेगाने प्रतिस्पर्ध्यांनी बेसावध क्षणी हल्ला केला, त्याच वेगाने त्यांनी पळ काढला होता.

पण आपले लक्ष्य त्यांनी साध्य केले होते.

दुसऱ्याच क्षणाला तेथे शांतता होती.

ड्रायव्हर जायबंदी झाला होता. रक्षकांनी तातडीने उठून त्या रुबाबदार व्यक्तिमत्त्वाचा

ताबा घेतला. त्याच्या शरीराची चाळण झालेली पाहून रक्षक भेदरले. रक्ताने माखलेला देह पाहून शहारले. त्यांनी क्षणात निर्णय घेतला. जायबंदी ड्रायव्हरसोबतच, बेशुद्धावस्थेत गेलेल्या त्या रुबाबदार व्यक्तिमत्त्वाला त्यांनी दुसऱ्या गाडीत टाकले व पनवेलच्या दिशेने गाडी वळवली. दुसऱ्याच क्षणाला गाडीने वेग पकडला होता. त्यांना लवकरात लवकर हॉस्पिटल गाठायचे होते.

अद्ययावत् हॉस्पिटलच्या आवारात गाडी शिरताच, तातडीने त्या व्यक्तिमत्त्वाला ऑपरेशन थिएटरमध्ये हलवण्यात आले. तातडीची रुग्णसेवा देणारी डॉक्टरांची टीम हजर झाली होती. रक्तस्राव बराच झाल्यानं तेथील उपस्थित नर्स, अटेण्डंट या सर्वांची एकच धावपळ झाली होती. चिंताक्रांत रक्षक अस्वस्थपणे बाहेर बसले होते.

एव्हाना ते व्यक्तिमत्त्व, म्हणजेच अंडरवर्ल्डचा अनभिषिक्त दादा राजन कापसे आहे, हे कळलं होतं. के. राजन या नावानेच तो या जगतात ओळखला जात होता. साधारणपणे, वयाच्या पंचविसाव्या वर्षीच तो या पदावर विराजमान झाला होता. डॉन ही पदवी त्याला कधी मिळाली हे त्याचे त्यालाच कळले नव्हते. त्याचा या क्षेत्रात सलग दहा वर्षे दरारा होता. हितशत्रू असल्याने त्याला अशा छोट्यामोठ्या चकमकींची सवयच होती पण आजचा हल्ला अतिशय बेसावध अताना झाल्याने, प्रतिस्पर्ध्यांनी बाजी मारली होती. त्याला काहीच करता आले नव्हते. म्हणूनच आजचा प्रसंग जिवावर बेतण्याचाच होता.

अंडरवर्ल्डच्या जगतात बातमी वाऱ्यासारखी पसरली. के. राजनच्या हितचिंतकांची गर्दी हॉस्पिटलमध्ये होऊ लागली. के. राजनचा उजवा हात म्हणून ओळखला जाणारा शिवाजी सावंतही आपल्या खास लोकांसमवेत हजर झाला होता. के. राजनवरील हल्ला हा शिवाजी सावंतला बसलेला फार मोठा धक्का होता. रक्षकांशी बोलून त्याने त्याचा आढावाही घेतला. तूर्तास हा विषय बाजूला ठेवून के. राजनला कुठल्याही परिस्थितीत वाचवावे, असा त्याने निश्चय केला.

हॉस्पिटलमध्ये जास्त गर्दी न करण्याचा सल्ला देऊन, शिवाजी सावंतने विश्वासातलेच पाच-सात जण सोबत ठेवले होते. के. राजनच्या जिवाला जीव देणारेच ते सर्व होते. संशयाचे वलय नको म्हणूनच शिवाजी सावंतने हा निर्णय घेतला होता. ऑपरेशन थिएटरच्या बाहेर शिवाजी सावंत व त्याचे सहकारी के. राजनची चाहूल घेण्यासाठी शांतपणे बसले होते.

ऑपरेशन थिएटरचे दार उघडले गेले. त्यातून दोन-तीन डॉक्टरांचे पथक बाहेर पडले. शिवाजी सावंत त्यांना तातडीने सामोरा गेला. त्याच्या सोबत इतरही.

"डॉक्टर काय झालं? बरा आहे ना तो." शिवाजी सावंतचा काळजीचा स्वर.

तिघांपैकी एका प्रमुख डॉक्टरने तोंडावरचा पडदा बाजूला सारत, दीर्घ श्वास सोडत उत्तर दिले,

"हे बघा मिस्टर ऽऽ..."

"सावंत... मी शिवाजी सावंत." सावंतने वातावरणात सैलपणा आणण्यासाठी आपले नाव सांगितले.

डॉक्टरांनी उपस्थित सर्वांकडे संशयितपणे पाहिले. सर्वच धष्टपुष्ट असल्याचे डॉक्टरांना दिसले. वातावरणात कमालीची शांतता होती.

"मी डॉ. किरण ठाकूर, या हॉस्पिटलचा प्रमुख सर्जन... ही इज सीरिअस.. गोळ्यांनी साऱ्या ह्रदयाची चाळण झाली आहे. त्याचे प्राण वाचवणं केवळ अशक्य दिसत आहे."

शिवाजी सावंत हे ऐकताच सुन्न झाला. तशातच तो उत्तरला,

"नाही डॉक्टर डू समथिंग... तो जिवंत राहायला हवा... कुठल्याही परिस्थितीत."

"का?" डॉक्टरांचा ठासून प्रश्न. त्यांच्या इतर सहकाऱ्यांनीही तोंडावरचा पडदा एव्हाना बाजूला केलेला होता.

'का' प्रश्नाने शिवाजी सावंत हादरला.

संतापाची एक शिरशिरी त्याच्या डोक्यापर्यंत गेली. त्यानं ती स्वत:च नियंत्रित केली.

शिवाजी सावंत शक्यतो संयम पाळीत असे. हीच त्याची खरी खासियत होती. तो कधीही आततायीपणा करीत नसे.

"कारण तुम्ही डॉक्टर आहात आणि तो रुग्ण!" शिवाजी सावंत शांतपणे उत्तरला.

"एक गुन्हेगार रुग्ण कसा असू शकतो?"

"रुग्ण हा रुग्णच असतो डॉक्टर. तुमच्या पेशाला मी हे सांगण्याची गरज नाही." शिवाजी सावंतने आठवण करून दिली.

"म्हणूनच मी त्याला ॲडमिट करून घेतलंय मि. सावंत. यापुढं मी धोका घेऊ शकत नाही. द केस इज अंडर क्रिमिनल ॲज वेल ॲज आउट ऑफ मेडिकेशन." डॉक्टरांनी स्पष्ट केले.

"क्रिमिनल केसचाच प्रश्न असेल, तर ते मी बघून घेतो डॉक्टर. यू जस्ट ट्रीट हिम." शिवाजी सावंतचा कळकळीचा स्वर.

"का? का प्रयत्न चाललाय तुमचा असल्या गुन्हेगाराला वाचवण्याचा?" डॉक्टरांचा चढा स्वर. त्यांचे सहायक डॉक्टरही आश्चर्याने त्यांच्या या चढत्या आवाजाकडे पाहत राहिले.

शिवाजी सावंत क्षणभर पाहत राहिला. इतरांनीही हातवारे करीत आपापल्या पोझिशन्स घेतल्या. शांत असला तरी जहाल शब्द शिवाजी सावंतच्या तोंडून बाहेर पडले.

"काय म्हणालात? गुन्हेगाराला काय करताय वाचवून?... व्हॉट डू यू नो अबाउट हिम डॉक्टर... डू यू नो हू इज ही? माहितेय तुम्हाला कोण आहे तो? तो के. राजन आहे. या अंडरवर्ल्डचा अनभिषिक्त डॉन. त्याची पार्श्वभूमी माहीत नसताना असे बेसलेस स्टेटमेंट करू नका डॉक्टर. जर तुम्हाला काही करायचं नसेल... सहकार्य करायचं नसेल तर से नो ऽऽ ओ.के.ऽऽऽ!... मग मी बघीन मला काय करायचं ते... के. राजनचं आणि तुमचंही."

हे ऐकून डॉक्टर क्षणभर सुन्न झाले. आपल्या हॉस्पिटलात आलेला रुग्ण के. राजन असल्यावर त्यांना विश्वासच बसत नव्हता. त्याच्या बाबतीत ते बरेच काही ऐकून होते. वाईट गोष्टींसोबतच त्याच्या बऱ्याच चांगल्या बाजूही समाजापुढे असल्याचे डॉक्टरांच्या वाचण्यात होते. के. राजनचे नाव व शिवाजी सावंतचे निर्वाणीचे शब्द ऐकून डॉक्टर वरमले. विचार करीतच ते उत्तरले.

"मि. सावंत आय ॲम सॉरी... ही क्रिमिनल केस असल्यानंच मला हा पवित्रा घेणं भाग पडलं. पण हे के. राजन आहेत याची पुसटशी कल्पनाही नव्हती."

"काही हरकत नाही डॉक्टर. तुम्हीही तुमच्या बाजूनं बरोबर आहात. पोलिसांचंच म्हणाल, तर ते मी मॅनेज करतो. फक्त के. राजनचे प्राण वाचतील याबद्दल तुम्ही आम्हाला सहकार्य करा. त्यासाठी हवी ती किंमत मोजायला आम्ही तयार आहोत." शिवाजी सावंत समजवणुकीच्या स्वरात म्हणाला.

"तोच मी विचार करतोय मि. सावंत. या आत्ताच्या मेडिकेशननं के. राजनला वाचवणं केवळ अशक्य आहे. रक्तस्राव भरपूर झालेला आहे. हृदयाची चाळण झालेली आहे. प्रत्यक्ष परमेश्वरही काही करू शकेल असं वाटत नाही. त्यांचे हे काही शेवटचेच क्षण आहेत."

"तरीही डॉक्टर तुमच्या डोक्यात काही मार्ग असतील, तर ते सुचवा. ते सुद्धा आम्ही फॉलो करू." शिवाजी सावंतचा पाठपुरावा.

डॉक्टर काही क्षण विचारात गढून गेले. दरम्यानचा काळ शांततेत गेला.

डॉक्टर काय निर्णय घेतात म्हणून त्यांचे सहकारीही आजूबाजूला उभे होते. तेवढ्यात नर्स ऑपरेशन थिएटरमधून धावतपळत येत म्हणाली,

"सर, रुग्णाच्या छातीचा वेग प्रचंड वाढलेला आहे." डॉक्टर व त्यांचे सहकारी तत्परतेने पळतच आत घुसले. के. राजनचा ताबा घेत लंग्ज व हार्ट मशीन सुरू करीत हृदय स्थिर केले गेले.

बाहेर अस्वस्थता होती. के. राजनच्या जिवाला जीव देणारे साथीही तिथे होते. त्याच्यासाठी वाट्टेल ते करण्याची त्यांची तयारी होती.

डॉक्टर ठाकूर लगबगीने बाहेर येत म्हणाले,

"मि. सावंत... लेट्स गो, आपल्याजवळ वेळ फार कमी आहे. आपल्याला

काही निर्णय तातडीनं घ्यावे लागणार आहेत.''

डॉ. ठाकूर केबिनमध्ये येताच काही संदर्भ पाहू लागले. शिवाजी सावंतला बसण्याचा निर्देश करीत म्हणाले,

''सावंत, के. राजनचं हृदय पूर्णपणे निकामी झालेलं आहे. कुठलाही रिस्पॉन्स मिळत नाहीय. सध्या त्याला कृत्रिम हार्ट मशीनवरच ठेवलेलं आहे. त्याला तातडीनं शस्त्रक्रियेची गरज आहे.''

''शस्त्रक्रिया ऽऽ?''

''हो शस्त्रक्रिया...आणि तीही साधी नव्हे.''

''मग कोणती?''

''दुसऱ्या हृदय आरोपणाची.'' डॉ. ठाकूर उत्तरले.

''काय? हृदयारोपणऽऽ...'' शिवाजी सावंतचा स्वर कापरा झाला.

''माझ्या मते ही एक शक्यता आहे. तीही डॉ. रमाकांत कोचरे यांनाच खात्री करून घ्यावी लागेल.'' डॉ. ठाकूर म्हणाले.

''डॉ. रमाकांत कोचरे?'' शिवाजी सावंतचा चेहरा प्रश्नार्थक झाला.

''होय. डॉ. रमाकांत कोचरे प्रसिद्ध शल्यविशारद व शास्त्रज्ञ... याविषयीचं प्रसिद्ध संशोधन ते करीत आहेत. त्यांची स्वत:चीच एक मोठी मेडिकल संस्था आहे. तिथंच ते विविध प्रयोग करीत असतात.''

''मग डॉक्टर आपण तिथंच का प्रयत्न करू नये?'' शिवाजी सावंतचा काळजीयुक्त स्वर.

''निश्चितच मि. सावंत. तुम्ही के. राजनला घेऊन डॉ. रमाकांत यांच्या मेडिकल इन्स्टिट्यूटकडे निघा आणि तशा सूचना मी देऊन ठेवतो. शिवाय, डॉ. रमाकांतशी बोलून मीही काही वेळातच तिथं पोहोचतो.''

डॉ. ठाकूरांनी वेगाने फोन रिसीव्हर उचलून डायल करण्यास सुरुवात केली होती. शिवाजी सावंतही निरोप घेऊन त्याच्या सहकाऱ्यांसोबत केबिनबाहेर पडला होता.

सकाळचे सात वाजून गेले होते. के. राजनला घेऊन ॲम्ब्युलन्स मुंबईकडे निघाली होती. त्या पाठोपाठ दोन कारही भरधाव वेगाने सुटल्या होत्या. ॲम्ब्युलन्सच्या सायरनचा आवाज गंभीरतेची जाणीव करून देत होता. त्यामुळे रहदारीतून आपोआपच रस्ता मिळत होता.

ॲम्ब्युलन्सने 'मेडिकल इन्स्टिट्यूट ऑफ सायन्सेस ॲण्ड रिसर्च' च्या आवारात प्रवेश केला. आवार लहानच पण विविध फुलांनी सुशोभित केलेले होते. इन्स्टिट्यूटची इमारतही छोटेखानी व सुबक होती. तेथे वैद्यकीय शास्त्रासोबतच, उच्च पातळीवरचे

संशोधनही चालू होते. जनुकशास्त्र, क्लोनिंग शास्त्रापासून ते विविध रोगांवर असणाऱ्या संशोधनांचा त्यात समावेश होता. जागतिक स्तरावरील नामवंत शास्त्रज्ञ, शल्यविशारदांचा तेथे राबता होता.

अशा या संस्थेच्या प्रवेशद्वारापाशी ॲम्ब्युलन्स थांबताच, के. राजनला इन्टेन्सिव्ह केअर युनिटमध्ये हलविण्यात आले. डॉ. किरण ठाकूर यांनी आधीच संपर्क साधल्याने के. राजनविषयीचा प्राथमिक माहिती अंदाज येथील डॉक्टरांना होताच. त्यानुसार त्यांनी प्राथमिक वैद्यकीय चिकित्सा व तपासण्या करण्यास सुरुवात केली होती. हार्ट व लंग मशीन अखंडपणे सुरू होते.

शिवाजी सावंत व त्याचे इतर साथीदार- शंकर, पावल्या, संदीप, काक्या, सर्व रात्रीपासून सावलीसारखे तेथे उपस्थित होते. अजून कुणी हल्ला करणार नाही याची काळजी त्यांना घ्यायची होती.

साधारण आठच्या सुमारास डॉ. किरण ठाकूर एका मध्यमवयीन गृहस्थाबरोबर लगबगीने येताना शिवाजी सावंतला दिसले. गृहस्थाचे पांढरे केस, पांढरी दाढी व तेजस्वी डोळे बघून सावंतला आधार वाटला. बुद्धिवंतांच्या सान्निध्यात जरी तो आला नव्हता, तरी बुद्धिवंत कसे असतात, याचे आकलन त्याला होते. सावंत क्षणभर त्यांच्याकडे पाहतच राहिला होता.

कुणाशीही न बोलता डॉ. किरण ठाकूर व ते गृहस्थ सरळ आयसीयूत दाखल झाले होते. बराच वेळ ते तेथे होते. अधूनमधून नर्स, वॉर्डबॉय व सहायक डॉक्टरांची धावपळ सुरू होती. एका तासाच्या अवधीनंतर ते दोघेही बाहेर आले होते. डॉ. किरण ठाकूर यांनी शिवाजी सावंतकडे निर्देश करताच, शिवाजी व इतर सर्व आतुरतेने तिकडे ओढले गेले.

''सावंत, हे डॉ. रमाकांत कोचरे. शल्यविशारदासोबतच एक प्रसिद्ध व अग्रगण्य शास्त्रज्ञ आणि सर हे शिवाजी सावंत, हे सर्वच के.राजनचे सहकारी.''

दोघांनीही मनोभावे हातमिळवणी केली. डॉ. रमाकांत स्मित करीत म्हणाले, ''शिवाजी, आपण माझ्या केबिनमध्ये बसू यात का? मला तुमच्याशी महत्त्वाचं बोलायचंय.''

'शिवाजी' हे आर्जवी शब्द ऐकून सावंत हेलावला. माणसात एवढी नम्रता असू शकते यावर त्याचा विश्वास बसत नव्हता.

''हो सर, निश्चितच,'' शिवाजी सहजपणे म्हणाला होता. उत्तुंग व्यक्तिमत्त्वाला सर म्हणून संबोधन त्याच्या तोंडून सहज निघाले होते. डॉ. रमाकांत व डॉ. ठाकूर यांच्या पाठोपाठ शिवाजी सावंत गेला. त्याच्या सोबत शंकरही आत गेला.

सर्वजण आसनस्थ होताच डॉ. रमाकांतनी विषयालाच हात घातला.

"शिवाजी, माझं सर्व बोलणं डॉ. किरण ठाकूरशी याआधीच झालेलं आहे. एव्हाना के. राजनची परिस्थिती तुम्हालाही ज्ञात असावी. फार काळ या अशा परिस्थितीत ते राहू शकतील असं वाटत नाही. हृदयाची असली दुर्दशा याआधी मी कुठल्याही रुग्णाची झालेली पाहिली नव्हती. अगदी अपघातामध्ये जखमी झालेल्या रुग्णाचीही... त्यांची जिवंत राहण्याची शक्यता फारच कमी आहे."

शिवाजी सावंत सुन्न झाला होता. अशा कितीतरी चकमकींत त्याने प्रतिस्पर्ध्यांचा निर्दयपणे समाचार घेतला होता पण, आपल्या माणसांवर जेव्हा असा प्रसंग येतो, तेव्हा काय परिस्थिती असते याची जाणीव त्याला होत होती. त्याने दीर्घ श्वास सोडला. तो केबिनमध्ये प्रतिध्वनित झाला. तो म्हणाला,

"पण सर, डॉ. किरण ठाकूर म्हणत होते की, हृदयाचं रोपण करणं शक्य होईल म्हणून?"

"तो त्यांचा एक अंदाज होता शिवाजी. ती एक शक्यता होती. ज्यावेळी त्यांचा फोन आला, त्यावेळी ती शक्यता मीही गृहीत धरली पण खऱ्या अर्थानं मी स्वत: के. राजनला तपासलं व त्याचे रिपोर्ट्स पाहिले, तेव्हा कळलं की, हे सर्वच आवाक्याबाहेरचं आहे." डॉ. रमाकांतनी स्पष्टीकरण दिले.

"समजा, आपण तसा प्रयत्न केलाही, तरी या दोन दिवसांत कुणी हृदयदाता मिळेल अशी शाश्वती नाही." डॉ. किरण ठाकूरनी परिसीमा दाखवली.

"सर, त्याची काळजी करू नका. हृदयाचाच प्रश्न असेल तर माझे प्राण मी के. राजनला द्यायला तयार आहे." शंकर सद्गदित होत म्हणाला.

सर्वांनीच आश्चर्याने पाहिले. राजनवरची एवढी निष्ठा पाहून डॉ. रमाकांत व डॉ. ठाकूर आश्चर्यचकित झाले. शिवाजी सावंत अभिमानाने शंकरकडे पाहात राहिला. डॉ. रमाकांत स्मित करीत उत्तरले,

"तुमच्या निष्ठेचा मी आदर करतो. मी शास्त्रज्ञाबरोबरच एक डॉक्टरही आहे. कुणाचे प्राण घेऊन दुसऱ्याचे वाचविणे हे त्यात बसत नाही आणि समजा, मी तसं ठरविलं तरी राजनचं शरीर तुमचं हृदय स्वीकारलेच याची खात्री नाही. कारण, दुसऱ्याच्या शरीरातील पेशी अथवा अवयव आपलं शरीर सहजासहजी स्वीकारीत नाही. अशा प्रकारच्या रोपण शस्त्रक्रियेनंतर आपल्या शरीराकडून प्रखर विरोध होतो. प्रतिकार होतो. ते टाळण्यासाठी प्रतिजैविक औषधं घ्यावी लागतात. त्यानं रुग्णाचं आयुष्य अजूनच कठीण होतं. म्हणून मी राजनच्या बाबतीत असला निर्णय घेणार नाही."

"याची मला कल्पना आहे सर, परिणामांचीही आणि शास्त्राचीही." शिवाजी सावंत विचार करीत म्हणाला.

"काय! तुम्हाला माहीत आहे?" डॉ. रमाकांत कौतुकाने उद्गारले.

डॉ. किरणही आश्चर्याने पाहत राहिले.

"होय सर, मी स्वत: पदव्युत्तर असल्यानं सूक्ष्मजीवशास्त्राचा अभ्यास केलेला आहे, पण परिस्थितीनं एका वेगळ्याच वळणावर आणून ठेवलेले आम्ही अभागी आहोत." शिवाजी सावंतने आपल्या ज्ञानाबरोबरच समाजातील दांभिकपणाही उघड केला.

त्याच्या या वाक्याने डॉ. रमाकांत हेलावले गेले. डॉ. किरण ठाकूरही अस्वस्थ झाले होते. त्या अस्वस्थतेतच त्यांनी विषयांतर करण्याचा प्रयत्न केला.

"सर, के. राजनच्या बाबतीत आता काहीच करणं शक्य नाही का?"

डॉ. रमाकांत काही क्षण स्तब्ध बसले. विचार करीतच त्यांनी सर्वांवरून नजर फिरवून घेतली आणि ते म्हणाले,

"आहे ना, पण शाश्वती नसलेलं. कारण तो एक प्रयोग आहे." सगळ्यांच्याच आशा पल्लवित झाल्या. डॉ. ठाकूर आशेने विचारते झाले,

"कुठला सर! प्रयोग असला तरी माझ्या मते प्रयत्न करायला काहीच हरकत नाही."

शिवाजी सावंतकडे पाहात ते पुढे म्हणाले, "काय सावंत... ठीक आहे ना?"

"काहीच हरकत नाही सर, एरव्ही वैद्यकीय शास्त्र काहीच करू शकत नसल्यानं, प्रयोग करायला हरकत नाही. जर प्रयोग यशस्वी झाला, तर राजन परत मिळण्याची शक्यता तरी आहे."

शिवाजी सावंतचा एवढा सकारात्मक दृष्टिकोन पाहून डॉ. रमाकांतबरोबरच डॉ. ठाकूरांनाही आश्चर्य वाटले. डॉ. रमाकांत भारावत म्हणाले,

"शिवाजी, ठीक आहे. तुझा दृष्टिकोन पाहून खरंच बरं वाटलं. हा प्रयोग मानवावर यशस्वी झाला तर, विविध रोगांनी पछाडलेल्या मानवाला हे तंत्र निश्चितच उपयोगी पडणार आहे."

"नेमका कुठला प्रयोग आपण करणार आहात सर?" डॉ. किरण ठाकूरांचा प्रश्न.

समोरील काचेच्या ग्लासमधील पाणी पीत डॉ. रमाकांत उत्तरले,

"तेच मी तुम्हाला सांगणार आहे." ग्लास जागेवर ठेवत ते पुढे म्हणाले, "मगाशीच मी सांगितलं की, इतरांचे अवयव आपलं शरीर सहजासहजी स्वीकारीत नाही. याचं कारण प्रत्येकाच्या मूळपेशी (स्टेम सेल्स) केंद्रकामध्ये असणारा जनुकीय साठा वेगळा असतो. अनेक पिढ्यांमधून तो संकलित होऊन आलेला असतो. त्यामुळे कुणाचेही अवयव रोपण करताना ज्याचा अवयव आहे व ज्यावर तो रोपण करायचा, त्याच्या मूळपेशीतील गुणसूत्रांमध्ये बदल होत असल्याने तो रुग्ण ते कितपत स्वीकारू शकेल यात साशंकता असते. त्यामुळे बहुसंख्य रुग्ण दगावतातही.

मूळपेशी हाच धागा धरून मी भरपूर संशोधन केलं. मूळपेशी म्हणजेच विशिष्ट पेशी तयार करण्याची क्षमता असलेल्या पेशी. त्या कृत्रिमरीत्याही वाढविता येतात. याच पेशींमध्ये विकसनाची प्रचंड शक्ती दडलेली असते आणि या पेशींतूनच विविध अवयवांच्या म्हणजे स्वादुपिंड, यकृत, हृदय, मूत्राशय, इ. सारख्या पेशींमध्ये रूपांतर होतात.''

''म्हणजे मूळपेशी या आपल्यात असून त्या आपल्याला प्रयोगाद्वारे मिळू शकतात?'' डॉ. ठाकूरांनी शंका विचारली.

''निश्चितच! स्त्री-पुरुषाच्या संयोगातूनच या पेशींचाही जन्म होतो व त्यांमध्ये संपूर्ण शरीरच निर्माण करण्याचं सामर्थ्य असतं आणि त्या अमर्याद विभाजित होऊ शकतात आणि त्यांपासून स्वतंत्र अवयव निर्माण होतात. म्हणून जर का शरीराचा एखादा अवयव खराब अथवा निकामी झाला, तर त्याच्यातील सक्षम/सशक्त पेशी निवडून त्यांचं संवर्धन करणं शक्य असतं किंवा ऊतींचं (Tissue) संवर्धन करणं शक्य असतं.'' डॉ. रमाकांत सखोल आणि तेवढीच उपयुक्त माहिती देत होते. डॉ. ठाकूर, शिवाजी सावंत व शंकर यांना एका नवीन विश्वात विहार करीत असल्याचं जाणवत होतं. शंकरचं फारसं शिक्षण झालं नसलं, तरी अद्भुत शास्त्र वास्तवतेच्या मार्गावर असल्याचे त्याला जाणवत होते.

शिवाजी सावंत उत्सुकतेने म्हणाला,

''तुम्ही असे काही प्रयोग केले आहेत का?''

''होय, नुकताच माकडावर केलेला एक प्रयोग यशस्वी झालाय. त्याचा खराब झालेला अवयव कापून, त्याच्याच शरीरातील ज्या पेशी व ऊतींनी तो अवयव बनतो, त्या ऊती कापून टाकलेल्या जागी रोपल्या व पुन्हा तो भाग बंद केला. एकाच महिन्यानंतर त्या ठिकाणी निरोगी व तशाच अवयवाची मूळ आकारासहित वाढ झाली. याव्यतिरिक्त मी स्वतः वेगवेगळ्या अवयवांच्या चांगल्या पेशी अथवा ऊती घेऊन त्यांचे बाहेर कृत्रिमरीत्या संवर्धन केलं. या पेशी आनंदानं बाहेर वाढून त्यांचं अवयवांमध्ये पुनरुज्जीवन झालं. आतापर्यंत सर्वच अवयव मी या तंत्राद्वारे निर्माण केलेले आहेत आणि रोपणही. पण एक मात्र खरं हा प्रयोग मी अजूनही मानवावर करू धजलेलो नाही. माझी प्रयोग करण्याची अतीव इच्छा आहे. कारण या प्रयोगाची यशस्विता म्हणजे मानवाला वरदानच ठरणार आहे. म्हणूनच मी हा प्रस्ताव आपणासमोर मांडला आहे.'' डॉ. रमाकांतनी माहिती देऊन स्पष्टीकरण केले.

''सर, आपण हा प्रयोग करू शकता आणि मला खात्री आहे, यात तुम्ही यशस्वी व्हाल!'' शिवाजी सावंतचा स्वर भारलेला होता.

''होय शिवाजी. मलाही तो आत्मविश्वास आहे, पण शेवटी हा एक प्रयोग आहे.'' डॉ. रमाकांतनी सांगितले.

"सर, साधारण हीच पद्धत आपण के. राजनवर अवलंबणार आहात काय?" डॉ. किरण ठाकूर यांनी प्रयोगासंदर्भात विचार करीत असतानाच प्रश्न विचारला.

"यस, हीच पद्धत. पेशी अथवा ऊतींचं रोपण करण्याऐवजी, के. राजनच्या हृदयातील चांगल्या पेशी शोधून, त्यांचं संवर्धन करून, त्यांचं बाहेर संपूर्ण अवयवात पुनरुज्जीवन करायचं व तेच हृदय संपूर्ण निकामी झालेल्या हृदयाच्या जागी रोपण करायचं. या विशिष्ट पेशी के. राजनच्याच शरीरातील असल्यानं, शस्त्रक्रियेत शरीरानं त्या नाकारण्याचा प्रश्नच उद्भवणार नाही. म्हणूनच मला यशाची खात्री आहे."

शिवाजी सावंत उत्तेजित होत म्हणाला,

"सर, अवयवाच्या निर्मितीस साधारण किती दिवस लागतात?"

"फार काळ नाही. त्यासाठी मी एक नवीन तंत्र शोधल्यानं आठ दिवसांच्या आतच नवीन अवयवाची निर्मिती होणं शक्य आहे."

डॉ. रमाकांतनी माहिती दिली.

"मग राजन एवढे आठ दिवस-" शंकरचं वाक्य मध्येच खंडित करीत डॉ. ठाकूर म्हणाले,

"हार्ट मशीनवर आपण त्याला ठेवू शकतो. ते काम मी करू शकेन."

डॉ. रमाकांतनी नुसतेच स्मित केले. सर्वांच्याकडून या प्रयोगासाठी मिळणारे साहाय्य त्यांना हुरूप देणारे होते.

क्षणभर शांतता पसरली. प्रयोग करण्याचे ठरले होते, तरी शिवाजी सावंत बसूनच होता. तो अस्वस्थपणे थोडा वेळ घुटमळला. त्याची ही घालमेल डॉ. रमाकांत यांच्या लक्षात आली. त्याकडे पाहत ते म्हणाले,

"शिवाजी, मनात अजून काही शंका आहेत का? असतील तर नि:संकोचपणे विचार. कारण, तुमचा हा मित्र तुमच्या जिवाभावाचा आहे."

"नाही सर! तसं नाही."

"मग...."

"सर! आम्ही गुन्हेगार आहोत. त्याचा कदाचित तुम्हाला त्रास होऊ शकेल." शिवाजी मनातले बोलला.

डॉ. रमाकांत तत्काळ हसत म्हणाले,

"शिवाजी, शेवटी गुन्हेगार हा माणूसच असतो ना? आणि आम्ही डॉक्टर असे काहीही पाहत नाही, किमान मी तरी. आमच्यासाठी मानव महत्त्वाचा आहे. त्यासाठी झटणं आम्ही कर्तव्य समजतो. राजन हा अंडरवर्ल्डचा डॉन आहे यापेक्षा तो माझा रुग्ण आहे, हे मला जास्त प्रिय आहे. शेवटी, आपला हा प्रयोग गुप्त असल्यानं सर्वच गुप्त राहणार आहे. तू काळजी करू नकोस."

शिवाजीचे समाधान झाले होते. दुसऱ्या विश्वातल्या महान व्यक्तीला तो आज भेटला होता. कृतार्थतेने त्याचे मन भरून आले होते. गुन्हेगारीच्या जगतात भावभावनांना किंमत नसतानाही त्याचे मन भरून आले होते. दृढनिश्चयाने शिवाजी सावंत व शंकर, डॉ. रमाकांत व डॉ. किरण ठाकूरांचा निरोप घेऊन बाहेर पडले.

डॉ. रमाकांत दुसऱ्या दिवसापासून कामाला लागले होते. डॉ. ठाकूर त्यांना साहाय्य करीत होते. त्यांची संपूर्ण टीमच या प्रयोगासाठी राबत होती. डॉ. ठाकूर के. राजनच्या प्रकृतीच्या स्थिरतेकडे लक्ष ठेवून होते. आठ दिवस तरी त्याची काळजी घेणे आवश्यक होते.

मध्यंतरी एका जटिल प्रक्रियेत डॉ. रमाकांतनी के. राजनच्या निकामी झालेल्या हृदयातील काही सुदृढ पेशी व उती मिळविल्या होत्या व त्यांचे संवर्धन सर्वसाधारण वातावरणात करायला सुरुवात केली होती. पेशींची एवढ्या झपाट्याने वाढ होऊ शकते यावर डॉ. ठाकूरांचा विश्वास बसत नव्हता... आणि आठवड्याच्या आतच एका चंचुपात्रात सुंदर हृदयाचे पुनरुज्जीवन झाले होते. लगेच शस्त्रक्रिया करणे आवश्यक होते.

शस्त्रक्रियेची वेळ ठरली होती.

शिवाजी सावंत, शंकर व के. राजनचे इतर सर्व जिवाभावाचे साथीदार चिंतित चेहऱ्याने उपस्थित होते.

डॉ. रमाकांत व डॉ. ठाकूर संपूर्ण ताफ्यासह ऑपरेशन थिएटरमध्ये प्रवेशले होते. पुढे अखंडपणे धावपळ सुरू होती.

—आणि डॉ. रमाकांत व डॉ. ठाकूर सस्मित चेहऱ्याने बाहेर आले होते. तसे शिवाजी सावंतसोबत सगळेच त्या दिशेने धावले. सगळ्यांच्याच चेहऱ्यावर चिंतायुक्त उत्सुकता होती.

"नवीन हृदयाचं रोपण आणि प्रयोग यशस्वी झाला. हृदय कार्यान्वित होऊन राजनच्या शरीरात चपखलपणे बसलं आहे." डॉ. रमाकांतनी सांगितले होते.

सगळ्यांचेच चेहरे आनंदित झाले होते. काचतावदानातून राजनला पाहण्याची मुभा देण्यात आली होती. प्रत्येक जण त्याला न्याहाळीत होता.

दोन दिवसांच्या प्रतीक्षेनंतर राजन शुद्धीवर आला होता. एका वेगळ्याच उत्साहाने त्याने सगळ्यांशी हस्तांदोलन केले होते. त्याचे सहकारी तेथे उपस्थित असलेले पाहून त्याला आनंद झाला होता. शिवाजी सावंत व त्याच्या सहकाऱ्यांनी प्रयोगाची इत्थंभूत माहिती त्याला दिली होती. डॉ. रमाकांतसारख्या मोठ्या शास्त्रज्ञांनी व डॉ. ठाकूरनी कशी मदत केली याचे कौतुकभरले वर्णन प्रत्येक जण करीत होता. दिलेले जीवदान हे त्यांचेच असल्याचे ते आवर्जून सांगत होते.

डॉ. रमाकांत व डॉ. ठाकूर जेथे के. राजनला ठेवले होते, त्या स्पेशल वॉर्डच्या दारातून प्रवेश करताच उत्तरले,

"हंऽऽ सो, यंग मॅन, हाऊ आर यू!"

"फाइन डॉक्टर." राजनचा उमदा स्वर बाहेर पडला.

"कसं वाटतंय राजन आता." डॉ. ठाकूरांनी विचारले.

"एकदम फ्रेश, उत्साहित." राजन पुन्हा उमेदीने उत्तरला.

"गुड, इम्प्रूव्ह फास्ट, अँड गेट वेल सून, बेस्ट ऑफ लक!" डॉ. रमाकांतनी शुभेच्छा दिल्या.

"यस, डेफिनेटली, आय विल... थँक यू व्हेरी मच सर!"

राजनच्या खांद्यावर थोपटीत डॉ. रमाकांत व डॉ. ठाकूर बाहेर पडले. रिकाम्या दारातून राजन क्षणभर पाहतच राहिला. त्यात त्याला डॉ. रमाकांत खूप मोठे होत गेलेले दिसत राहिले. विश्वाएवढे.

डॉ. रमाकांत आपल्या केबिनमध्ये संशोधन पेपर चाळीत बसले होते. ते एवढे मग्न होते की, दारावरची टकटकही त्यांना ऐकू आली नाही. पुन्हा आवाज येताच ते दचकून उत्तरले होते,

"यस कम इन."

समोर राजबिंडा तरुण पाहताच, डॉ. रमाकांत आश्चर्याने पाहतच राहिले. आपल्या प्रयोगाचे यशस्वी उदाहरण ते पाहत होते. तो राजन होता. त्याच्या सोबत शिवाजी सावंतही होता. डॉ. रमाकांत उत्स्फूर्तपणे उभे राहत म्हणाले,

"ये ऽऽ ये, राजन, वेलकम , हॅव अ सीट, शिवाजी तूही बैस!" राजन व शिवाजी स्थानापन्न होताच डॉ. रमाकांत पुढे म्हणाले,

"कसा आहेस राजन?"

"तुमच्यासमोर आहे असा, तंदुरुस्त. डॉक्टर सगळी तुमचीच कृपा!" राजन, अंडरवर्ल्डचा अनभिषिक्त डॉन, सद्‌गदित होत म्हणाला.

"नाही राजन, मी जे काही केलं, ते माझ्या रुग्णासाठी व प्रयोगासाठी केलं."

"हो, पण ते तुम्ही केलं नसतंत तर माझं अस्तित्व राहिलं नसतं. डॉक्टर खरं सांगू, आजपर्यंत मी खूप पैसे कमवले, गुन्हे केले पण एका क्षणाने ते सगळंच क्षणभंगुर ठरलं होतं. काय उपयोग होता त्या सगळ्यांचा.

"पण जेव्हा तुमच्या व्यक्तिमत्त्वाचा वेध घेतला, तेव्हा त्यातील सचोटी, एकाग्रता, निष्ठा, सेवा या सगळ्यांचा संगम एकाच जागी झालेला दिसला. तुमची या समाजातील लोकांसाठी काहीतरी करण्याची धडपड पाहून माझ्या मनात खोलवर परिणाम झालाय. परिवर्तन झालंय म्हणा हवं तर!... ज्या विज्ञानानं मला जीवनदान

दिलं, त्यावरची निष्ठा वाढलीय. डॉक्टर माझी एक विनंती आहे.''

राजनची आर्जवे पाहून डॉ. रमाकांत क्षणभर बुचकळ्यात पडले. ते मान डोलावीत म्हणाले,

''विनंती काय करतोस... तो तुझा अधिकार आहे, बोल!''

''डॉक्टर मला माहीत आहे, तुम्हाला या समाजासाठी भरपूर काही करायचं आहे. संशोधनही करायचं आहे. तुम्ही केलेलं संशोधन तळागाळापर्यंत नेण्याची तुमची इच्छा आहे, पण अपूर्ण अनुदानाअभावी तुम्हाला ते शक्य होत नाहीये. तरी डॉक्टर, तुम्ही जे संशोधन केलंय, प्रयोग केलेत, ते समाजातील गोरगरीब घटकांपर्यंत कमी शुल्कात उपयोगात यावेत ही माझी इच्छा आहे. माझ्यासारख्या पीडित रुग्णांना ते जीवनदान ठरावं हीही यामागं एक इच्छा आहे. म्हणूनच हा दहा अब्ज रुपयांचा चेक मी आपल्याला सुपूर्द करीत आहे.''

राजनने एक चेक टेबलावर ठेवला. डॉ. रमाकांत आश्चर्याने पाहतच राहिले होते. राजन पुढे म्हणाला,

''डॉक्टर पुन्हा एक विनंती. मी हे पैसे संस्थेला अनुदान म्हणून दिले, असं कुणालाही सांगू नका. कारण एका गुन्हेगाराकडून पैसे घेतले म्हणून तुम्हाला बदनामीला तोंड द्यावं लागेल आणि तुमची बदनामी व्हावी असं मला काहीही नकोय.''

के. राजन अदबीने नमस्कार करून उठला होता. शिवाजी सावंतनेही हात जोडले होते. या संवादात तो फक्त राजनच्या नव्या रूपाकडे बघतच राहिला होता. क्रूर, निष्ठुर मनाच्या जागी माणुसकीची कोवळीक बघून तोही हरखून गेला होता.

दोघेही बाहेर पडले होते. डॉ. रमाकांत स्तंभित होऊन राजन गेला त्या दिशेला पाहत राहिले होते. एक अंडरवर्ल्ड डॉन, विज्ञाननिष्ठ होऊन, स्वत:चे परिवर्तन करून घेत समाजाभिमुख झालेला डॉ. रमाकांत पाहत होते. तो गेला तरी त्याच्या अब्जावधी रुपयांतून त्याचे अस्तित्व जाणवतच राहिले.

◆

मोहीम फत्ते

मुंबई पुन्हा एकदा हादरली होती. दक्षिण झोन रुळावर धावणाऱ्या लोकलमध्ये स्फोट झाला होता. पाच डबे नेस्तनाबूत झाले होते. पोलीस यंत्रणा खडबडून जागी झाली. गुप्तचर विभागातर्फे कुठलाही संकेत नव्हता. पोलीस व्हॅन व रुग्णवाहिकांचे सायरन आसमंतात घुमत होते. एकच कल्लोळ, आकांत व आक्रोश झाला होता. बाहेर पडलेल्याच्या प्रत्येक नातेवाइकाचा हृदयाचा ठोका चुकला होता. निरपराध लोकं बळी पडले होते. त्या लोकलने नेहमीच प्रवास करणाऱ्या प्रवाशांच्या नातेवाइकांचा आकांत सुरू झाला होता. शोधाशोध सुरू होती. धुराचे लोट उठले होते. जो तो आपापल्या आप्तस्वकीयांचा शोध घेत होता. लहान मुलं व नागरिक बहुसंख्येने बळी पडले होते. पोलिसांचं मदत कार्य सुरू होऊन, स्फोट कशामुळे झाला याचाही शोध सुरू झाला होता. कुत्री वास घेऊन माग काढण्याच्या प्रयत्नात होती.

चॅनल्सवाले जिवंत चित्रण करून टी.व्ही.वर प्रक्षेपित करीत होते. असंख्य मृतदेहांचे तुकडे झालेले चित्रण पुन:पुन्हा क्षणचित्रांच्या स्वरूपात दाखवीत होते. निवेदिका उगीचच एका मृतदेहाजवळ येऊन विश्लेषण करीत होती आणि शेजारी शोकाकुल झालेल्या नातेवाइकाची प्रतिक्रिया विचारण्याचा प्रयत्न करीत होती.

"इस मोके पर आप कुछ कहना चाहेंगे?"

ती शोकाकुल स्त्री छाती बडवत मृतदेहाला चिकटत होती. तिचा तो कर्ता तरुण मुलगा होता. तरीही निवेदिका तिचा पिच्छाच पुरवीत होती. सर्व भारत हा प्रसंग पाहत होता. प्रसारमाध्यमांना स्तरच राहिला नव्हता. एक स्वयंसेवक हातात छोट्या मुलाचा मृतदेह घेऊन चालला असता, पिच्छा पुरविणाऱ्या निवेदिकेकडे त्याचं लक्ष गेलं. इथं कुठलाही नातेवाईक प्रतिक्रिया देण्याच्या मन:स्थितीत नसताना स्वयंसेवकाला त्या निवेदिकेचा राग आला. लहान मुलाचा मृतदेह खांद्यावर टाकीत त्याने उजव्या हाताने निवेदिकेच्या कानाखाली आवाज काढला. तशी ती ढेपाळली, स्वयंसेवक ओरडला,

“लाज वाटत नाही, त्या बाईची प्रतिक्रिया विचारताना? तिचा तरुण मुलगा गेला आणि तुला टी.आर.पी.ची पडलीय. मदत करायची नसेल तर त्रास तरी देऊ नकोस.”

स्वयंसेवक रागाने बेभान होत पुढे गेला होता. निवेदिका गाल चोळत पुन्हा बोलायला लागली होती.

“देखिए आजकल रिपोर्टर्सको मारा भी जा रहा है. हम सब इसका प्रोटेस्ट करेंगे, सभी स्वयंसेवकोंने हमारी माफी मांगनी चाहिए.” असं बराच वेळ ती बडबडत राहिली.

टी.व्ही. वर पुन:पुन्हा क्षणचित्रे अवतरू लागली. मध्येच मुख्यमंत्री व गृहमंत्र्यांचे चेहरे व निवेदन येऊ लागले. कायदा व सुव्यवस्था राखण्याचं आवाहन केलं जात होतं. गुन्हेगाराला लवकरच पकडण्यात येईल, म्हणून मुख्यमंत्री आश्वासन देत होते.

केंद्रीय गृहमंत्र्यांनी हे कृत्य परकीय अतिरेकी संघटनांचं असल्याचं सांगून, महाराष्ट्र राज्याला केंद्रीय गुप्तचर संघटनेने आधीच कल्पना दिली होती, असा खडा टाकला होता. त्यानं सर्वच अचंबित झाले होते. आपला पोकळपणा पुन्हा उघडा पडला होता.

पण स्फोटानंतर केंद्रीय गुप्तचर खात्याने राज्यातील इतर मुख्य शहरांना सतर्कतेचा मात्र इशारा दिला होता. मुख्यत्वेकरून पुण्याला. गुप्तहेरांच्या माहितीनुसार पुण्याला सलग स्फोटांची मालिका घडवून आणण्याची आंतरराष्ट्रीय अतिरेकी संघटनेची योजना होती. कारण पुणे हे अलीकडे माहिती तंत्रज्ञान क्षेत्रातील जगाच्या नकाशावर ठळकपणे अवतरलेलं मुख्य शहर होतं. मुंबईत छोटासा बॉम्बस्फोट घडवून तिकडे लक्ष वेधण्याचा त्यांचा प्रयत्न असल्याचं गुप्तचर खात्यानं कळविलं होतं आणि ही स्फोटांची मालिका या दोन दिवसातच घडवून आणण्याची त्यांची योजना होती.

पुन्हा गृह मंत्रालयातून हालचालींना वेग आला होता. पुण्यात सतर्कतेचा संदेश पोहोचला होता. पुण्याचे पोलीस आयुक्त उमेश कामठेंनी तत्काळ एक गुप्त बैठक बोलावली होती. पोलीस मुख्यालयाच्या एका कॉन्फरन्स हॉलमध्ये विचारविनिमय होऊ लागले होते. पुण्यात या क्षणाला मोकाट फिरणारे अतिरेकी व स्फोटकं शोधणं एक आव्हान होतं. एवढ्या अफाट शहरात शोधायचं कसं— हा प्रश्न होता. स्फोटांची मालिका सुरू झाली तर, प्रचंड प्राणहानी होऊन हाहाकार माजणार होता. मुंबईच्या स्फोटाने त्याची चुणूक दाखवली होती.

आयुक्त, उपायुक्त, इन्स्पेक्टर, सब-इन्स्पेक्टर सर्व पातळीवरील अधिकारी धीर-गंभीर चेहऱ्याने बसले होते. मार्ग शोधत होते. पोलीस आयुक्त कामठे म्हणाले,

"मित्रांनो, स्फोटकांचा व अतिरेक्यांचा शोध घ्यायलाच हवा. सर्व पोलीस यंत्रणा मदतीला घ्या, गुप्तपणे. अजून ही बातमी कोणालाही समजलेली नाहीये. पुणे हे शहर अतिरेक्यांच्या हिटलिस्टवर प्रामुख्याने आहे. सिव्हिल ड्रेसमध्ये सर्व पोलीस शहरात पेरून टाका. अद्ययावत संपर्क यंत्रणा त्यांच्याजवळ द्या..."

"पण सर, तरीही स्फोटके व अतिरेकी शोधणं म्हणजे या शहरात समुद्रात गारगोटी शोधण्यासारखं होईल." उपायुक्त शिंदेंनी शंका काढली आणि ती रास्तही होती.

"मान्य, तरीही आपल्याला प्रयत्न करावेच लागतील. कारण वेळ कमी आहे. शिवाय दुसरा पर्यायही नाही." आयुक्त कामठे म्हणाले होते.

"सर, मला वाटतं आपण सरळ छापे टाकावेत आणि संशयितांना डांबून चौकशी करावी." चतु:शृंगी पोलीस ठाण्याचे इन्स्पेक्टर पवार म्हणाले होते,

"नाही, ती मोठीच रिस्क होईल, शिवाय ते सतर्क होतील." पिंपरी-चिंचवडचे उपायुक्त गिरमे म्हणाले होते.

"पण अशी जोखीम घेतल्याशिवाय आपल्याजवळ पर्यायच नाही. खबऱ्यांच्या साहाय्याने आपण योजनाबद्ध असे पाऊल टाकू शकतो." बंडगार्डनचे धडाडीचे इन्स्पेक्टर कावरे बोलले होते.

तेवढ्यात एक शिपाई आत आला व आयुक्त कामठेंजवळ येत म्हणाला,

"सर, तुम्हाला कुणीतरी भेटायला आलं आहे."

आयुक्त कामठेंना राग आला होता. तशाही परिस्थितीत शांत राहत म्हणाले,

"अरे, त्यांना सांग, आज मी भेटू शकत नाही. मिटिंगमध्ये व्यस्त आहे."

"मी सांगितलं सर, पण ऐकतच नाहीत. त्यांनाही अतिशय महत्त्वाच्या कामासाठीच भेटायचं म्हणाले."

"कोण आहेत ते?" आयुक्तांचा सहजच प्रश्न.

"कुणीतरी शास्त्रज्ञ आहेत म्हणे."

शास्त्रज्ञ शब्द ऐकताच सगळ्यांचाच भुवया उंचावल्या गेल्या. आयुक्त कामठे क्षणभर स्तब्ध झाले. सर्व सहकाऱ्यांवरून पुन्हा एकदा नजर फिरवून अंदाज घेतला व ते म्हणाले,

"ठीक आहे, दे त्यांना पाठवून."

शिपाई माघारी फिरला. दार पुन्हा लोटलं गेलं, थोड्याच वेळात कॉन्फरन्सचं दार पुन्हा उघडलं गेलं. समोर पन्नाशीतले गृहस्थ उभे होते. केस विस्कटलेले, डोळ्यावर जाड भिंगाचा चश्मा, हडकुळं शरीर, चेक्सचा ढगळा शर्ट व पँट, शर्ट अर्धवट इन केलेला. एकूण लूक गबाळा असला तरी चेहऱ्यावरील तेज व डोळ्यातील चमक लपून राहात नव्हती. ते आत आले तेव्हा कॉन्फरन्स रूममध्ये

शांतता होती. सर्वच पोलीस अधिकारी या शास्त्रज्ञाकडे पाहत होते.

गृहस्थ धिम्या पावलांनी एका खुर्चीजवळ येऊन उभे राहिले. सर्वांवरून नजर फिरवीत त्यांनी आयुक्त कामठेंवर ती स्थिरावली. कामठेंच्या चेहऱ्यावर प्रश्नार्थक रेखा उमटल्या होत्या. नेमकं याचं काय काम असावं, असाही त्याचा आविर्भाव होता. ते गृहस्थ घसा खाकरून म्हणाले,

"प्रथम मी आपणा सर्वांची या अतिमहत्त्वाच्या मिटिंगमध्ये व्यत्यय आणल्याबद्दल क्षमा मागतो पण माझ्याजवळही दुसरा पर्याय नव्हता. हीच योग्य वेळ होती. कारण आपण सर्व अधिकारी इथे आहात. मी डॉ. सुखलाल साळवे, उच्च ऊर्जा पदार्थ संशोधन प्रयोगशाळेत (High Energy Materials Research Labarotary) म्हणजेच एच.इ.एम.आर.एल., सुतारवाडी, पुणे येथे शास्त्रज्ञ आहे. तुम्ही ज्या विवंचनेत आहात त्याच संदर्भात मी इथे आलो आहे."

त्यांच्या शेवटच्या वाक्यानं सर्वच पोलीस अधिकारी एकमेकांकडे पाहायला लागले. नेमकं यांना कसं ठाऊक झालं? असाही काहींचा आविर्भाव होता. आयुक्त कामठे न समजल्यासारखं दाखवीत उत्तरले,

"म्हणजे! आम्ही कुठल्या विवंचनेत आहोत?"

"पुण्यात आलेले अतिरेकी व त्यांच्याजवळ असलेली जहाल स्फोटकं शोधायची कशी?... इट्स रिअली टाइम टू काउंट डाउन..." डॉ. साळवे सहजपणे म्हणाले होते.

"हे... हे... तुम्हाला कळलं कसं डॉ. साळवे? कारण ही अतिशय गुप्त माहिती आहे." आयुक्त कामठे तत्काळ बोलले. उपायुक्त शिंदे, गिरमे, इन्स्पेक्टर पवार, इन्स्पेक्टर कावरे, इन्स्पेक्टर कदम यांच्याही चेहऱ्यावर काळजी होती. कारण गुप्तचर विभागाने हा अतिशय 'सिक्रेटरिअल इन्फर्मेशन' म्हणून संदेश पाठवला होता. ठरावीक उच्चपदस्थ सोडले तर याची माहिती असणं कुणालाही अपेक्षित नव्हतं.

यावर डॉ. साळवे प्रथम सौम्यसे हसले आणि म्हणाले,

"अजूनही ही माहिती गुप्तच आहे कामठेसाहेब. मला ही माहिती किंवा आदेश म्हणा हवं तर, भारतीय अवकाश संशोधन संस्थेचे (इस्रो) संचालक डॉ. गोवईकरांकडून मिळाली. त्यांच्या संस्थेबरोबर माझा एक मोठा संशोधन प्रकल्प सुरू आहे. त्या अंतर्गत मी काही छोटे तंत्र विकसित केले आहे. त्यांनीच मला काल रात्री फोन करून या प्रसंगाबद्दल सांगितलं. कदाचित त्यांना याविषयी उच्च पातळीवरून कळण्याची शक्यता आहे. ते मला म्हणाले, 'दिस इज दि टाइम फॉर यू टू हेल्प आउट फॉर पुणे सिटी, डॉ. साळवे ती धोक्यात आहे. तुम्ही विकसित केलेल्या तंत्राच्या आधारे प्रयोग का करीत नाहीत? स्फोटकांचे तुम्ही गाढे अभ्यासक आहात. इस्रो विल हेल्प यू फॉर एनिथिंग. गो अहेड' आणि शिवाय आपले मुख्यमंत्री व

गृहमंत्र्यांनाही याची कल्पना आहे. हवं तर त्यांच्याशी बोलून आपण खात्री करून घेऊ शकता.''

आयुक्त कामठे चुळबुळले. बऱ्याच मोठ्या व्यक्तींची नावे डॉ. साळवेंनी घेतली होती. क्षणभर विचार केला व आपल्या सहकाऱ्यांवर नजर फिरवीत मोबाइलच्या मेमरीतून अतिमहत्त्वाचा नंबर डायल केला व कानाला लावला. ते बराच वेळ बोलत राहिले. मुख्यमंत्री, गृहमंत्री यांच्याशी त्यांचं बोलणं झालं होतं, मोबाइल खिशात ठेवीत म्हणाले,

''डॉ. साळवे, उभे का? बसा ना?''

ते उभेच असल्याचं आयुक्त कामठेंच्या लक्षात आलं होतं व ते खजीलही झाले होते. त्यावर डॉ. साळवेंनी फक्त स्मित केलं व म्हणाले,

''थँक्स, मी उभाच बरा आहे. मला फक्त तुमचा निर्णय हवाय. वेदर वुई शुड प्रोसिड ऑर नॉट. कारण माझ्या माहितीनुसार वेळ खूपच कमी आहे. कुठल्या क्षणी काय होईल सांगता येत नाही.''

''निश्चितच डॉ. साळवे, आमच्याकडेही कुठला पर्याय नाही. बंदोबस्त वाढवलाय पण त्याने प्रश्न सुटणार नाही. एवढ्या अफाट नगरीत एखाद्या पदार्थाचं किंवा व्यक्तीचं अस्तित्व शोधणं म्हणजे विमानातून आपलं घर शोधण्यासारखं आहे.'' आयुक्त कामठे सहमती दाखवत म्हणाले.

''तेच काम आपल्याला करायचंय कामठेसाहेब. व्यक्तीचाच नाही, तर स्फोटकांचाही शोध घ्यायचाय. कुणालाही न कळता... आपल्याला फक्त तीच व्यक्ती ताब्यात घ्यायचीय, जिच्याजवळ स्फोटकं आहेत.'' डॉ. साळवे म्हणाले.

''पण ते कसं काय?'' उपायुक्त शिंदे उत्तरले.

''मला वाटतं ते इथं सांगणं उचित ठरणार नाही. जर का तुम्ही सगळे यावेळी माझ्या प्रयोगशाळेत आलात तर मला प्रात्यक्षिकासह तुम्हाला माझी योजना सांगता येईल. कारण याला जे तंत्र व यंत्र वापरले जाणार आहे त्याची जुजबी माहिती तुम्हाला असणं आवश्यक आहे. शेवटी तुमच्या आधारावरच मी हा प्रयोग करून अतिरेकी व स्फोटकांचा छडा लावणार आहे. तर कामठेसाहेब तुमची सर्व पोलीस यंत्रणा मला उद्यापासून हवी आहे. चालेल ना?'' डॉ साळवेंनी योजना सांगायला सुरुवात केली होती.

''होय डॉ. साळवे, आमची सर्व यंत्रणा तुमच्यासोबत असेल.'' कामठे सहमती दर्शवीत बोलले.

''आम्ही स्वत:सुद्धा जातीने सामील होऊ सर!'' उपायुक्त गिरमे उत्साहाने म्हणाले.

''थँक्स! पुण्याचा नव्हे, तर राष्ट्राचा प्रश्न आहे. मुंबईत बॉम्बस्फोट घडवून

त्यांनी साऱ्या देशाचं लक्ष तिकडं वेधलंय. ते एक बरंच झालंय. त्यात प्रामुख्याने मोठ्या प्रमाणात आर. डी. एक्स. हे स्फोटक वापरल्याचं माझ्या शास्त्रज्ञ मित्रांनी कळवलंय. इथेही अतिरेक्यांजवळ हीच स्फोटकं असावीत असं मला वाटतं. त्याचाच आधार घेऊन मी योजना व प्रयोग सांगतो. मग येताय ना, माझ्या प्रयोगशाळेत— एच.इ.एम.आर.एल., सुतारवाडी. लेट्स स्टार्ट दि मिशन राइट नाऊ.'' डॉ. साळवे उत्स्फूर्तपणे म्हणाले होते. आयुक्त कामठे उठत म्हणाले,

''यस सर, लेट अस स्टार्ट.'' कॅप डोक्यावर ठेवीत पुढे म्हणाले,

''आम्ही सर्व जण वेगवेगळ्या मार्गांनी तुमच्या प्रयोगशाळेत पोहोचतो.''

''ठीक आहे. मी निघतो.''

डॉ. साळवे वळले व कॉन्फरन्स रूमबाहेर पडले. सर्व पोलीस अधिकाऱ्यांना या सामान्य देहाच्या पण असामान्य बुद्धिमत्तेच्या शास्त्रज्ञाची दखल घेणं भाग पडलं होतं. ते तिथं नव्हते तरी त्यांचं अस्तित्व जाणवत राहिलं.

एक एक करीत सर्व पोलीस अधिकारी बाहेर पडले आणि सुतारवाडीकडे निघाले.

आयुक्त कामठे एच. इ. एम. आर. एल. च्या कडक सिक्युरिटीमधून आत आले होते. इथं पंतप्रधानांनाही सहज सोडलं जात नव्हतं. कारण ही संस्था लष्कराच्या अखत्यारीतील असून अतिमहत्त्वाची होती. आतील मुख्य इमारत भव्य व वेगवेगळ्या विभागांत विखुरलेली होती. आजूबाजूला सुशोभित बागा होत्या. परिसर खूप मोठा असल्याने वेगवेगळ्या ठिकाणी प्रयोगशाळा होत्या. तेथेही बहुसंख्य स्फोटकं व त्यासंबंधित पदार्थांवर संशोधन सुरू होतं. कामठेंची जीप मुख्य इमारतीच्या डाव्या बाजूने वळसा घेऊन मागे वायव्य दिशेस एका इमारतीजवळ थांबली. त्यापाठोपाठ इतरही पोलीस अधिकाऱ्यांच्या गाड्या येऊन थांबल्या. आयुक्त कामठे उतरले व उजवीकडच्या एका भव्य प्रयोगशाळेत त्यांनी प्रवेश केला. डॉ. साळवेंनी सस्मित त्यांचं स्वागत केलं.

''या कामठेसाहेब, बसा.''

कामठे बसले, तसे सर्व अधिकारीही बसले. प्रयोगशाळा पाहून सर्वच पोलीस अधिकारी थक्क झाले होते. वेगवेगळी अद्ययावत उपकरणं असंख्य तारांच्या जंजाळांनी वेढलेली होती. प्रयोगशाळा संपूर्ण वातानुकूलित होती. काही ठिकाणी सिग्नल्सचे डिटेक्शन चालले होते. डॉ. साळवेंनी प्रयोगशाळा दाखवून सर्वसाधारण इथे काय चालतं याची कल्पना दिली. ते आसनस्थ होत म्हणाले,

''कामठे साहेब!... लेट अस कम टू दि डिस्कशन. मी तुम्हाला सविस्तर सांगतो.''

डॉ. साळवे उठले व एका उपकरणाजवळ जाऊन काही बटणं दाबून आकड्यांची

अदलाबदल केली आणि पुन्हा येऊन म्हणाले,

"गेली वीस वर्षे मी स्फोटकांवर संशोधन करीत आहे. त्यांचा वेध घेत आहे. न दिसणारी स्फोटकं शोधून काढणारी यंत्रणा विकसित करणे हा माझा हेतू होता आणि आजही आहे. कारण जगभरात अशा स्फोटकांमुळे निरपराध लोकांचे खूप बळी जातात. त्यामुळे प्रत्येक देशाच्या प्रशासकांनी अशा संशोधनावर प्रचंड पैसा ओतला आहे. भारतातही त्यावर संशोधन सुरू आहे आणि बरीच तंत्रं विकसितही झालेली आहेत पण ती तेवढी सक्षम नाहीत. एखादा माणूस स्फोटकं घेऊन जात असेल, तर ती सांगणारी यंत्रणा आपल्याजवळ नाही. पर्यायाने योग्य वेळी माहिती उपलब्ध नसल्याने निरपराधांचे बळी जातात, हे ओघाने आलंच. हाच धागा पकडून मी माझं आयुष्य यात खर्ची केलं."

तेवढ्यात तेथील कर्मचाऱ्याने चहा आणून दिला होता. कामठे व इतर अधिकाऱ्यांना आग्रह करीत त्यांनी चहाचा घोट घेतला व म्हणाले,

"गेल्या दशकात अतिशक्तिशाली रेडिओ लहरींचा उपयोग स्फोटकं शोधण्यासाठी होऊ लागला आहे. मीही तो केला आणि यशस्वी झालो पण मला अजून वेगळं करायचं होतं. प्रयोगशाळेमध्ये बसूनच मला स्फोटकं शोधायची यंत्रणा तयार करायची होती. तसा सहयोगाचा प्रकल्प मी चार वर्षांपूर्वीच इस्रोला (ISRO) सादर केला होता आणि तो यशस्वीही झाला. प्रयोगशाळेत नाही पण उपग्रह नियंत्रण कक्षेत बसून मला स्फोटकांची माहिती मिळू लागली."

कामठे स्वत:ला सावरीत उत्सुकतेने म्हणाले,

"कसं काय?" इतरांच्याही चेहऱ्यावर हाच प्रश्न होता.

"प्रेषणीपासून (Transmitter)! आसमंतात गेलेल्या रेडिओलहरींची जर का स्फोटकांशी परस्पर क्रिया झाली, तर तेथून ठरावीक वारंवारितेच्या रेडिओलहरी परावर्तित होतात आणि त्या पुन्हा आसमंतात जाऊन पृथ्वीचं वातावरण भेदून उपग्रहात असलेल्या डिटेक्टरमध्ये शोषल्या जातात. या रेडिओलहरीच स्फोटकांची ठरावीक माहिती घेऊन येतात. पर्यायाने स्फोटकांची माहिती मिळते व उपग्रहात असलेल्या रिमोट सेन्सरमुळे स्फोटकं नेत असलेल्या मानवाच्या हालचाली कळतात."

"म्हणजे हे सर्व नियंत्रण कक्षेत बसल्या जागी कळतंय असंच ना?" उपायुक्त शिंदेंनी मध्येच उत्कटतेने विचारलं होतं.

डॉ. साळवे त्यांच्याकडे पाहत म्हणाले,

"यू ब्रॉट मी टू दि स्पेसिफिक पॉईंट. होय, बसल्या जागीच हे कळतंय. ग्लोबल पोझिशनिंग सिस्टिम या तंत्रज्ञानामुळे. त्याच्या साहाय्याने अतिसूक्ष्म स्थळांची अचूक माहिती मिळू शकते; आपले बरेच उपग्रह भूस्थिर कक्षेत फिरत असून त्यातील एका-दोघांचा उपयोग आपण आपल्या कामासाठी करू शकतो."

डॉ. साळवेंनी माहिती दिली.

"पण ती कशी? कुठं करणार? तसा वेळही कमी आहे." आयुक्त कामठे चिंतेने म्हणाले.

"डोन्ट वरी, माझी इस्त्रोचे संचालक डॉ. गोवईकर यांच्याशी आधीच चर्चा झालीय. त्यांनी एक स्लॉट देऊ केलाय. शिवाय ग्लोबल पोझिशनिंग सिस्टिमसाठी दोन-चार उपग्रहही उपलब्ध करून देण्याचं कबूल केलंय. इनफॅक्ट त्यांनाच हा प्रयोग लवकरात लवकर व्हावा, असे वाटत आहे. कारण देशाप्रती ते खूप भावूक आहेत." डॉ. साळवेंनी पूरक माहिती दिली.

"पण सर, तिथे जाईल कोण?" उपायुक्त गिरमेंचा सहज प्रश्न.

"अर्थात मीच! स्फोटकांचं लोकेशन मीच ठरवीन पण फक्त तेवढ्याने भागणार नाही. अतिरेकी किंवा स्फोटकं कुठं आहेत हे मी सांगेन, पण शेवटी त्यांना पकडायचं तुम्हालाच आहे."

"सर, ते आम्ही निश्चित करू." चतु:शृंगी पोलीस ठाण्याचे इन्स्पेक्टर पवार निग्रहाने म्हणाले.

डॉ. साळवे इन्स्पेक्टर पवारांकडे स्मित करीत म्हणाले,

"म्हणूनच मी तुम्हा सगळ्यांना इथं बोलावलंय. कारण कुठलाही स्फोट न होता अतिरेक्यांना पकडणं हे सर्वस्वी तुमच्यावर अवलंबून आहे."

"सर, आम्ही सज्ज आहोत. तुम्ही निर्धास्त ते काम आमच्यावर सोपवा." बंडगार्डनचे इन्स्पेक्टर कावरे म्हणाले.

"फक्त तुम्ही आम्हाला लोकेशन सांगा, पुढची मोहीम आम्ही फत्ते करू." औंधचे इन्स्पेक्टर कदम हिरीरीने म्हणाले.

"त्याचसाठी मी एक वेगळी यंत्रणा विकसित केलीय. त्याचं प्रात्यक्षिक समजून घेणं महत्त्वाचं आहे." समोरच्या पेल्यातलं पाणी डॉ. साळवे गटागटा प्यायले व पुढे म्हणाले,

"अतिरेकी, स्फोटके व लोकेशनची माहिती तर मी तुम्हाला लगेचच कळवेन, पण तेथे असंख्य लोकांमध्ये तुम्ही त्याला कसे शोधाल?"

सर्व जण एकमेकांच्या तोंडाकडे पाहू लागले. हा फारच महत्त्वाचा घटक होता. अशाही परिस्थितीत अतिरेक्याला स्पॉटआउट करणे सोपं नव्हतं.

"डॉ. साळवे, ही बाब आमच्या लक्षात आली नाही." कामठे म्हणाले,

"ती माझ्याही नव्हती. म्हणून मी पुन्हा संशोधन केलं. त्यात मला आढळलंय की जेव्हा स्फोटकांपासून रेडिओलहरी परावर्तित होतात, तेव्हा त्यापासून मायक्रोवेव्हही बाहेर पडतात आणि त्या आजूबाजूच्या परिसरात दूरवर प्रसरण पावतात. याच गोष्टींचा फायदा घेऊन मी मायक्रोवेव्हच्या साहाय्याने इमेजिंग तंत्र विकसित केलं.

ज्याच्यापासून मायक्रोवेव्ह बाहेर पडतात फक्त त्याच वस्तूचं छायाचित्रण प्रामुख्याने होतं. साधारण स्फोटकांमध्ये नायट्रोजन, ऑक्सिजन, कार्बन या मूलद्रव्यांचे प्रमाण असल्याने रेडिओलहरी परावर्तित होताना ही मूलद्रव्य स्पंदन होऊन मायक्रोवेव्ह निर्माण करतात. याच लहरी पकडून मी एक उपकरण तयार केलंय.''

डॉ. साळवे उठले व एका उपकरणाजवळ येऊन म्हणाले,

''इकडे या कामठेसाहेब.'' त्या क्षणी सर्वजण उपकरणाजवळ गेले. डॉ. साळवे त्या उपकरणाविषयी सखोल माहिती देत म्हणाले,

''याचाच तुम्हाला प्रामुख्याने उपयोग करायचाय, मी तुम्हाला प्रात्यक्षिकच करून दाखवतो. इन्स्पेक्टर कदम यू जस्ट स्टँड ओव्हर देअर.''

इन्स्पेक्टर कदम डॉ. साळवेंनी निर्देश केलेल्या ठिकाणी उभे राहिले आणि डॉ. साळवेंनी उपकरण सुरू केलं पण कॉम्प्युटर पडद्यावर कुठलीही प्रतिमा नव्हती.

डॉ. साळवे लगबगीने शेजारच्या रूममध्ये गेले व हातात एक मोठा बॉक्स घेऊन आले. इन्स्पेक्टर कदमांच्या हाती देत म्हणाले,

''हे घ्या आणि बघा!''

इन्स्पेक्टर कदम यांनी हाती बॉक्स घेताच त्यांची प्रतिमा कॉम्प्युटर पडद्यावर आली. बॉक्समधील पदार्थ ठळकपणे दिसत होता. डॉ. साळवे उत्साहाने म्हणाले,

''बघितलं कामठेसाहेब? जर का स्फोटके हातात असली तरच इमेज पडद्यावर येते. अन्यथा नाही.''

''याचा अर्थ... कितीही गर्दीत असलेल्या अतिरेक्यालाच आपण पकडू शकू. सॉर्ट आउट करू शकू.'' इन्स्पेक्टर पवार म्हणाले.

''करेक्ट आणि इथेच तुमचं खरं कौशल्य आहे. सामान्य माणूस किंबहुना अतिरेक्याला न कळताच हे काम तुम्हाला करायचंय.'' उपकरण बंद करीत डॉ. साळवे पुढे म्हणाले,

''मी एकूण पाच उपकरणं बनवलेली आहेत. म्हणजे पुण्याच्या पाच झोनमध्ये त्यांचा उपयोग करता येईल. आता ही जबाबदारी कोण घेईल, हे तुम्ही ठरवायचं.''

आयुक्त कामठे तत्काळ उत्तरले,

''डॉ. साळवे, आपल्याकडे एकूण एक शिलेदार आहेत. इन्स्पेक्टर पवार खडकी व येरवडाचा झोन पाहतील; तर इन्स्पेक्टर कदम हिंजवडी, बाणेर, औंध; इन्स्पेक्टर कावरे कँप परिसर; इन्स्पेक्टर शेवाळे स्वारगेट, बिबवेवाडी, पर्वती; तर इन्स्पेक्टर पाटील सिंहगड परिसर. प्रत्येकाला अद्ययावत गाडी देऊन त्यात हे उपकरण नेता येईल आणि दिलेल्या परिसरात ते फिरत राहतील.''

“पण सर, या उपकरणाचे ऑपरेशन तसे कठीण आहे.” इन्स्पेक्टर कदम म्हणाले.

“त्याची काळजी नको. माझे तंत्रज्ञ तुमच्या सोबत असतील. दे विल डू दॅट जॉब. टार्गेट लोकेट करण्याचं काम ते करतील. अतिरेक्यांना पकडण्याचं काम तुम्ही करा.” डॉ. साळवेंनी तोही प्रश्न सोडवला होता. आयुक्त कामठे विचार करीत म्हणाले,

“डॉ. साळवे, तुम्ही बेंगलोरला कधी जाणार आहात?”

“आजच. किंबहुना सायंकाळीच. कारण येते चोवीस तास फार महत्त्वाचे आहेत. गेल्या गेल्या रात्रीच मी पुणे शहर व परिसर ग्लोबल पोझिशनिंग सिस्टिमवर टाकतो आणि स्पॉट न् स्पॉट रेक्टिफाय करायला लागतो. मला ज्या परिसरातला सिग्नल मिळेल, तेथील तंत्रज्ञाला लगेच मायक्रोवेव्ह इमेजिंग सिस्टिम सुरू करायला सांगतो. पुढचं काम आपले खंदे शिलेदार करतीलच!” डॉ. साळवेंनी आता थोडक्यात योजनाच सांगून टाकली.

सर्वांनाच आता प्रयोगाची साधारण कल्पना व मिळणाऱ्या परिणामांची माहिती झाली होती. कुणी काय करायचं तेही ठरवलं गेलं. आयुक्त कामठे कौतुकाने डॉ. साळवेंकडे पाहत म्हणाले,

“डॉ. साळवे एक विनंती आहे.”

“बोला ना.”

“तुमच्या सोबत आमचे हे दोघे उपायुक्त शिंदे व गिरमेंनाही बेंगलोरला घेऊन जाऊ शकाल?”

डॉ. साळवे आनंदाने उद्गारले,

“श्योऽऽ..र.. का नाही? जरूर! दोघंही येऊ शकतात. त्यांचं तिकीटही लष्कराच्या कोट्यातून बुक करून टाकतो!”

“डॉ. साळवे, लेट्स होप फॉर गुड.” आयुक्त कामठे आदरयुक्तपणे म्हणाले होते.

“इट्स ऑल राईट. भारतीय या नात्याने आपणा सर्वांचे हे कर्तव्य आहे. आय होप टू गेट अ सक्सेस टू.”

आयुक्त कामठेंनी हात मिळविला होता. प्रत्येकाने हात मिळवीत डॉ. साळवेंचा निरोप घेतला. उपायुक्त शिंदे व गिरमेही विमानतळावर भेटण्याचं सांगून बाहेर पडले होते.

प्रत्येक जण आता ध्येयानं प्रेरित झाला होता. अतिरेकी व स्फोटकांचा शोध घ्यायचाच होता. पुण्याला वाचवायचं होतं. मुंबई मात्र स्फोटानंतरच्या परिणामांनी अजूनही धगधगत होती. त्याची झळ पुण्यापर्यंतही येत होती. डॉ. साळवेंच्या रूपाने

पोलीस खात्याला एक मोठाच आधार मिळाला होता.

डॉ. साळवे, उपायुक्त शिंदे व गिरमेंसोबत रात्रीच्याच विमानाने बेंगलोरला आले होते. आल्या आल्या रात्रीच त्यांनी इस्रोचे संचालक गोवईकरांची भेट घेतली. या कामासाठी 'ग्लोबल पोझिशनिंग सिस्टिमचा' खास स्लॉट काढून, तंत्रज्ञांची टीमही तयार ठेवण्यात आली होती.

इस्रोच्या मुख्य कक्षेत तिघेही दाखल झाले होते. नियंत्रण कक्षा अतिशय प्रशस्त व विविध इलेक्ट्रॉनिक उपकरणांनी सज्ज होती. बरेच तंत्रज्ञ तेथे कार्यरत होते. इथूनच उपग्रहाचं नियंत्रण व निरीक्षण केलं जात होतं. उपग्रहांपासून येणाऱ्या हवामानासंबंधीची माहिती रात्रंदिवस गोळा केली जात होती व अनुषंगाने त्याचं पृथक्करण करण्यात येत होतं.

डॉ. साळवे नियंत्रण कक्षेत शिरताच, काही तंत्रज्ञ व शास्त्रज्ञ त्यांच्या आजूबाजूला गोळा झाले. दीर्घ काळापासून डॉ. साळवेंचं इस्रोशी नातं असल्याने बहुसंख्य तंत्रज्ञ त्यांना ओळखत होते. म्हणून नियंत्रण कक्षात येताच ते स्वत:ही निर्धास्तपणे हव्या त्या ठिकाणी गेले होते.

एका भव्य कंट्रोल पॅनेलसमोर तंत्रज्ञ, डॉ. साळवे, उपायुक्त शिंदे व गिरमे बसले होते. इतकी भव्य उपकरणे व तारांचे जंजाळेही ते दोघं प्रथमच पाहत होते. प्रत्येक कॉम्प्युटरवर उपग्रहांची प्रतिकृती अवकाशात फिरताना दिसत होती. यावेळी रात्रीचा एक वाजला होता.

तंत्रज्ञांनी ग्लोबल सिस्टिम सुरू करताच समोरील कॉम्प्युटरच्या मोठ्या पडद्यावर काही उपग्रहांची साखळी दिसू लागली. तंत्रज्ञांनी काही सेटिंग्ज करताच शेजारच्या संगणकावर पुणे शहर व परिसर दिसू लागला. डॉ. साळवेही मदत करू लागले. रेडिओलहरींचा मारा सुरू करताच काही ठिकाणी लाल ठिपके दिसू लागले. तो खडकीचा परिसर होता. तेथे स्फोटकांचीच फॅक्टरी असल्याने, ती माहीत होती. बाकी इतर ठिकाणी काहीही दिसत नव्हतं.

डॉ. साळवेंनी, शिंदे व गिरमेंना समजावून सांगितलं होतं. रात्रभर आता सर्वच निरीक्षण करणार होते.

इकडे पुण्यात आयुक्त कामठेंनी संपूर्ण पोलीस यंत्रणा कामाला लावली होती. सर्वच पोलीस सिव्हिल ड्रेसमध्ये फिरून क्षणाक्षणाची माहिती पाच झोनमध्ये फिरणाऱ्या मोबाइल व्हॅनला देत होते. पाचही व्हॅनमध्ये इमेजिंग यंत्रणा बसवलेली होती. तंत्रज्ञ सतर्कतेने बेंगलोरहून येणाऱ्या संकेताची वाट पाहत होते. इन्स्पेक्टर पवार, कदम, कावरे, शेवाळे, पाटील यांच्यावर प्रत्येक झोनची जबाबदारी होती.

रात्रीपासूनच त्यांनी फेऱ्या सुरू केल्या होत्या. कुणालाही कळणार नाही, अशा पद्धतीने ते परिसराचा शोध घेत होते.

पहाट उलटून सकाळ झाली. नियंत्रण कक्षेत तंत्रज्ञांसोबत डॉ. साळवे, शिंदे व गिरमे अधीरतेने पडद्यावर निरीक्षण करीत होते. रेडिओ लहरींचा झोत तीव्र करीत होते पण अजूनही हवे ते सिग्नल मिळत नव्हते. कदाचित या परिसरात हे अतिरेकी नसावेत. बाहेरून येण्याची त्यांची योजना असावी.

सकाळचे सात वाजले. डॉ. साळवेंचं पडद्याकडे सहजच लक्ष गेलं. तेथे एक नवीन ठिपका हालचाल करताना दिसला. ते सावरून बसले. तंत्रज्ञांनी सेटिंग्ज अजून सूक्ष्म केल्या. उपायुक्त शिंदे व गिरमे सतर्क झाले. तो ठिपका हालचाल करतोय, याचा अर्थ स्फोटके कुणाजवळतरी असावीत.

त्या ठिपक्याचा परिसर अजून फोकस करताच, ते पुणे स्टेशन होतं व डेक्कन क्वीनमध्ये ती स्फोटके होती.

डॉ. साळवेंनी संपर्क यंत्रणा सुरू करताच, त्या परिसराची जबाबदारी असलेल्या इन्स्पेक्टर कावरेंशी संपर्क साधला...

''यस सरऽऽ...'' इन्स्पेक्टर कावरे उत्सुकतेने म्हणाले.

''इन्स्पेक्टर कावरे, टार्गेट डेक्कन क्वीनमध्ये आहे. त्वरित जा आणि यंत्रणा सुरू करा. गो अहेड फास्ट... बेस्ट लक.''

याच वेळी हिंजवडी, स्वारगेट, लक्ष्मी रोड, खडकी येथेही लाल ठिपके ठळकपणे अवतरू लागले. त्यानुसार डॉ. साळवेंनी सर्वांशीच तातडीने संपर्क साधला होता. ही सर्व स्फोटके नेणारे अतिरेकीच आहेत, याची खात्री डॉ. साळवेंना होती. उपायुक्तांकडे पाहत ते म्हणाले,

''बघा शिंदेसाहेब, अतिशय योजनाबद्धरीतीने ही साखळी निर्माण करण्यात आली आहे. पुण्यातील महत्त्वाची ठिकाणं निवडलेली आहेत. कदाचित या एका तासात हे सर्व स्फोट एकाच वेळी घडवून आणण्याची त्यांची योजना असावी. म्हणूनच ते बाहेर पडले असावेत. लेट अस होप दॅट अवर सोल्जर्स विल डू द बेस्ट.''

''सर, तुम्ही काहीही काळजी करू नका. ज्या पाच जणांवर ही जबाबदारी सोपवलीय ते पोलीस दलातील हिरे आहेत. या दोन तासांत आपल्याला तिकडून फोन येईल. तुम्ही निश्चिंत राहा.'' शिंदे आत्मविश्वासाने म्हणाले होते.

''....आणि शिवाय तुमचा प्रयोगही ते यशस्वी करतील सर.'' गिरमे लाल ठिपक्यांकडे पाहत म्हणाले होते.

तंत्रज्ञ अजूनही वेगवेगळ्या ठिकाणी पोझिशनिंग करून स्फोटके शोधण्याचा

प्रयत्न करीत होते. डॉ. साळवे, शिंदे व गिरमे आता पुण्याहून येणाऱ्या निरोपाची आतुरतेने वाट पाहू लागले.

इन्स्पेक्टर कावरेंना बेंगलोरहून संकेत येताच, ते पाच मिनिटात पुणे स्टेशनला हजर झाले. डेक्कन सुटायला अजून सात मिनिटे बाकी होती. सकाळी नियमित अप-डाउन करणाऱ्या प्रवाशांची गर्दीही खूप होती. जो-तो मुंबईत परवाच झालेल्या बॉम्बस्फोटाची भीती मनात बाळगून प्रवास करीत होता. कधी काय होईल सांगता येत नव्हतं.

साधारण संपूर्ण डेक्कन क्वीन दोनशे मीटरच्या आत येईल, अशा ठिकाणी व्हॅन उभी केली. एच.इ.एम.आर.एल. च्या तंत्रज्ञाने मायक्रोवेव्ह उपकरण कार्यान्वित केलं व त्यामध्ये असलेले सेन्सर प्रोब स्कॅन करू लागले... तत्क्षणी एका व्यक्तीची प्रतिकृती त्याच्याजवळ असलेल्या स्फोटकांसह अवतरली होती. तंत्रज्ञाने लगेच त्याची प्रत इन्स्पेक्टर कावरेंच्या हातात दिली व त्यांनी स्वत: त्या इमेजचा अभ्यास करून ठिकाण शोधून काढलं. अजूनही डेक्कन क्वीन सुटायला चार मिनिटे बाकी होती. इन्स्पेक्टर कावरे चार कमांडोजना सोबत घेऊन रेल्वे स्टेशनात शिरले. सर्व जण सिव्हिल ड्रेसमध्येच असल्याने ओळखण्याचा किंवा अतिरेक्याने सतर्क होण्याचा प्रश्नच नव्हता.

इन्स्पेक्टर कावरेंची चपळता व्हॅनमध्ये बसलेले तंत्रज्ञ पाहतच राहिले होते. पुढचं काम स्फटिकासारखं स्वच्छ होतं. इमेज इतकी साफ होती, त्यामुळे इन्स्पेक्टर कावरेंचं काम सोपं झालं होतं.

डेक्कन क्वीन सुटण्याच्या एक मिनिट आधी इन्स्पेक्टर कावरे व त्यांच्या टीमने अतिरेक्यांना स्फोटकांसोबत पकडलं होत. ही घटना इतक्या वेगाने घडली की, आजूबाजूंच्या प्रवाशांना काय झालं तेही कळलं नव्हतं.

अतिरेक्यांना व्हॅनमध्ये टाकून इन्स्पेक्टर कावरे पोलीस आयुक्तालयाकडे रवाना झाले. पहिली चाल यशस्वी झाल्याचा संदेश डॉ. साळवेंना लगेच पाठवण्यात आला होता.

त्याचवेळी हिंजवडीतील संकेत मिळताच इन्स्पेक्टर कदम आपली यंत्रणा व मनुष्यबळासकट हजर झाले होते. आय. टी. पार्कमध्ये शिरताच, तंत्रज्ञाने उपकरण कार्यान्वित केले होते. कारण त्यांना कुठलीही जोखीम घ्यायची नव्हती. सकाळच्या शिफ्टची खूपच गर्दी होती. गळ्यात आयडेंटिटी कार्ड लटकवून प्रत्येक संगणक अभियंता कामावर जायच्या गडबडीत होते. आय.टी. पार्कमुळे पुणे जगाच्या मुख्य प्रवाहात आलेलं महत्त्वाचं शहर होतं.

इन्फोसिसच्या मुख्य इमारतीजवळ येताच, एकाची प्रतिकृती उमटली आणि ती

पाहताच इन्स्पेक्टर कदम हादरले होते. तो एक सुशिक्षित संगणक अभियंता होता आणि शिवाय मानवी बॉम्बही. त्याच्या कंबरेला स्फोटकं विशिष्ट आकारात बांधलेली होती. थोडासा जरी दाब पडला तरी स्फोट होणार होता. इन्स्पेक्टर कदम अनुभवी व तेवढेच शूरही होते. या अतिरेक्याला शिताफीनेच पकडावे लागणार हे त्यांच्या लक्षात आले. घाई न करता त्यांनी शांत डोक्याने हळूहळू पावलं टाकण्याचं ठरवलं. नाहीतर आय.टी.पार्क बेचिराख होणार होतं.

व्हॅन दूर पार्क करताच, इन्स्पेक्टर कदमांनी योग्य सापळा रचला. तिघा-चौघांनी शिताफीने त्या संगणक अभियंत्यावर झडप घालून त्याला सरळ झोपवला. इन्स्पेक्टर कदमांनी त्याला क्षणात नागडा करून कंबरेला बांधलेली स्फोटकं निकामी केली. अतिरेक्याला इन्स्पेक्टर कदमांनी कुठलीही संधी दिली नव्हती. क्षणात काय झालं हे कळण्याच्या आत इन्स्पेक्टर कदमांनी अतिरेक्याला उचलून व्हॅनमध्ये टाकलं व व्हॅन पोलीस मुख्यालयाकडे धावू लागली.

इन्स्पेक्टर पवारांनीही खडकीतील ॲनिमेशन फॅक्टरीजवळ प्रचंड मोठा साठा घेऊन जाणाऱ्या अतिरेक्याला पकडलं होतं. हा स्फोट जर झाला असता तर ॲनिमेशन फॅक्टरीतही स्फोट झाले असते आणि मोठाच महासंहार घडून आला असता. इन्स्पेक्टर पवार विचारानेच नुसते सुन्न झाले होते. इन्स्पेक्टर कावरेंनी ओशोंच्या आश्रमाजवळ अजून एका अतिरेक्याला पकडले होते. तर स्वारगेट, सिंहगड परिसरातही स्फोटकांचा मोठा साठा मिळविण्यात इन्स्पेक्टर शेवाळे व इन्स्पेक्टर पाटलांना यश आलं होतं.

एकूण आठ अतिरेकी व आर.डी.एक्स. स्फोटकांचा मोठा साठा जप्त करण्यात आला होता. त्यात तीन मानवी बॉम्ब होते. ही कामगिरी एकाच वेळी केवळ एका तासाच्या आत करण्यात आली. डॉ. साळवेंना कामगिरी फत्ते झाल्याचा संदेश तत्काळ पाठविण्यात आला.

डॉ. साळवे, उपायुक्त शिंदे व गिरमेंना अतिशय आनंद झाला होता. डॉ. साळवेंसारखे महान शास्त्रज्ञ काय करू शकतात, हे शिंदे व गिरमेंना कळालं होतं. लाखो लोकांचे प्राण त्यांनी वाचविले होते.

इस्रोच्या संचालकांना भेटून प्रयोग व मोहीम यशस्वी झाल्याचं सांगताच त्यांना आनंद झाला होता. हा प्रयोग यशस्वी होणार याची खात्री त्यांना होती. डॉ. साळवेंवर संचालक गोवईकरांनी नकळत दृढ विश्वास दर्शविला होता व त्याचवेळी इस्रोच्या पुढच्या अतिमहत्त्वाच्या संशोधन प्रकल्पांमध्येही त्यांना सामील करून घेण्यात आलं होतं. दुपारीच डॉ. साळवे, उपायुक्त शिंदे व गिरमे बेंगलोरहून पुण्याला आले होते.

पोलीस आयुक्त कामठे आपले सहकारी शिंदे व गिरमेंसोबत एच.इ.एम.आर.एल.

संस्थेच्या, डॉ. साळवेंच्या प्रयोगशाळेत हजर झाले. त्यावेळी डॉ. साळवे असंख्य तारा असणाऱ्या एका उपकरणाजवळ काहीतरी नोंदी घेण्यात मग्न होते. त्यांची ती हडकुळी मूर्ती पाहून आयुक्त कामठे नतमस्तक झाले. ते हिरिरीने म्हणाले,

"डॉ. साळवेऽऽ..."

डॉ. साळवेंनी अभावितपणे मागे पाहिले व उपायुक्त कामठेंना पाहून उद्‌गारले,

"अरे कामठेसाहेब, कधी आलात? बसा ना."

"नाही सर, आम्ही बसायला नाही आलोय, आपली मोहीम फत्ते झाल्याचं सांगण्यासाठी आलो व तुमचे आभार!"

डॉ. साळवे मध्येच म्हणाले,

"आभार कसले मानता कामठेसाहेब. अहो, निरपराध्यांचे प्राण वाचवणे हे आपले कर्तव्यच आणि शास्त्रज्ञांचं तर ते कामच आहे."

"सर, तुम्ही लाखो लोकांचे प्राण वाचवलेत. ही मोहीम फत्ते होणे तुमच्याशिवाय शक्य नव्हतं." शिंदे सद्‌गदित होत म्हणाले.

"कल्पना करता येणार नाही असे जहाल अतिरेकी व स्फोटकं फक्त तुमच्यामुळेच सापडणं शक्य झालं. मुख्यमंत्री व पंतप्रधानांना हे संदेश कधीच गेलेत."

पोलीस आयुक्त कामठे भावनावश होत त्यांनी डॉ. साळवेंना कडक सॅल्युट ठोकला. त्याचीच पुनरावृत्ती करीत शिंदे व गिरमेंनीही अटेंशन होत डॉ. साळवेंना मानवंदना दिली होती.

पोलीस आयुक्त कामठे, शिंदे व गिरमे तिघेही नतमस्तक झाले होते. आपल्या पदाचा मान बाजूला ठेवून त्यांनी समोरील महान शास्त्रज्ञाला अभिवादन केले होते. डॉ. साळवे ओशाळले. त्यांनीही प्रतिसॅल्युट केला व नकळत त्यांच्या डोळ्याच्या कडा ओल्या झाल्या.

आयुक्त कामठे, शिंदे व गिरमे त्यांचा निरोप घेऊन प्रयोगशाळेबाहेर आले होते. डॉ. साळवे या तिघाही रुबाबदार व्यक्तिमत्त्वांकडे पाहत राहिले. त्यावेळी डॉ. साळवेंना कमालीची सुरक्षितता जाणवत राहिली आणि त्यांनी केलेल्या कामाचं समाधानही त्यांच्या चेहऱ्यावर झळकत राहिलं.

◆

कोळिष्टक

रात्रीचे नऊ वाजून गेले होते. डॉ. शरणकुमार मगरे प्रयोगशाळेतील आपल्या केबिनमध्ये धिम्या पावलानं येऊन बसले. चेहऱ्यावरनं त्यांना प्रचंड थकवा आला असल्याचं जाणवत होतं. खरं तर त्यांना उद्या सकाळी गावी जायचं होतं वडिलांच्या वर्षश्राद्धाला. दोन वर्षांपूर्वी ते अचानक गेले आणि डॉ. शरणकुमार काही काळ वैफल्यग्रस्त झाले. वडिलांवर त्यांचं विलक्षण प्रेम होतं. ते अशिक्षित असले तरी त्यांची स्वत:ची एक वैचारिक बैठक होती, प्रगल्भता होती. शिक्षकानं आपला मुलगा हुशार असल्याचं सांगताच, त्यांनी त्याच्या शिक्षणासाठी जीवाचं रान केल्याचं डॉ. शरणना आठवतं होतं. आज त्यांची स्वत:ची एक शास्त्रज्ञ म्हणून ख्याती होती. भारतात व परदेशातही ते एक प्रख्यात जनुक शास्त्रज्ञ म्हणून ओळखले जात होते. जैवतंत्रज्ञान व जनुकशास्त्र यांचा मेळ घालून प्रयोग करणारे ते पहिले भारतीय होते. ही प्रगती बघण्यास त्यांचे वडील नव्हते. त्यामुळे डॉ. शरण कमालीचे अस्वस्थ होते. त्यांच्या वर्षश्राद्धाच्या निमित्ताने पुन्हा वडिलांच्या आठवणीने ते व्याकूळ झाले होते. जगात कुठेही असले तरी ते वडिलांच्या वर्षश्राद्धाला गावी येत असत. उद्याही त्यांना सकाळीच निघायचं होतं पण त्यांनी सुरू केलेल्या प्रयोगाचे काही परिणाम अपेक्षित असल्याने, त्यांना उशीर होत होता.

एक दीर्घ श्वास सोडत त्यांनी केबिनच्या काच तावदानातनं पाहिलं. अंधाराच्या पार्श्वभूमीवर एका कोळ्याचं कोळिष्टक त्यांना स्पष्टपणे दिसत होतं. त्याने निर्माण केलेल्या जाळ्यातील धाग्यांवरनं प्रखर प्रकाश परावर्तित होत होता आणि त्यातील तो कोळी आत्मविश्वासाने त्याने बनविलेल्या जाळ्याच्या मध्यभागी बसलेला दिसत होता. जाळ्याची सुसूत्रता बघून डॉ. शरण यांना कोळ्याचं कौतुक वाटत होतं आणि तेवढीच निसर्गाची किमया त्यांना मोहून टाकत होती. याच जाणिवेतून दोन वर्षांपूर्वी त्यांनी कोळ्यावरील संशोधनास सुरुवात केली होती. तो निर्माण करीत असलेल्या धाग्यांसंबंधीच्या उत्सुकतेने त्यांनी संशोधनास सुरुवात केली होती. पुढे जसजसे

दिवस जाऊ लागले, तसे हा धागा अजब असल्याचं त्यांच्या लक्षात आलं होतं. म्हणूनच त्यांनी कोळी निर्माण करीत असलेल्या धाग्यांच्या स्त्रोताबरोबरच, त्याच्या गुणधर्म व प्रथिनांचाही अभ्यास करण्यास सुरुवात केली होती.

डॉ. शरणनी पुन्हा आजूबाजूला पाहिलं. घड्याळात पाहत त्यांनी टेबलावर पडलेल्या सिगारेटीच्या पाकिटातनं एक सिगारेट काढीत ओठात धरली. पुन्हा एकवार दीर्घ श्वास सोडत त्यांनी ती लायटरनं पेटवली. घड्याळात पाहताच रात्रीचे साडे नऊ वाजल्याचं त्यांच्या लक्षात आलं पण अजूनही संशोधनातील काही परिणाम अपेक्षित असल्यानं ते तिथेच विचार करीत बसून होते.सिगारेटचा एकझुरका सोडीत, त्यांनी पुन्हा कोळिष्टकाकडे पाहिलं आणि त्यांचा चेहरा उत्सुकतेने चमकून गेला. समोर खिळलेली त्यांची नजर अजूनच तीक्ष्ण झाली. अजून एक दुसरा कोळी पहिल्या कोळ्याने निर्माण केलेल्या जाळ्यात सावकाशीने प्रवेश करीत असल्याचं पाहताच, ते सावरून बसले व पहिल्या कोळ्याची काय प्रतिक्रिया असू शकेल याची प्रतीक्षा करू लागले. काही काळ त्यांचा श्वासच रोखला गेला पण दुसरा कोळी जाळ्याच्या अर्ध्या वाटेवर येऊनही पहिला मात्र ढिम्मच होता. तो कुठलीही बंडखोरी करताना दिसत नव्हता किंवा आक्रमकही नव्हता. दुसऱ्या कोळ्यानं त्याच्या जाळ्यात घुसखोरी केलेली असताना तो काहीच करत नव्हता. यापूर्वीच्या प्रयोगातील परिणामांच्या ते विरुद्ध होतं. कारण निसर्गत: कुठलाही कोळी आपल्या जाळ्यात किंवा जागेत दुसऱ्या कुणालाही फिरकू देत नाही हे डॉ. शरणना ठाऊक होतं. ते भांडतात व जो प्रबळ आहे तो दुर्बलाला खाऊन टाकतो. डॉ. शरण कोळ्यांच्या याच स्वभाव गुणधर्मांवर दोन वर्ष अभ्यास करीत होते. अंशत: का होईना डॉ. शरण यांना अथक परिश्रमानं काही परिणाम मिळत होते. आत्मविश्वास निर्माण होण्यासाठी एवढे परिणामही त्यांना पुरेसे होते.

कोळ्यांनी एकत्रितपणे नांदावे व काम करावे या भावनेतून डॉ. शरण यांनी या प्रयोगाची सुरुवात केली होती. कारण असंख्य कोळ्यांची उत्पत्ती करून त्यांना धागे निर्माण करायचे होते. त्यासाठी त्यांनी कोळ्यांच्या विविध जाती, प्रजाती पडताळून प्रयोग करून पाहिले होते, पण कोळ्यांमधील नैसर्गिक प्रवृत्तीच आड येऊ लागली होती. जवळ येताच ते एकमेकांना गिळंकृत करून टाकीत असत.

यात बरेच दिवस गेले पण योग्य परिणाम अजूनही मिळत नव्हते. डॉ. शरण निराश झाले. कोळ्यांच्या वेगवेगळ्या जातींचा अभ्यास करण्याऐवजी, त्यातीलच कमी हिंसक कोळ्यांची निवड त्यांनी केली व जनुकांमध्येच बदल घडवून मवाळ जातीचे कोळी निर्माण करण्याच्या प्रयोगालाच डॉ. शरण यांनी हात घातला होता. वेगवेगळ्या तंत्राने जनुक पातळीवर बदल घडवून त्यांनी असंख्य प्रयोग करून पाहिले पण हवा तसा परिणाम अजूनही त्यांना मिळत नव्हता.

आजच्या प्रयोगानं मात्र त्यांची निराशा केली नव्हती. कोळ्याच्या जनुकातील काही साखळ्या तोडून व त्यांची अदलाबदल करून कोळ्यांची उत्पत्ती केली होती. अजून तरी दोघांनी एकमेकांवर हल्ला केला नव्हता. गळ्यात गळा घालून जरी ते वावरत नसले तरी ते भांडणही करत नव्हते. या परिणामानं डॉ. शरण यांचा आत्मविश्वास कमालीचा वाढला होता. आजचा प्रयोग महत्त्वाचा असल्याने ते रात्री उशिरापर्यंत थांबले होते.

डॉ. शरण लगबगीने उठले व जवळून पुन्हा एकदा दोघा कोळ्यांचे त्यांनी बारकाईने निरीक्षण केलं. दुसऱ्या कोळ्यानं आपलं स्वतंत्र जाळं निर्माण करण्यास सुरुवात केली होती. कोळ्याचं हेच विलक्षण व असामान्य लक्षण डॉ. शरण यांना आवडत होतं. आपल्या भक्ष्याला याच धाग्यांनी ते जखडून ठेवीत असत. या वरूनच धाग्याची शक्ती जाणवत असे.

जेव्हाही कोळी धागे निर्माण करीत असत, तेव्हा डॉ. शरण ते सुवर्णसंधी पाहण्याची कधी दवडत नसत. आतापर्यंतच्या हजारो प्रयोगांतून क्वचितच अशी संधी त्यांना मिळाली होती. निरीक्षणासाठी तातडीने त्यांनी सूक्ष्मदर्शक आणला व जाळे निर्माण करणाऱ्या कोळ्यावर फोकस केला. कोळ्याची रेशम धागे निर्माण करणारी इंद्रिये आता डॉ. शरण यांना स्पष्ट दिसत होती. नलिकांच्या स्वरूपात व उदराच्या मागच्या टोकाशी असणाऱ्या इंद्रियातील ग्रंथींच्या स्त्रावामुळे गिळगिळीत पदार्थ बाहेर पडून धागे निर्माण होत होते व त्यातूनच जाळे आकाराला येत होते. हा आविष्कार पाहून डॉ. शरण पुन्हा भारावले गेले. समाधानानं त्यांनी कोळ्याकडे पाहत सूक्ष्मदर्शक जागेवर ठेवला.

दोन दिवस डॉ. शरण यांना बाहेरगावी जायचं असल्याने, त्यांनी पुन्हा थोडावेळ निरीक्षण केलं व प्रयोगशाळेबाहेर पडले. यावेळी रात्रीचे अकरा वाजले होते. सकाळीच डॉ. शरण यांना त्यांच्या मूळ गावी निघायचं असल्याने पावलं वेगाने क्वार्टर्सकडे पडू लागली.

डॉ. शरण तसे तिशीतील एक उमदं व तेवढंच हुशार व्यक्तिमत्त्व होतं. राणीपूरसारख्या छोट्याशा गावात एका दरिद्री कुटुंबात जन्मलेला हा मुलगा, लहानपणापासूनच हुशार होता. भाजीपाला विकून पोट भरणाऱ्या आईवडिलांच्या आकलनापलीकडे त्यांची हुशारी होती पण तेथील शिक्षकांच्या ती लक्षात आल्यानं त्याला प्रोत्साहन मिळालं होतं. गावकऱ्यांचं साहाय्यही लाभलं होतं. म्हणूनच डॉ. शरण पुढे यश मिळवीत गेले. अमेरिकेतील एम. आय. टी. सारख्या संस्थेतून डॉक्टरेट मिळवून ते मुंबईच्या जैव, माहिती व तंत्रज्ञान संस्थेत शास्त्रज्ञ म्हणून रूजू झाले होते. अफाट कल्पनाशक्ती व विषयातील जाण पाहून निवड समितीने एकमुखाने त्यांची निवड केली होती आणि ती निवड डॉ. शरण यांनी सार्थही ठरवली

होती. कारण या दोन वर्षांत त्यांच्या संशोधनाचा वेग कमालीचा वाढला होता. विविध प्रकारचे प्रकल्प ते हाताळीत होते. जसे त्यांच्या सहकाऱ्यांना ते भूषणावह होते, तसेच त्यांच्या गावातील गावकऱ्यांनाही आदर्श होते. म्हणून त्यांच्यासाठी काहीतरी करावं या जाणिवेतून डॉ. शरण नेहमीच धडपड करीत असत.

आजही क्वार्टर्सकडे जाताना ही विचारचक्रे त्यांच्या डोक्यात फिरत होती.

घरी येताच वाट पाहणाऱ्या त्यांच्या पत्नीनं दार उघडलं होतं. स्मित हास्य करीत म्हणाली,

"बराच उशीर झाला? उद्या सकाळी राणीपूरला जायचंय ना?"

डॉ. शरण यांनी निकिताकडे पाहिलं व मंद स्मित करीत उत्तरले,

"हो! तर जायचंय ना. थोडा उशीर झाला. कारण दोन वर्षांपूर्वी सुरू केलेल्या प्रयोगाचे आजच मला सकारात्मक परिणाम मिळाले. शिवाय ते गावी जाण्याआधी मिळाले हे महत्त्वाचं."

निकिता न बोलताच, अभिमानानं आपल्या पतीकडे पाहत राहिली. नुकतंच लग्न झालं असलं तरी, डॉ. शरणमध्ये आपण गुंतत चाललो असल्याची जाणीव निकिताला प्रथमच झाली होती. स्वभाव, कर्तृत्व, माणूस, पती या सर्व आघाड्यांवर निकिताला डॉ. शरण आवडले होते. निकिता स्वतः सुंदर, सुशील व शिक्षित होती. त्यामुळे एकमेकांना पाहताच दोघांचेही सूर जुळले होते.

सकाळची तयारी करून दोघेही झोपी गेले. डॉ. शरण आपल्या गावाच्या आठवणीत हरवून बसले. जगात बहुतेक ठिकाणी डॉ. शरण संशोधनानिमित्त फिरले होते पण त्यांचं स्वतःच्या गावावरील प्रेम विलक्षण होतं. तेथील कण अन् कण त्यांच्या परिचयाचा होता. म्हणूनच डॉ. शरण गाव व गावकऱ्यांसाठी काहीतरी नवीन करण्यास कटिबद्ध होते. विचारात त्यांचाही डोळा कधी लागला हे त्यांना कळलंच नव्हतं.

पहाटेच डॉ. शरण व निकिता स्वतःच्याच कारने प्रवासाला निघाले होते. ड्रायव्हिंग हा डॉ. शरण यांचा आवडता छंद होता. अमेरिकेत असताना बहुतांश प्रवास कारनेच करून, सारी अमेरिका चाळून काढली होती. खऱ्या अर्थानं डॉ. शरण ड्रायव्हिंग एन्जॉय करीत असत. सकाळचं अल्हाददायक वातावरण कार चालवण्यास स्फूर्ती देत असे, तर निकिताही वाऱ्याच्या झुळकीने प्रफुल्लित होत होती. अधनंमधनं आपल्या नवऱ्याकडे ती कौतुकानं पाहत होती. अखंडपणे दहा तास प्रवास करून डॉ. शरण राणीपूरला येऊन पोहचले होते.

घरात वृद्ध आई, मोठा भाऊ व त्याच्या कुटुंबीयांनी त्यांचं स्वागत केलं. हे घर आजही त्याच अवस्थेत होतं. कौलारू व आजूबाजूला कडबांच्या भिंती. डॉ. शरण यांनी हे घर दोन वर्षांपूर्वीच पुनर्बांधणीसाठी काढलं होतं पण त्यांच्या वडिलांनी त्यास

सक्त विरोध केला होता. जसं माझं घर आहे त्याच स्थितीत मला ते ठेवायचंय असं त्यांनी निक्षून सांगितलं होतं. आयुष्यभर या घरानं मला सुखदु:खात साथ दिलीय. त्या वास्तूचा अंत करून मला महाल बांधायचा नाहीये. वडिलांचं म्हणणं डॉ. शरण यांना पटलं होतं. या घराशी, मातीशी एक विशिष्ट असं त्याचं नातं निर्माण झालं होतं. म्हणून त्यांनी ती योजनाच रद्द केली होती.

दोघांनीही आई व मोठ्या भावाला नमस्कार केला. मोठ्या भावानं वडिलांचाच व्यवसाय पुढे सुरू ठेवला होता पण वडिलांच्या जागी असलेल्या मोठ्या भावाला डॉ. शरण यांनी कुठल्याही गोष्टीचं कमी पडू दिलं नव्हतं आणि भविष्यातही काही कमी पडणार नाही याची त्यांना खात्री होती.

सगळ्यांशी गप्पा मारीत रात्र एका वेगळ्याच धुंदीत गेली. गावाकडची हीच तर खरी मोहात टाकणारी प्रथा होती. माणसा-माणसांची मनं जोडणारी ही प्रथा जगात डॉ. शरण यांना कुठही आढळली नव्हती.

दुसऱ्या दिवशी डॉ. शरण आलेले पाहताच, त्यांचे लहानपणीचे मित्र, वयोवृद्ध माणसं सकाळपासनंच घरी यायला सुरुवात झाली होती. वर्षश्राद्धानिमित्तानेही लोकं येऊ लागली होती. मुख्य द्वाराच्या ओसरीतच बैठक बसली. मोहन, हिरालाल, रमण ही सर्व मंडळी त्यांच्या लहानपणीचेच सवंगडी होते. आज मोहन शेतकरी होता तर हिरालालनं छोटसं दुकान टाकलं होतं. रमण मात्र डी. एड. होऊन राणीपूरमध्येच शिक्षक म्हणून लागला होता, डॉ. शरण मात्र या सर्वांपेक्षा बरेच पुढे निघून गेले होते आणि त्याचा सार्थ अभिमान या मित्रांच्या चेहऱ्यावर नेहमीच दिसत असे. गावातील ज्येष्ठ वयोवृद्ध व त्यांच्या वडिलांचे मित्रही येऊन बसले होते. त्यातलाच मध्यमवयीन लखीचंद मारवाडी होता. एक अवली. कुठल्याही विषयावरचं त्याचं ज्ञान अफाट होतं. राजकारण असो की अमेरिकेची अर्थव्यवस्था. लखीचंद बिनधास्त बोलत असे. खऱ्या अर्थानं त्याचं बोलणं इतरांसोबतच डॉ. शरणही एन्जॉय करीत असत. सर्वांकडे दृष्टिक्षेप टाकीत डॉ. शरण म्हणाले,

"कसं चाललंय मंडळी?"

सगळ्यांनीच होकारार्थी माना डोलवीत म्हटलं होतं,

"ठीक चाललंय बापू."

गावातील सर्वच लहान-मोठे डॉ. शरण यांना बापू याच प्रचलित नावाने ओळखत होते आणि ही उपाधी त्यांना स्वत:लाही आवडत होती. त्यापैकीच लखीचंद विषयाला हात घालीत म्हणाला,

"बापूऽऽ.. परवा क्लोनिंग का काय त्यावर तुझं संभाषण झालं ते एक अजब तंत्र म्हणायचं. त्यावेळी जास्त समजलं नाही पण उत्सुकता मात्र वाटली. म्हटलं बापू आल्यावर त्यालाच विचारू नेमकं कसं होतं हे क्लोनिंग."

डॉ. शरण यांनी लखीचंदकडे पाहत स्मित केलं. आता नेहमीप्रमाणेच चर्चा झडणार अशी सर्वांचीच खात्री झाली. डॉ. शरण म्हणाले,

"होय लखीकाका, खरंय ते. एकविसाव्या शतकात येऊ घातलेले ते एक मोठेच तंत्र आहे. मेंढीच्या यशस्वी क्लोनिंगपासूनची सुरुवात, आता मानवाच्या क्लोनिंगपर्यंत येऊन ठेपली आहे. त्यादृष्टीने शास्त्रज्ञ प्रयत्न करीत आहेत. समाजशास्त्रज्ञांनी काही मूलभूत प्रश्न उपस्थित केल्याने त्याला खीळ बसलीय एवढंच."

"पण हे सगळं अद्‌भुत नाही का वाटत तुला बापू? आम्हाला सांगशील का हे कसं शक्य आहे ते. कारण तुझा कार्यक्रम आम्ही बरेच जणं पाहू शकलो नव्हतो." रमण विचारता झाला होता. डॉ. शरण यांनी सर्वांवरनं एक नजर फिरवीत, रमणकडे पाहत म्हणाले,

"रमण, सूक्ष्म पातळीवरील विज्ञान हे नेहमीच अद्‌भुत, अगाध व चमत्कारिक वाटायला लागतं हे निश्चित पण ते अद्‌भुत नसतंच मुळी, ते असतं एक वास्तव. आताही आपल्या आजूबाजूला, शरीरात सूक्ष्म पातळीवर असंख्य गोष्टींची उलाढाल होतेय. त्या सर्वांचाच परिणाम आपल्यावर होतोय पण ते आपल्या आकलनापलीकडे असल्याने जाणवत नाही. याच गोष्टींचा पाठपुरावा करून शास्त्रज्ञांनी सूक्ष्म तंत्रे शोधून काढलीत आणि न दिसणाऱ्या कार्यप्रणालीचा वेध घेऊ लागले. म्हणून याला अद्‌भुत म्हणताच येणार नाही."

थोडावेळ थांबून डॉ. शरण यांनी आजूबाजूला पाहिलं. सारेच स्तब्ध होते. लखीचंदकडे पाहत ते पुढे म्हणाले,

"याच सूक्ष्म पद्धतींचा उपयोग क्लोनिंग तंत्रात करून, मेंढीवरचे प्रयोग नुकतेच यशस्वी झालेत. त्याचे असे आहे, उदाहरणार्थ 'अ' मेंढीचे बीजांड घेऊन, त्यातील केंद्रक काढून, तेथे 'ब' मेंढीच्या कुठल्याही पेशीचे रोपण केले आणि एका विशिष्ट उपचार पद्धतीने त्यांचे संवर्धन केले तर त्याचे गर्भात रूपांतर होते. हा गर्भ तिसऱ्याच एका 'क' मेंढीच्या उदरात वाढीसाठी टाकता येतो. गंमतीची गोष्ट म्हणजे जो गर्भ जन्माला येईल तो 'ब' मेंढीचेच हुबेहूब गुणधर्म घेऊन बाहेर पडेल. कारण बीजांडातील केंद्रक हाच खरा रंगसूत्रांचा स्त्रोत असतो. सोप्या पद्धतीने सांगायचे झाल्यास आमच्या तात्यांचं निधन होऊन दोन वर्ष झालीत पण त्यांच्या केसातील पेशी जरी मी स्त्री बीजांडात रोपण केली आणि त्या गर्भाची वाढ केली, तर हुबेहुब दुसरे तात्याच तयार होतील. यापुढेही जाऊन शास्त्रज्ञांनी जनुकशास्त्राचा अभ्यास व प्रयोग करण्यास सुरुवात केलीय. भविष्यात आपल्याला प्रत्येकाची जनुक पुस्तिकाच हाती मिळणार आहे. कुणाला कुठल्या वयात, कुठला रोग होईल हे जन्मतःच आपल्याला कळणार आहे. त्यामुळे मानवाच्या आयुष्याला निश्चितच वेगळी कलाटणी मिळणार आहे."

डॉ. शरण बोलत होते. प्रगत विज्ञानाची माहिती ते खोलात जाऊन विशद करीत होते. मोठ्यांसोबतच लहान मुलेही एकाग्र होऊन ऐकत होती. म्हणूनच हा बापू त्यांना मोठा वाटत होता. त्यांच्यामुळे या गावाचं नाव टी.व्ही. वर झळकलं होतं.

पुढे ही चर्चा वेगवेगळ्या विषयांवर वळण घेत गेली. विज्ञानापासून सुरू झालेली चर्चा राजकारण, युद्ध, अफगाणिस्तान, पाकिस्तान, अतिरेकी, अमेरिका या विविध विषयांवर येऊन ठेपली होती. त्यामुळे लखीचंद काका चांगलेच खुलत गेले होते. डॉ. शरण यांनीही त्यांच्यावर आपली परखड मते मांडली होती. लखीचंदचा अभ्यास व निरीक्षण शक्ती दांडगी होती. डॉ. शरण यांना त्याचं कौतुक वाटल्याशिवाय राहिलं नव्हतं.

शेवटी डॉ. शरण यांनी सर्व गावकऱ्यांनी एकत्रित येऊन ग्रामविधायक कामे करण्याचा प्रस्ताव मांडला. त्यात प्रामुख्याने पाणी, स्वच्छता, आरोग्य व शिक्षण यांवर भर द्यायचे ठरले. यासाठी काही लागले तर सरकारी दरबारातनं अनुदान मिळवून देण्याचं डॉ. शरण यांनी सांगितलं होतं. विशेषत: तरुणांनी यात भाग घेऊन, गावाचा विकास करावा असे आवाहन त्यांनी केले. या आवाहनाने सर्वच भारावले. विचारांची एक वेगळी दिशा घेऊन सारेच उठले. गावासाठी काहीतरी करण्याची जिद्द तरुणांमध्ये निर्माण झाल्याचं डॉ. शरण पाहत होते.

बराच वेळ झाल्यानं हळूहळू सर्वच पांगले. डॉ. शरण यांचे मित्र मोहन, हिरालाल, रमण तेथेच होते. हिरालाल घसा खाकरीत म्हणाला,

"खरंच बापू! तू गावात आलास म्हणजे एक वेगळंच चैतन्य निर्माण होतं."

डॉ. शरण नुसतेच हसले व म्हणाले,

"जाऊ दे! तसे काही नाही. समाजाचं आपण अंशत: उतराई व्हायलाच हवंय. बरं तुझं दुकान काय म्हणतंय? व्यवस्थित चाललंय ना?"

हिरालाल श्वास घेत म्हणाला,

"ठीक चाललंय. सगळीकडेच मंदी असल्याने, लोकही हैराण आहेत. थोडाफार धंदा होतो तेवढाच. उधारीनेही बऱ्यापैकी वात आणलाय पण आपलीच माणसं असल्याने मदत करायलाच हवी."

"हो... का नाही? निश्चितच करायला हवी. शेवटी परिस्थिती थांबून राहत नाही. तुझं कसं चाललंय रमण? शाळा कशी आहे?"

"चांगली आहे. येथील विद्यार्थ्यांचा कायापालट एकदम जरी होऊ शकला नाही तरी, मी तो प्रयत्न करीत राहणार. तू आमच्या विद्यार्थ्यांना एकदा व्याख्यान दे ना! म्हणजे त्यांनाही आजच्या विज्ञानाची ओळख होऊन त्यांची उत्सुकता वाढेल. शिवाय तू इथल्या मातीतनं धडपडत पुढं गेलेला एक मुलगा आहेस हे ऐकून

त्यांनाही स्फूर्ती मिळेल.''

रमणनं जवळजवळ विनंतीच केली होती.

''निश्चित रमण, मला आवडेल. इथल्या प्रत्येक मुलानं पुढे यावं अशीच माझी इच्छा आहे.'' मोहनकडे पाहत पुढे म्हणाले, ''तुझी शेती कशी चाललीय मोहन?''

मोहननं थोडी चुळबुळ केली व दबक्या आवाजात म्हणाला,

''बापू शेतीचं हल्ली काही खरं नाही बघ. दुष्काळ तर नेहमीचाच, यातनंही कधी पाऊस आला आणि पिकं आलीच तर त्यावर पडणाऱ्या किडीनं सगळ्या धान्याचंच नुकसान होतं. आजकाल या किडीचं प्रमाण फारच वाढलंय. पंचक्रोशीतील बहुसंख्य शेतकरी या प्रश्नानं हैराण झालेत.''

''काही रासायनिक फवारे निघालेत त्याचा उपयोग नाही का करीत?'' डॉ. शरणनं विचारलं.

''करतात ना! त्यातील रसायनांचं प्रमाण वाढवलं तर पिकांचं नुकसान होतं. शिवाय रासायनिक प्रखरता वाढवूनही काही कीटक मरत नाहीत. भयंकर चिवट जात. त्यामुळे उत्पन्नावर परिणाम होतो. बापू तुला सांगतो जेवढा पैसा त्यात ओतावा तेवढाही निघत नाही. त्यामुळे बरेच शेतकरी भिकेला लागलेत. काहींनी तर जमिनीही विकून टाकल्यात पण आपला पोटापाण्याचा प्रश्न असल्याने, मी तरी अजून त्या वाटेला गेलो नाही. तसं आजकाल शेती करणं अवघड झालय बघ बापू. सरकारही मदत करीत नाही. सातत्याने पाठपुरावा करूनही या किडीवर उपाय शोधत नाही. शेतकऱ्यांच्या जोरावर मोठा होणारा हा देश शेतकऱ्यांचेच हाल करतोय.'' मोहन मनापासनं बोलत होता. पुढे तो डॉ. शरण यांच्याकडे अपेक्षेने पाहत म्हणाला, ''बापू तू तरी यावर संशोधन कर व आम्हाला मदत कर.''

डॉ. शरण मोहनच्या दु:खी कष्टी चेहऱ्याकडे पाहतच राहिले होते. आपल्या समाजातील मूळ प्रश्न वेगळेच असल्याचं त्यांना प्रकर्षानं जाणवलं. तथाकथित बडेजाव मिरविणारे शास्त्रज्ञ, अशा मूलभूत प्रश्नांकडे जाणीवपूर्वक दुर्लक्ष करीत असल्याने डॉ. शरण अस्वस्थ झाले. या चर्चेत प्रथमच ते व्याकूळ झाले होते. कोट्यवधी रुपये खर्च करून आपण संशोधन करतोय पण त्याचा उपयोग अशा सामान्यजनांना होतच नाही. खरं तर अशा सामान्यजनांचाच पैसा संशोधनासाठी वापरला जातोय. डॉ. शरण यांचं मन हेलावलं होतं. खऱ्या परिस्थितीची त्यांना जाणीव झाली. मोहनचं शेवटचं वाक्य आठवत ते म्हणाले,

''निश्चितच मोहन! आपण यातून काहीतरी मार्ग काढू.''

तिघेही निरोप घेऊन बाहेर पडले. मोहनच्या पाठमोऱ्या मळकट शर्टाकडे डॉ. शरण पाहतच राहिले. ही लोकं खरंच जिवापाड मेहनत करतात पण त्या बदल्यात त्यांना काय मिळतं? मोहननं सांगितलेल्या वस्तुस्थितीने डॉ. शरण कमालीचे

अस्वस्थ झाले. आपण संशोधनाचा कोरडा बडेजाव करतो तो कशासाठी? समाजातील घटकांपर्यंत संशोधनाचा उपयोग होतोय का? याचा कधी आपण विचारच करत नाही. डॉ. शरण निराश झाले होते. मोहनचे अधीर शब्द त्यांच्या डोक्यात रुंजी घालू लागले.

श्राद्ध आटोपून दुसऱ्या दिवशी सकाळीच डॉ. शरण सपत्नीक मुंबईला निघाले. दिवसभराच्या प्रवासात निकिता बोलेल तेवढंच ते बोलत होते. कारण त्यांच्या डोक्यात मोहनने निर्माण केलेलं वस्तुस्थितीचं वादळ घोंगावत होतं आणि उत्तरोत्तर ते वाढत जात होतं.

डॉ. शरण रात्रीच मुंबईला येऊन पोहोचले व फ्रेश होऊन प्रयोगशाळेत दाखल झाले होते. निकितानेही त्यांना अडवलं नव्हतं. दोन दिवसांपूर्वी निर्माण केलेल्या कोळ्यांची प्रगती त्यांना पाहायची होती. ती उत्सुकता मोहनने निर्माण केलेल्या प्रश्नानं जरी दबली गेली होती, तरी मुंबई जशीजशी जवळ येत गेली, तशी प्रयोगाची उत्सुकता वाढत गेली होती. म्हणूनच आल्या आल्या डॉ. शरण प्रयोगशाळेत दाखल झाले होते.

प्रवेश करताच, समोर एकमेकांत समरस झालेली दोन जाळी पाहून डॉ. शरण आनंदित झाले. दोघही कोळी एकमेकांनी तयार केलेल्या जाळीत विहार करताना पाहून ते थक्क झाले होते. कोळ्यांमध्ये मित्रत्वाचं नातं निर्माण करण्यात त्यांना यश आलं होतं.

तेवढ्यात पहिल्या जाळ्यात माशी अडकलेली पाहताच, एक कोळी वेगानं त्या भक्ष्याकडे झेपावला. डॉ. शरण अजून थोडं पुढं सरसावले. याचाच अर्थ ज्याच्या जाळ्यात भक्ष्य अडकले त्यानेच ते फस्त करायचं एवढं मैत्रीपूर्ण नातं कोळ्यांमध्ये निर्माण झाल्याचं दिसताच, आपला जनुक बदलांचा प्रयोग यशस्वी झाल्याची खात्री डॉ. शरणना झाली. त्यांचा चेहरा प्रफुल्लित झाला.

पहिल्या कोळ्यानं त्याच्याच जाळ्यात अडकलेल्या माशीला पकडून गिळंकृत केलं होतं. ते दृश्य दिसताच डॉ. शरण यांच्या डोक्यात मोहनने सांगितलेल्या चिवट किड्यांचा विषय डोकावून गेला. तत्क्षणी त्यांच्या मनात एक कल्पना तरळून गेली. त्यानं ते चांगलेच मोहरून गेले. 'बापू तू या किडीवर काहीतरी संशोधन कर.' हे मोहनचं वाक्य डॉ. शरण यांच्या कानात प्रतिध्वनित होत होतं. क्षणभर त्यांचे डोळे चमकून गेले व ते स्वत:शीच म्हणाले,

"मोहन तुझ्यासाठी आणि तुझ्या शेतीसाठी मी निश्चितच संशोधन करणार आहे. किंबहुना सगळ्यांनाच उपयुक्त होईल असं संशोधन. हे कोळीच आता तुला मदत करतील."

डॉ. शरण वेगाने वळले. क्षणभर केबिनसमोर उभे राहून विचार करीत राहिले व घड्याळाकडे पाहत प्रयोगशाळेबाहेर पडले.

प्रयोगाच्या यशस्वितेचा आनंदच एवढा होता की, दिवसभराचा थकवाही डॉ. शरण विसरून गेले होते. क्वार्टर्समध्ये येताच ते निकिताला म्हणाले,

''सॉरी निकिता! तुला माझ्यासाठी थांबावं लागतंय. खरं तर तुला मी वेळ देणं अपेक्षित आहे. तुझ्याही माझ्याकडून अपेक्षा असतील याची जाणीव मला आहे. कारण आपल्या लग्नाला फार काही दिवस झालेले नाहीत पण माझा हा अंतिम टप्प्यातील प्रयोग असल्यानं मला खरंच मनात असूनही शक्य होत नाहीये. आय एम सो सॉरी निकिता. वाटल्यास हा प्रयोग झाल्यानंतर मी तुला दूर कुठेतरी फिरायला नेईन. अशा ठिकाणी की, तिथं फक्त तू आणि मी असेन. दिस मच आय कॅन प्रॉमिस..'' निकिताचा हात हाती घेत डॉ. शरण हळवे झाले होते.

हळुवारपणे आपल्या भावनांची दखल घेणाऱ्या डॉ. शरण या आपल्या नवऱ्याकडे तिनं पाहिलं. तिचा कंठ दाटून डोळे भरून आले. ते पाहून डॉ. शरण अस्वस्थ होत म्हणाले,

''एऽऽ निकिता! का रडतेस? मला तुला रडवायचं नाहीये. खरंच आय ॲम व्हेरी सॉरी.''

निकिताचे ओघळणारे अश्रू डॉ. शरण यांनी हळूच टिपले होते.

निकिता नकारार्थी मान हलवीत म्हणाली,

''नाही होऽऽ हे अश्रू आनंदाचे आहेत. तुम्ही माझ्या मनातील भावनांना जपलंय हेच खरं तर माझ्यासाठी मोठं आहे. सॉरी म्हणण्याची गरज नाही. शेवटी मी तुमची बायको आहे.'' स्वत:चे डोळे कोरडे करीत ती पुढे म्हणाली, ''शरण तुम्ही आज एका वेगळ्याच आनंदात दिसत आहात.''

''यस निकिता, नुसता आनंदच नाही तर हर्षोल्लित म्हण. खरं तर आधी तुलाच सांगायला हवंय. दोन वर्षांपासून सुरू केलेल्या प्रयोगाचे यशस्वी परिणाम मला आज आणि यावेळीच मिळालेत. म्हणून मी आनंदात आहे. आणि यू नो ऽ हे संशोधन मी तुला अर्पण करणार आहे. कारण या संशोधनाचा उपयोग मला सामान्यजनांसाठी करायचाय.''

डॉ. शरण भरभरून बोलत होते. निकिता पाहतच राहिली. शरणनं महत्त्वाचं संशोधन आपल्याला अर्पण केल्याचं ऐकताच ती भारावली होती. एक प्रकारे डॉ. शरण यांनी प्रेमच व्यक्त केलं होतं. निखळ असं. निकिता काहीच बोलू शकली नव्हती. पुन्हा एकदा तिचे डोळे भरून आले होते. नकळत ती त्यांच्या बाहुपाशात शिरली. डॉ. शरणही तिला थोपटत राहिले. लग्नानंतर खऱ्या अर्थानं ते दोघही मनानं एकत्र आले होते.

रात्री झोपताना डॉ. शरणच्या डोक्यात संशोधन प्रकल्पच तयार झाला होता. त्याचाच पाठपुरावा आता त्यांना करायचा होता. शांत व निरागसपणे पहुडलेल्या निकिंताचा चेहरा न्याहाळीत त्यांनी दिवा विझवला.

दुसऱ्याच दिवसापासून डॉ. शरण कामाला लागले. संपूर्ण संशोधन प्रकल्पच राबवायचा असल्याने, त्यासाठी पैसाही लागणार होता. मनुष्यबळ लागणार होतं. संस्थेच्या प्रमुखांशी यावर चर्चा करून, भारताच्या विज्ञान व तंत्रज्ञान विभागाकडे जलद मार्गाअंतर्गत प्रकल्प सादर करण्याचे ठरले.

सलग आठ दिवस डॉ. शरण यांनी या प्रकल्प अहवालावर परिश्रम घेतले होते. नवीनच प्रयोग असल्याने त्यासंदर्भातील संशोधन पेपर्स शोधणे अवघड होते. शेवटी 'पिकांवरील कीड रोखण्यासाठी कोळ्यांची उत्पत्ती व जाळ्यांचे निर्माण' या शीर्षकाखाली संस्थेच्या प्रमुखांमार्फत संशोधन प्रकल्प पाठवून देण्यात आला. प्रकल्पाच्या शीर्षकामध्येच त्याचा हेतू व व्याप्ती लक्षात येत होती. एक आगळावेगळा प्रयोग म्हणून या प्रकल्पाची निश्चित दखल घेतली जाईल व त्याला अर्थसाहाय्यही मिळेल अशी आशा डॉ. शरण यांना होती.

दरम्यान पुन्हा एकदा डॉ. शरण राणीपूरला जाऊन आले. यावेळी ते एकटेच गेले होते. मोहन या त्यांच्या शेतकरी मित्राशी प्रयोगाविषयी चर्चा करताच तो आनंदानं बेहोश झाला होता. वर्षानुवर्ष छळणाऱ्या या शेतकऱ्यांच्या प्रश्नावर आपला मित्र काहीतरी करू पाहतोय म्हटल्यावर मोहननं स्वत:चंच शेत डॉ. शरण यांना बहाल केलं आणि त्यांनीही आधीच मोहनच्या शेताचीच निवड गृहीत धरली होती कारण डॉ. शरण यांनी निराश व वैफल्यग्रस्त शेतकरी मोहनमध्येच पाहिला होता.

तीन महिन्यांतच डी. एस. टी. कडून प्रकल्प मंजूर होऊन आला. डॉ. शरणचं नाव व प्रयोगाची व्याप्ती, उपयुक्तता लक्षात घेता, समितीने कुठलीही आडकाठी न टाकता शंभर टक्के अर्थसाहाय्य मंजूर केलं होतं. जैवतंत्रज्ञ म्हणून डॉ. शरण भारतात सर्वांनाच परिचित असल्याने प्रयोगाच्या हेतूविषयी कुणाच्याही मनात शंका नव्हती.

प्रकल्प मंजूर होताच, डॉ. शरण यांनी पंधरा दिवसांतच प्रशासकीय व वित्तीय बाबी पूर्ण केल्या होत्या. एक पूर्ण वेळ कनिष्ठ संशोधकही मुलाखतीतून निवड करण्यात आला होता. विनय कदम या जीवशास्त्र पदवीधराची निवड करण्यात आली होती. तो सी.एस.आय.आर. ची राष्ट्रीय पात्रता परीक्षा पास असल्याने व शिवाय मुलाखतीतून तावून सुलाखून निघाल्याने, त्याची संशोधनातील प्रगल्भता दिसून आली होती. आपल्याला डॉ. शरण मगरे या आंतरराष्ट्रीय पातळीच्या शास्त्रज्ञासोबत काम करायचेय याची जाणीव विनय कदमला झाली होती.

विनय कदम लगेच संशोधक म्हणून रूजू झाला व कामालाही लागला. जनुकशास्त्र हा त्याचाही आवडता विषय असल्याने कोळ्यांमधील जनुकांवर तो

माहिती मिळवून टिपणं काढू लागला. या कोळ्यांबरोबरच आता त्याला राहायचं असल्याने, त्यांच्याविषयी सर्व माहिती तो घेऊ लागला. आज प्रथमच डॉ. शरण यांनी त्याला चर्चेसाठी बोलावलं होतं. म्हणूनच विनयची ही पूर्वतयारी चालली होती. टिपणवही हातात घेऊन विनय कदम डॉ. शरण यांच्या केबिनकडे निघाला.

"आत येऊ का सर?" केबिनचं दार ढकलीत विनयनं विचारलं.

लिहिण्यात व्यस्त असलेले डॉ. शरण वर मान करत म्हणाले,

"अरे विनय, येऽ बैस. तुझीच वाट पाहत होतो."

विनय आदेश मिळताच समोरच्या खुर्चीत बसत म्हणाला,

"सर आपण मला चर्चेसाठी बोलावलं होतं."

"होऽ बरं तुला जॉइन होऊन काही दिवसच झालेत, तू रूळलास की नाही?"

"होय सर, देअर इज ॲबस्युल्युटली नो प्रॉब्लेम."

"ओ.के. गुड. विनय ज्या प्रकल्पावर तू काम करणार आहेस तो खरं तर प्रयोगशाळेत व बाहेरील फिल्डवर्क अशा दोघांशी संबंधित असल्याने तुझी कार्यतत्परता त्यात पणाला लागेल." डॉ. शरण अंदाज घेत म्हणाले.

"नो प्रॉब्लेम सर, आय आलवेज लव्ह टू डू एनी काइंड ऑफ वर्क." विनय आत्मविश्वासाने उत्तरला.

"गुड, हीच अपेक्षा मला तुझ्याकडून होती. तर हे संशोधन प्रामुख्याने दोन भागांत विभागले गेले आहे. पहिले म्हणजे जनुकांमधील बदल घडवून, त्यांची भरमसाठ उत्पत्ती करणे व दुसरे म्हणजे त्या कोळ्यांचे शेतांत जाऊन फार्मिंग करणे. जेणेकरून हे असंख्य कोळी शेताच्या आजूबाजूला जाळी निर्माण करून, बाहेरून येणारी किंवा आतील पिकांवरील कीड, कीटकांना प्रतिबंध करतील. असं करण्यास आपल्याला त्यांना भाग पाडायचं आहे." डॉ. शरण थोडक्यात प्रकल्पातील प्रयोगाची माहिती देत म्हणाले.

प्रकल्पातील प्रयोग ऐकून विनय आश्चर्यचकित झाला होता. स्पाइडर फार्मिंग वर काम करण्याची कल्पना त्याने कधीही केली नव्हती. पण डॉ. शरण यांच्यामुळे त्याला ही संधी उपलब्ध झाली होती. या एकमेव प्रयोगातील सहभाग हीच मुळी त्याच्यासाठी आनंदाची बाब होती. तो हर्षानं म्हणाला,

"थँक यू सर, तुम्ही मला या महत्त्वाच्या प्रयोगायोग्य समजलात. प्रकल्पावर काम करायला मला केव्हाही आवडेल सर. पण हा प्रयोग नेमका कुणाच्या शेतावर करायचाय?"

"माझ्या मूळ गावी. राणीपूर येथे. तेथील माझे मोहन लोखंडे नावाचे एक शेतकरी मित्र आहेत. त्यांच्या तीन एकर शेतातच हा प्रयोग प्रथम आपल्याला करायचाय." डॉ. शरण यांनी माहिती दिली. ते पुढे म्हणाले, "आपण येत्या दोन-

तीन दिवसात राणीपूरला जाऊन आढावा घेऊ व पूर्वतयारीच्या दृष्टीने आराखडा तयार करू.''

''जरूर सर आय एम रेडी ऑल द टाइम. सर पण कोळ्यांच्या उत्पत्तीचे काय? पहिल्या टप्प्यात कमीत कमी लक्षावधी कोळ्यांची आपल्याला गरज आहे. तरच त्यांच्यापासून मोठ्या प्रमाणावर कोळी निर्माण होऊ शकतील.'' विनयने रास्त प्रश्न विचारला होता. डॉ. शरण यांनी विनयकडे पाहिलं. योग्य प्रश्न विचारल्याचा भाव दर्शवित ते म्हणाले,

''ते आपण प्रयोगशाळेत करू. मी स्वत: जनुकातील फेरफार करून कोळ्यांची एक मवाळ जात निर्माण केली आहे. जेणेकरून ते सर्वच एकत्र राहू शकतील. मी या तंत्राविषयी व त्याची पद्धत तुला नंतर समजावून सांगेन. एकदा का प्राथमिक अवस्थेतील कोळी तयार झाले की, आपण ते शेताच्या कुंपणावर रोपीत करू. पुढे मग त्यांची निसर्गत: वाढ होऊन, ते जाळी निर्माण करण्यास सुरुवात करतील. एनी वे दॅट वुई विल सी आफ्टर दी विजिट टू राणीपूर. ओ.के.''

डॉ. शरण यांनी महत्त्वाच्या प्रयोगाचा हेतू स्पष्ट केला होता.

डॉ. शरणच्या बौद्धिकतेने विनय आश्चर्यचकित झाला होता. साधारण आपल्याच वयाचा हा माणूस अफाट बुद्धिमत्तेचा असल्याचं विनयच्या लक्षात आलं होतं. तो खुर्चीतून उठतं म्हणाला,

''ठीक आहे सर, परवा मी तयार असेन.''

विनय बाहेर पडला. विनय गेला त्या दिशेला डॉ. शरण क्षणभर पाहत राहिले. विनय एक हुशार विद्यार्थी आहे याबद्दल त्यांचं दुमत नव्हतं.

डॉ. शरण व विनय राणीपूरमध्ये प्रयोगाचा आढावा घेण्यासाठी येऊन दाखल झाले होते. डॉ. शरण यांचे हे गाव असेल यावर विनयचा विश्वासच बसत नव्हता. त्यांचं घर, आई, भाऊ यांचा परिचय झाल्यानंतर डॉ. शरण यांच्याविषयी आदर निर्माण झाला होता. अशा परिस्थितीतून हा माणूस मोठा शास्त्रज्ञ झालाय, याचं आश्चर्य विनयला वाटत राहिलं.

गावातील डॉ. शरण यांचे मित्र व इतरही गावकरी जमा झाले. बापू आपल्या गावात प्रयोग करतोय ही बातमी एव्हाना घराघरात पोहचली होती. त्यासाठी मोहन लोखंडेच्या शेताची निवड झाली होती याचीही कल्पना सर्वांना होती. या प्रयोगानं किडीमुळे निर्माण झालेली उत्पन्नातील घट कमी होणार होती.

डॉ. शरण, विनय, मोहन, रमण, हिरालाल व इतर गावकरी मोहनच्या शेतात येऊन अवलोकन करू लागले. साधारण तीन एकराचे क्षेत्रफळ असणारे शेत निवडण्यात आले. तेथील पिकांची खरोखरच दयनीय स्थिती होती. प्रत्येक ठिकाणी

किडींचं अधिराज्य होतं. रसायनाचा मारा जास्त केला, तरी किडींची जमात नष्ट होत नव्हती. या सर्वांचं अवलोकन करीत डॉ. शरण म्हणाले,

"मोहन!"

"काय बापू?"

"या शेताच्या आजूबाजूला साधारण तीन फूट उंचीचे कुंपण घालून घे. काठ्या, काड्या वापरल्या तरी चालतील. मध्ये सलगपणे एक फूट चौरस असणारे चौकोन ठेव. उद्यापासूनच तू तयारीला लाग. म्हणजे आठवड्यात हे काम पूर्ण होईल. कारण आपण कुठल्याही क्षणी प्रयोगाला सुरुवात करू." डॉ. शरण यांनी सूचना दिली.

"होय बापू. उद्यापासनंच मी कामाला लागतो. पुढच्या फेरीत तू येशील तेव्हा कुंपण तयार असेल." मोहन उत्साहाने म्हणाला. या प्रयोगाने साऱ्यांचीच उत्सुकता ताणली गेली.

रात्रभर राहून व गावकऱ्यांशी विचारविनिमय करून, डॉ. शरण व विनय मुंबईला परतले. या निमित्ताने गावकऱ्यांमध्ये असणारा डॉ. शरण यांच्याविषयीचा आदरभाव प्रकर्षाने पुढे आला होता.

पुढे सलग आठ दिवस डॉ. शरण व विनय प्रयोगशाळेतील यंत्रांशी झुंज देत होते. डॉ. शरण यांच्या प्रयोगशाळेत विविध अद्ययावत उपकरणं, यंत्रसामुग्री असल्याने काम करणे सोपे जात होते.

विनयला हाताशी घेऊन डॉ. शरण यांनी कोळ्यांच्या उत्पत्तीला सुरुवात केली होती. जनुकांमधील फेरबदल घडवून, निर्माण केलेल्या मवाळ जातीच्या नराचा स्पर्शकांच्या, प्रवेशी अंगाचा (इंद्रिय) शेवटच्या खंडावर असणारा फुगवटा सूक्ष्मदर्शीच्या साहाय्याने डॉ. शरण पाहू लागले. त्यातल्याच नागमोडी नलिकेत नर कोळी आपले शुक्राणू साठवून ठेवतात. त्यातच एक सूक्ष्मसी सिरींज टोचून डॉ. शरण असंख्य शुक्राणू काढून शीत कप्प्यात ठेवू लागले. त्याचवेळी मादी कोळीच्या जनन रंध्रात हे शुक्राणू सोडून तिच्यासाठी खास कोश तयार करण्यात आला. ही मोठी जटिल प्रक्रिया असल्याने, इथे वेळेला महत्त्व होतं. विनयही सूक्ष्म पातळीवर चालणाऱ्या या गोष्टी पाहून उत्साहित झाला होता.

कृत्रिम कोशात अंडी तयार करण्याची प्रक्रिया डॉ. शरण यांनीच शोधून काढली होती. एका मादीपासून त्यांनी असंख्य अंडी कोशात गोळा करण्याचे कार्य सुरू केले होते. या कामात एव्हाना विनयही तरबेज झाला होता. लक्षावधी अंड्यांची त्यांना गरज होती.

नियमितपणे चार-पाच दिवस डॉ. शरण व विनय मादीच्या जनन प्रक्रियेशी झगडत, कोशात अंडी मिळवण्याचे प्रयत्न करीत होते. हीच अंडी साधारण पंधरा दिवसांनी फुटून पिल्ले बाहेर पडणार होती.

कृत्रिमरीत्या तयार केलेल्या कोळ्यांच्या अंड्यांची पुरेशी संख्या होताच, त्यांनी हे कार्य थांबवलं. हीच अंडी आता त्यांना शेताच्या कुंपणावर घालायची होती व हळूहळू त्यातून कोळ्यांची पिल्ले बाहेर पडून, जाळी निर्माण करणार होती.

वेळ न घालवता डॉ. शरण व विनय यांनी पुन्हा राणीपूर गाठलं होतं. अंड्यांचे कोशच्या कोश त्यांनी स्वत:सोबत नेले होते व डॉ. शरण यांनी निर्माण केलेले दोन नर व मादी कोळीही सोबत घेऊन शेताच्या कुंपणावर सोडण्यात आले. चोहोबाजूंनी सर्वच अंडी विनयने टाकली होती. मोहन लोखंडे व इतर गावकऱ्यांच्या चेहऱ्यावर फक्त उत्सुकता होती. काय चाललंय हे त्यांच्या आकलन व कल्पनेपलीकडे होतं.

मोहन लोखंडेला लक्ष ठेवायला सांगून, डॉ. शरण व विनय मुंबईला परत आले होते. किमान एक महिनातरी जाळी निर्माण व्हायला लागणार होती.

पंधरा दिवसांनंतर विनय एकटाच प्रकल्पाचा आढावा घेऊन आला होता. शेताच्या कुंपणावर असंख्य कोळ्यांची पिलावळ पाहून तो शहारला होता. मोहन लोखंडेही आधी घाबरला होता पण कालांतराने त्यालाही सवय झाली होती. गावात मोहन लोखंडेचं शेत हा एक उत्सुकतेचा विषय झाला होता. विनय आता येथेच ठाण मांडून निरीक्षणं नोंदवून घेऊ लागला.

साधारण एक महिन्यानंतर डॉ. शरण राणीपूरला आले. मोहन लोखंडेच्या शेतावर जाताच, तीन एकराचे कुंपण जाळ्यांनी पूर्णपणे भरलं होतं. संपूर्ण शेतच एखाद्या जाळ्यात अडकल्याचा भास होत होता.त्यावर असणारे लक्षावधी कोळी आपली भक्ष्ये टिपण्यास सज्ज होते. तर काही टिपू लागले होते. बाहेरून कुठलाही कीटक आत जाऊ शकत नव्हता. काही कोळी पिकांवरील कीटक अन्नाचा माग काढीत फस्त करीत होते. निसर्गातील हा एक विलक्षण प्रयोग डॉ. शरण, विनय, मोहन लोखंडे व इतर पाहत होते. पिकांना संपूर्णपणे संरक्षण मिळू लागले. डॉ. शरण यांनी शून्यात पाहत श्वास सोडला होता. प्रयोग यशस्वी झाल्याचे समाधान त्यांच्या चेहऱ्यावर होतं. तीन वर्षांचा खडतर प्रवास आज या टप्प्यावर येऊन ठेपला होता.

दरम्यान तीन महिने उलटून गेले. मोहन लोखंडेच्या शेतातील उत्पन्न दरडोई तीन-चार पटीने वाढलं होतं. पिके उत्तम प्रतीची होती. एकही कीड पुन्हा त्या शेतात सापडली नाही. मोहन लोखंडेची भरभराट झाली होती. या परिणामानं डॉ. शरण यांनी यशस्वितेचा कळस गाठला होता. कृषीक्षेत्रातील ही एक क्रांतीच होती.

या प्रयोगाने डॉ. शरण यांची ख्याती जगभर गेली होती. महाराष्ट्र व भारत सरकारने त्यांचा यथोचित गौरव केला होता. सी.एस.आय.आर. व डी. एस. टी. या संस्थांनीही त्यांचा गौरव केला होता. मात्र गावकऱ्यांनी त्यांच्याच गावात केलेला

सत्कार त्यांना हेलावून गेला. त्यावेळी त्यांना त्यांच्या भावना आवरणं कठीण झालं होतं. समाजासाठी व आपल्या लोकांसाठी काहीतरी करू शकलो याचं समाधान त्यांना होतं. प्रत्येक सत्काराच्या वेळी त्यांनी मात्र विनयचंही नाव प्रामुख्याने घेतलं. त्याच्या योगदानाचं कौतुकही केलं होतं.

ही संपूर्ण योजनाच महाराष्ट्र सरकारनं हाती घेतली व त्याचे प्रमुख म्हणून डॉ. शरण मगरे यांची नियुक्ती करण्यात आली. हा प्रकल्प महाराष्ट्राच्या कानाकोपऱ्यात व पर्यायाने भारताच्या प्रत्येक खेडोपाड्यात जावा असाच होता.

एके दिवशी लायब्ररीत संदर्भ ग्रंथ चाळीत असतानाच डॉ. शरण यांचा मोबाइल खणखणला. नंबर पाहून बटन प्रेस करीत त्यांनी तो कानाला लावला व म्हणाले,

''हं बोल निकिता.''

''अहो एक वाईट बातमी आहे.'' निकिताचा घाबरलेला स्वर.

''काय वाईट बातमी. कुठली?'' डॉ. शरण अजिजीने म्हणाले.

''मोहन भाऊजींचं निधन झालंय.''

''काय!'' डॉ. शरण ओरडलेच. ''कसं शक्य आहे? चार दिवसांपूर्वी त्याचं माझ्याशी बोलणं झालं. चांगला धडधाकट होता. हाऊ इट इज पॉसिबल. ओ गॉड!'' डॉ. शरण अस्वस्थपणे बोलत होते.

''शरण तुम्हाला तत्काळ गेलं पाहिजे. कारण ते तुमचीच वाट पाहत आहेत.''

''ठीक आहे निकिता मी आलोच.'' डॉ. शरणनी मोबाइल बंद केला.

प्रयोगशाळेत जाऊन डॉ. शरणनी विनयलाही सोबत घेतलं. तोही बातमी ऐकून सुन्न झाला होता. घरी काही काळ थांबून दोघेही राणीपूरला निघाले.

वेळेच्या आतच डॉ. शरण पोहचले. सारा गाव वेशीवर उभा होता. त्यांचीच वाट पाहत. डॉ. शरण यांना पाहताच मोहन लोखंडेचं कुटुंब त्यांना कवटाळून टाहो फोडीत होतं. आयुष्यात डॉ. शरण प्रथमच हेलावले होते.

मोहन लोखंडेचं अंत्यदर्शन घेताना ते कमालीचे हादरले. शहारले. त्याचं शरीर रक्त काढून घ्यावं असं पांढरं पडलं होतं. नेमका मृत्यू कशानं झाला याची त्यांना काहीच कल्पना नव्हती. ते सुन्न झाले होते.

मोहन लोखंडेची अंत्ययात्रा निघाली होती. सारा गाव हळहळत लोटला होता. डॉ. शरण यांनी त्यांच्या शेजारीच असणाऱ्या हिरालालला विचारले,

''हिरालाल! कसं झालं रे हे?''

''काय सांगू बापू. फार वाईट झालं. तुझ्या प्रयोगानं त्यांची भरभराट झाली होती. आताच कुठे त्याला चांगले दिवस आले होते. तुझ्या नावाला तो अक्षरशः पूजत होता. काल तो शेतात गेला आणि परत आलाच नाही.''

''काय? परत आला नाही म्हणजे?''

''म्हणजे शेतातच त्याचा मृतदेह सापडला. निपचित पडलेला.''

''काय? शेतात?'' डॉ.शरण आश्चर्याने उद्‌गारले.

त्यांच्याबरोबर असलेल्या विनयलाही हे ऐकून धक्का बसला.

''होय! शेतातच. आठ दिवसांपूर्वी तेथे एक ढोर मरून पडल्याचं त्यानंच मला सांगितलं होतं पण अशी जनावरं मरून पडतात म्हणून त्यानं फारसं मनावर घेतलं नाही.''

डॉ. शरणने शंकेने हिरालालकडे पाहिलं. तो निर्विकार होता पण विनय मात्र घाबरला होता. कारण काही महिन्यांपूर्वी जेव्हा तो राणीपूरला आला होता, तेव्हा शेतात कुत्रं मरून पडल्याचं मोहन लोखंडेनं त्याला सांगितलं होतं, पण त्याच्या शेताचं उत्पन्न वाढीला लागल्याने या सर्वांचं त्याला फारसं काही वाटलं नव्हतं. विनय घालमेलीत दबक्या आवाजात डॉ. शरणला म्हणाला.

''सर! महिन्यापूर्वी लोखंडेंनी शेतात कुत्रा मेल्याचं मला सांगितलं होतं.''

डॉ. शरण अविश्वासाने त्याच्याकडे पाहत उत्तरले,

''आणि तू हे मला आता सांगतोय.''

''सर मला त्यातलं गांभीर्य कळलं नव्हतं. मला वाटलं नेहमीप्रमाणेच असेल. म्हणून मीही फारसं मनावर घेतलं नाही व तुम्हाला सांगितलं नाही.''

डॉ. शरण यांनी त्याही वातावरणात दीर्घ श्वास सोडला. उष्ण हवा त्यांच्या नाकातून बाहेर पडली. एका वेगळ्याच दिशेने त्यांचे विचार पळू लागले होते. आणि ते एका महाकाय विचाराने शहारले. हादरले होते. जनुकशास्त्रातील ती एक शक्यताच त्यांनी मनोमन पडताळून पाहिली होती.

अंत्यविधी आटोपून सारा गाव पांगला होता. बऱ्यापैकी अंधारूनही आलं होतं. त्यांच्या एका मित्राचे प्राण गेल्यानं डॉ. शरण निराश झाले होते.

घरी थोडावेळ विश्रांती घेऊन, ते स्वत: आणि विनय, मोहन लोखंडेच्या शेताकडे निघाले. त्यांच्या मोठ्या भावाने एवढ्या रात्री जाऊ नका म्हणून अडवून पाहिलं, पण डॉ. शरणने ऐकलं नव्हतं. मनात उठणारं वादळ त्यांना स्वस्थ बसू देत नव्हतं. मोठा भाऊ सोबतीला येत असतानाही त्यांनी मज्जाव केला. आम्ही लगेच येतो म्हणून डॉ. शरण यांनी कार शेताकडे वळवली होती.

शेतात वेशीवर कार येताच हेडलाईटच्या प्रकाशामुळे कुंपणाचा बराचसा भाग प्रकाशमान झाला होता. त्यामुळे जाळी व त्यामधील कोळी चमकत होते. ते पाहूनच डॉ. शरण हादरले होते. त्यांनी निर्माण केलेले मवाळ जातीचे हे कोळी नव्हतेच. मग ते गेले कुठे? आणि हे आले कसे? आकारानेही हे कोळी बरेच मोठे होते. त्यांच्या मनात द्वंद सुरू असतानाच विनय कारमधून खाली उतरू पाहत होता. पण

त्याला अडवीत डॉ. शरण म्हणाले,

''विनय, उतरू नकोस.''

सरांच्या विरोधाने विनय स्तिमित झाला. तो म्हणाला,

''पण सर का? मी बघतोय तरी नेमकं काय चाललंय ते.''

''नको. डोंट गेट डाउन. समोर तू जे बघतोयस ते आपण निर्माण केलेले कोळी नव्हेतच मुळी.''

''काय?'' विनय आश्चर्याने पाहत राहिला. तो पुढे उत्सुकतेने म्हणाला,

''ते नाहीत? मग हे कुठले आहेत सर?''

''नीट निरखून बघ. दे आर ऑल ब्लॅक विडोज. लांडगा कोळ्याच्या जातीतले ते आहेत. यू जस्ट सी. त्यांचे डोळे भयंकर असून, दृष्टीही तीक्ष्ण आहे. भक्ष्याचा पाठलाग करून व त्याच्यावर उडी मारून ते पकडतात. विषारी सोंडेने भोसकून भक्ष्याला ठार करून, त्यांच्या अंगातील रक्त हळूहळू शोषून घेतो. आताही ते भक्ष्याच्या शोधातच आहेत. जर का तू उतरून त्यांच्याजवळ गेलास तर मोहन लोखंडेच्या मृत्यूसारखाच तुझाही अंत होईल.'' डॉ. शरण यांच्या सर्व काही लक्षात आलं होतं.

विनय आश्चर्याने उत्तरला-

''म्हणजे मोहन लोखंडेचा मृत्यू या कोळ्यांनीच केला?''

''यस. यांनीच केला. दे आर व्हेरी मच पॉइझनस.''

''पण सर आपण तर मवाळ जातीचे, अहिंसक कोळी निर्माण केले होते आणि रंगाने ते लालसरही होते. मग हे आले कुठून?''

''तेच मी विचार करतोय विनय. सारं काही माझ्या लक्षात आलंय. जनुकामध्ये फेरफार करून मी एक नर व मादी निर्माण केली, पण त्याच नरांचे असंख्य शुक्राणु व मादीच्या जनन ग्रंथीपासून जी अंडी तयार केली, ती मवाळच असतील असे आपण गृहीत धरलं, पण निसर्गाची परिसीमाच येथे आडवी आली. मवाळ कोळ्यांच्या गुणसूत्रातही चांगले वाईट गुण असण्याची पन्नास टक्के शक्यता होतीच. ती मी गृहीतच धरली नाही आणि नेमकं येथेच निसर्गाने आपलं काम केलं. जी अंडी आपण निर्माण केली त्यातच वाईट वंशातील कोळ्यांनीही जन्म घेतला व ते प्रबळ असल्याने दुर्बलांना मारून त्यांच्या संख्येत वाढ होत गेली. आज या कुंपणावरचे एकूणएक कोळी विषारी व भयानक हिंसक आहेत. शेताचं संरक्षण ते करतील पण कुठल्याही सजीवाला ते भक्ष्य समजतील व हल्ला करतील'' डॉ. शरण विचारांती बोलले.

''सर, मग नेमकं आता काय करायचंय. धिस इज डेंजरस.''

''विनय आता एकच पर्याय आहे. तो म्हणजे हे शेत जाळून कोळ्यांना नष्ट

करणे.'' डॉ. शरण निर्वाणीचं म्हणाले.

"काय? म्हणजे हा प्रयोगच जाळायचा?''

"पर्याय नाही विनय. ज्या गावासाठी व माझ्या लोकांच्या हितासाठी मी प्रयोग केला, केवळ त्यांच्याच हितासाठी मी हा निर्णय घेतोय.''

"म्हणजे? मी समजलो नाही सर.'' विनय न समजून उत्तरला.

"कारण एकच. आज या कोळ्यांना जागेवर भक्ष्य मिळतेय हे नशीब. जर का उद्या त्यांना भक्ष्य मिळालं नाही, तर ही लक्षावधी कोळ्यांची झुंड गावाकडे मोर्चा वळवतील व माणसांवर हल्ला करून त्यांना ठार करतील... आणि ती वेळ फार दूर नाहीये विनय. कारण दिवसेगणिक या कोळ्यांची संख्याही वाढत आहे.'' डॉ. शरण यांनी वस्तुस्थितीच समोर ठेवली.

विनय सुन्न झाला. प्रयोगाची अशीही बाजू असू शकेल याची त्यानं कल्पनाही केली नव्हती, पण डॉ. शरण यांच्यासारख्या बुद्धिमान शास्त्रज्ञानं त्याचवेळी छडा लावल्याने पुढे येऊ घातलेलं संकट तरी टळणार होतं. तो अजिजीने म्हणाला,

"सर, जाळून टाका यांना. गावकऱ्यांचे प्राण मोलाचे आहेत. त्यांच्या अपेक्षापूर्तीसाठी आपण अजून वेगळा प्रयोग करू. स्पायडर फार्मिंगचा. बट वुई शुड किल दिज ब्लडी स्पायडर्स.''

डॉ. शरणनी विनयकडे पाहत स्मित केलं. त्याचा राग ते समजू शकत होते. डॉ. शरण सावकाश कारमधून उतरले. गाडीतील एक कापड काढून, लायटरने पेटवलं व कुंपणावर भिरकावून दिलं. या कुंपणाला एक ठिणगी पुरेशी होती. क्षणात ज्वाळा आसमंतात भरारी मारू लागल्या होत्या.

डॉ. शरण कारमध्ये बसले व कार गावाच्या दिशेने वळविली. कोळ्याची वेगळी जात पुन्हा निर्माण करण्याचं त्यांनी मनोमन ठरवलं होतं. एवढ्या सहजासहजी ते मुळीच हरणार नव्हते. गावाच्या वेशीवर कार येताच, त्यांनी मागे वळून पाहिलं. संपूर्ण शेत ज्वाळांनी वेढलं गेलं होतं. आसमंत तांबड्या रंगानी नाहून निघत होता. त्याचवेळी गाव मात्र शांतपणे झोपलं होतं.

◆

अकल्पित

वीस वर्षांपूर्वी एका वेगळ्या ध्येयानं प्रेरित होऊन डॉ. विजय कसबे फत्तेपूर सारख्या छोट्या गावात आले होते. गायनॅकमध्ये एम. एस. पदवी मिळाल्यानंतर लगेच त्यांनी हा निर्णय घेतला होता. त्यांचे समकालीन मित्र इतस्तत: शहरात, परदेशात स्थायिक झाले असताना डॉ. विजय यांचा अजब मार्ग बघून त्यांच्या जवळची मित्रमंडळीही त्यावेळी नाराज झाली होती. मात्र आप्तस्वकीयांची कुठलीही बंधनं न ठेवता, आपला निर्णय त्यांनी ठामपणे अंमलात आणला होता.

पाच-पन्नास घरं असणाऱ्या त्या गावात त्यांनी प्रॅक्टिस सुरू केली होती. हळूहळू गोरगरिबांना साहाय्य करीत त्यांचं नाव साऱ्या पंचक्रोशीत झालं होतं. प्रसूतिगृहाचा पसारा वाढत गेला. शिवाय डॉ. विजय यांना संशोधन दृष्टी असल्याने, त्यातच एक स्वतंत्र संशोधन विभाग सुरू करून, पुढे त्याद्वारे त्यांनी जटिल केसेस हाताळल्या होत्या. विविध प्रयोगांना सुरुवात केली होती. एरवी हॉस्पिटलमध्ये घुसताच, त्यांच्या या कार्याची महती कळत असे. मोठ्या चंचुपात्रांमध्ये अर्भकांचे विविध नमुने पाहून त्यांच्यातला संशोधक आपल्याला जाणवे.

पुढे फत्तेपूरच्या उत्तरेकडील भागात, अणुऊर्जेसाठी लागणाऱ्या युरेनियम-२३५ या मूलद्रव्याचे साठे सापडल्याने, तेथे खनिज विभागासोबतच, भाभा अणुसंशोधन केंद्र प्रणित कार्यालये आली. विविध संशोधन संस्था सुरू झाल्या. किरणोत्सर्गाचा एक स्वतंत्र विभागच केंद्रातर्फे सुरू करण्यात आला. त्यामुळे यानिमित्ताने फत्तेपूरमध्ये रोजगार उपलब्ध होऊन, पांढरपेशा समाजही फोफावला. गावाचा पसारा वाढत गेला. युरेनिअम प्रक्रियेसाठी लागणाऱ्या मनुष्यबळामुळे हजारोंच्या संख्येने कामगार आले आणि असंख्य कुटुंबे वसली गेली. समस्याही वाढल्या. त्याने डॉ. विजय यांच्या हॉस्पिटलची व्यस्तताही वाढली, व्याप वाढला, त्यात पुन्हा स्वतंत्र विभाग सुरू होऊन, मोठ्या प्रमाणात स्टाफ निर्माण झाला. त्या परिसरातील ते एक उत्कृष्ट हॉस्पिटल ठरल्याने, गरीब-श्रीमंत सर्वच थरांतील रुग्ण तेथे येत असत. डॉ. विजय

सकाळी नऊ वाजल्यापासून ते रात्री उशिरापर्यंत व्यस्त राहत असत. या त्यांच्या व्यस्त दिनक्रमात ते दिवसाला कमीत कमी तीन तास संशोधन व दोन तास वाचनाला नियमित देत असत. आणि आजपर्यंत ते हा दिनक्रम पाळत आले होते.

रोजचा त्यांचा दिनक्रम अतिशय सुटसुटीत व काटेकोर असे— सकाळी नऊ वाजता येताच, दुपारी एकपर्यंत रुग्ण तपासत असत. नंतर दोन ते पाचपर्यंत ऑपरेशन्स आणि फावला वेळ संशोधन व वाचनाला असे. वैद्यकशास्त्रामधील जगात असलेल्या महत्त्वाच्या द्वैमासिक, त्रैमासिक, संशोधन पत्रिका त्यांच्याकडे येत असल्याने, या क्षणाला वैद्यकशास्त्रात नवीन काय घडलंय व घडू पाहतंय याचं ज्ञान त्यांना असे. म्हणूनच स्वत:च्या काही समांतर प्रयोगांमध्ये ते या संशोधनाचा खुबीने वापर करीत असत. त्यात त्यांना फायदाही होत होता. काही गुंतागुंतीच्या शस्त्रक्रिया त्यांनी अशाच आपल्या संशोधनाचा वापर करून सोडवल्या होत्या आणि बऱ्याच प्रमाणात त्या यशस्वीही झाल्या होत्या. त्यांच्या या प्रयत्नांना पंचक्रोशीतील सर्वांनीच हातभार लावला होता. डॉ. विजय हुशार, मृदुभाषी व हसतमुख असल्याने, रुग्णांची व सामान्यजनांची त्यांच्यावरील श्रद्धा उत्तरोत्तर वाढतच गेली होती.

आज रुग्णालयात नेहमीच्या वेळेशिवाय ते आधीच आले होते. कारण रात्रीपासूनच संशोधनाचा एक प्रश्न त्यांच्या डोक्यात घोळत होता. त्यामुळे सकाळी लवकर जाऊन, त्यावर एकाग्र विचार करून त्यांना तो सोडवायचा होता. पण आत येत असतानाच त्यांच्या केबिनबाहेर एक मध्यमवयीन जोडपं व एक तरुणी बसली होती. ते जोडपं अशिक्षित असावं. त्या माणसाने धोतर-टोपी घातली होती आणि ती बाई काष्टी पातळात होती. तरुणी मात्र गोल पातळात होती. देखणी, गौरवर्ण व साजेशी शरीरयष्टी लाभलेली. त्यामुळे तिचं अस्तित्व सहजपणे जाणवे. सर्वांचेच चेहरे चिंतित होते. पण तरुणीचा चेहरा चिंतित असला तरी, एकप्रकारे समाधान त्यावर दिसत होतं. तृप्त असावं असं. ज्या गोष्टीसाठी माणसांचा छळ होतो, ती जर का त्याला मिळाली तर, त्यावेळी त्याच्या चेहऱ्यावरील जे समाधान असतं, तेच नेमकं या तरुणीच्या चेहऱ्यावर होतं.

डॉ. विजय आले तेव्हा ते तिघंही स्तब्ध बसले होते. त्यांना डॉ. विजय कोण हे माहिती असणे शक्य नव्हते. डॉ. विजयनी क्षणभर त्यांच्याकडे पाहिलं. दाम्पत्य भांबावलेलं, बावरलेलं दिसलं. पण तरुणी मात्र निर्विकार व ठाम दिसली. क्षणभरच त्या तरुणीची व डॉ. विजयची नजरानजर झाली. तरुणी जास्त काळ नजर देऊ शकली नाही. भिरभिरणारे डोळे तिनं बाजूला केले. डॉ. विजय थोडा विचार करीत, दीर्घ श्वास घेत केबिनमध्ये शिरले. संशोधनाचा बेत रद्द करून, त्यांनी या रुग्णांना अटेंड करण्याचं ठरवलं.

आत शिरताच अटेन्डंटकरवी बाहेरील रुग्णांना त्यांनी बोलावलं. ते आत

येताच डॉ. विजय म्हणाले,

"बसा." तरुणीकडे पाहत एका खुर्चीकडे निर्देश करीत उत्तरले

"तुम्हीही बसा."

निर्देश मिळताच तिघेही खुर्चीत बसले.

डॉ. विजयनी तिघांवरून पुन्हा एकदा नजर फिरविली आणि स्मित करीत विचारलं,

"हं बोला, काय प्रॉब्लेम आहे."

क्षणभर शांततेत गेला. म्हाताऱ्याने थोडी चुळबुळ केली. कुठून सुरुवात करावी या द्विधा मन:स्थितीत तो होता. म्हातारीनेही आशाळभूत नजरेनं म्हाताऱ्याकडे पाहिलं. तरुणी मात्र निर्विकारच होती. एक आवंढा गिळत म्हातारा उत्तरला,

"डॉक्टर ही माझी मुलगी, गरोदर आहे." म्हातारा थोडा ग्रामीण हेल काढीत चांगल्या मराठीत बोलत होता...

"वाऽ छान! एकूण ही आनंदाचीच तर बाब आहे. बघू यात आपण चेकअप करून." डॉ. विजय त्यांच्याकडे पाहत म्हणाले होते...

म्हातारा गंभीरपणे पुढे म्हणाला,

"नाही डॉक्टर हे मूल आम्हाला नको आहे, ॲबॉर्शन करायचंय."

"काय? ॲबॉर्शन?" डॉ. विजय तरुणीकडे कटाक्ष टाकीत पुढे म्हणाले, "पण का? लग्न झालेलं नाही कां?"

"नाही डॉक्टर तसं नाही. तिचं लग्न होऊन चार वर्षे झालेली आहेत." म्हाताऱ्यानं माहिती दिली.

"मग तरीही आपण?" डॉ. विजयचा अर्धवट प्रश्न.

"व्हय डॉक्टर तरीही आम्ही ॲबॉर्शन करायचं म्हणतोय. कारण एक वर्षापूर्वीच तिच्या नवऱ्यानं घालवून टाकलीया." म्हातारी प्रथमच बोलली. ग्रामीण ढंगातच बोलत होती, तरुणीकडे नाराजगीने पाहत. आमच्या इभ्रतीला बट्टा लावल्याचा आविर्भाव तिच्या चेहऱ्यावर होता.

"काय? वर्षापूर्वी टाकून दिलीय. म्हणजे नेमके काय? कशासाठी?" डॉक्टरांनी विचारले.

"कारण हिला मूल होत नव्हतं आणि हिच्या सासरच्यांना मूल हवं होतं. त्यापोटी तिचा अनन्वित छळही झाला आणि शेवटी वर्षापूर्वीच त्यांनी माहेरी आणून सोडली." म्हाताऱ्यानं आपल्या मुलीचं गाऱ्हाण मांडलं. म्हातारी मध्येच म्हणाली, "डॉक्टर, आमचा पोटचा गोळा होता म्हणून आम्ही तिला सांभाळलं, तर तिनं नवऱ्याच्या पश्चात ह्यो पराक्रम केलाय. समाजात आमची नाचक्की होईल. टाकून घातलेली पोरगी पोटूशी कशी राहिली म्हणून छिऽऽथू करतील. हिनं दुसऱ्याबरोबर

असं करावं का बरं डॉक्टर तुमीच सांगा.''

डॉ. विजय स्तब्ध होते. शांतपणे त्यांनी सर्वांकडे पाहिलं. म्हातारा-म्हातारी बऱ्यापैकी रागात होते. एवढ्या वेळ शांत बसलेली तरुणी प्रथम बोलती झाली.

''मी असं काहीही केलेलं नाही आई.'' तरुणीचा ठाम स्वर.

''मग हे काय वरून टपकलं का?'' म्हातारा हातवारे करत रागात बोलत होता.

''बघा डॉक्टर तुम्हीच बघा, हिचे संबंध कुणाबरोबर आल्याशिवाय असं काही होईल का? काहीतरी आपलं वेड्यासारखं चाललंय हिचं.''

तरुणी पुन्हा स्तब्ध बसली. तिला या वादात फारसं पडायचं नसावं असं वाटलं. डॉ. विजय त्या तरुणीच्या मन:स्थितीचा अंदाज घेऊ पाहत होते. पण तिच्या मनातल्या शमलेल्या वादळाचा अंदाज त्यांना घेता येत नव्हता. डॉ. विजय यांनी घड्याळात पाहिलं. बराच वेळ झाला होता. अशा रुग्णांच्या बाबतीत त्यांचाही गोंधळ उडत असे. ही एक टिपीकल केस होती. पण निर्णय काय घ्यावा हेच त्यांना सुचत नव्हतं. ते पुन्हा एकवार सर्वांकडे पाहत म्हणाले...

''मला वाटतं तुम्ही सर्वांनीच यावर पुन्हा एकदा विचार करावा आणि मला निर्णय द्यावा. कारण आलेलं मातृत्व असं घालवणं बरं नव्हे.''

''निर्णय काय घ्यायचाय डॉक्टर. असल्या संबंधातून आलेल्या मातृत्वास समाजात मान्यता मिळत नसते. ॲबॉर्शन कधी करताय एवढंच सांगा?'' म्हातारा अगतिकतेनं उत्तरला.

''ते काय आजही होऊ शकते पण मला वाटतं कमीत कमी तुम्ही ह्यांच्या मिस्टरांना अर्थात तुमच्या जावयांना कळवून बघा. यातनं निश्चितच मार्ग निघेल.'' डॉ. विजयनी पुन्हा एकदा तरुणीच्या मनाचा अंदाज घेत, तिच्या आई-वडिलांचा पाठपुरावा केला.

''सांगितलं डॉक्टर. याआधीच आनंदाच्या भरात त्यालाच प्रथम आम्ही ही बातमी कळवली. ज्या कारणासाठी आमची मुलगी आमच्याजवळ वर्षभर होती, तेही आम्ही ठाम विसरलो एवढा तो आनंद मोठा होता, पण त्यानंच हा आनंदाचा फुगा फोडला. वर्षभर तिच्याशी माझा संबंध नाही, ती गरोदर कशी? म्हणून प्रश्न उपस्थित केला आणि तिला बाहेरख्याली ठरवून मोकळा झाला. आता त्याला घटस्फोट हवा आहे, डॉक्टर.'' म्हातारा सद्‌गदित झाला होता. नाही म्हटलं तरी मुलीच्या आयुष्याच्या प्रश्नानं म्हातारा खचला होता. म्हातारीनंही डोळे पुसले. तरुणीनं प्रसंगावधान राखून स्वत:च्या आईला सांभाळलं.

डॉक्टर विजय आश्चर्यानं उद्‌गारले, ''काय? घटस्फोट.''

''व्हय डॉक्टर... फारकत... जीव असा पिळवटून निघतोय बघा...''

म्हातारीचा कंठ दाटून आला.‘‘पोरीच्या नशिबात काय वाढून ठेवलंय कोण जाणे.’’

तरुणीनं शांतपणे दीर्घ श्वास सोडला. आई-वडिलांची स्थिती तिलाही समजत होती. काहीच न बोलता तिनं थंड नजरेनं डॉक्टरांकडे पाहिलं. डॉ. विजयनी वातावरणाचा अंदाज घेतला. आपल्या डायरीतील तारखांच्या नोंदी पाहत उत्तरले,

‘‘ठीक आहे, तुम्ही दुपारी तीन वाजता या.’’

पुढे काही बोलण्याचा प्रश्नच नव्हता. तिघेही उठले व नमस्कार करून पाठमोरे झाले. कुणास ठाऊक पण डॉक्टरांना त्या तरुणीच्या स्तब्धतेविषयी गूढता निर्माण झाली. या थेट संवादात ती फक्त एकदाच बोलली होती आणि तेही आत्मविश्वासाने. त्याच आत्मविश्वासाने डॉक्टर विचलित झाले होते. आत्मविश्वासापाठोपाठ त्या मुलीनं काहीतरी रहस्य दडवल्याचाही भास त्यांना झाला होता. या तरुणीवर अन्याय तर होत नाही ना म्हणून त्यांचं मन व्याकूळ झालं होतं. या निमित्ताने पुन्हा एकदा आपल्या समाजाची पोकळ बांधणी त्यांच्यासमोर आली. एका स्त्रीला, तिचा दोष नसताना घालवणे, हा पोकळपणाच नव्हे तर दांभिकपणा होता. डॉ. विजय बराच वेळ विचार करीत राहिले. आणि या तरुणीला आपण पुन्हा एकदा स्वतंत्रपणे भेटून तिच्या मनातील विचारावं असा निश्चय केला. डॉक्टरांनी आजूबाजूला पाहिलं. पुढच्या रुग्णांना बोलविण्यासाठी त्यांनी बेलच्या पुश बटनला हात लावताच दार उघडलं गेलं. दारात तीच तरुणी उभी असलेली पाहून त्यांना आश्चर्य वाटलं. तिनं विचारलं,

‘‘आत येऊ?’’

‘‘हो, पण आपण...’’

मध्येच ती म्हणाली,

‘‘बाहेर कुणीही नाही म्हणूनच मी आत आले. मी येऊ शकते ना? मला तुमच्याशी बोलायचंय.’’ तरुणीनं स्मित करीत म्हटलं.

डॉक्टर बेलवरचा हात बाजूला करीत, हसत म्हणाले,

‘‘ओ यस, काहीच हरकत नाही. मी आता तुमच्याविषयीच विचार करीत होतो. बसा ना!’’

तरुणी स्थानापन्न झाली. डॉ. विजयकडे तिनं कटाक्ष टाकला आणि म्हणाली,

‘‘मी आपणास सर म्हटलं तर चालेल ना?’’

डॉक्टरांनी स्मित करीत नुसतीच होकारार्थी मान हलवली.

ती पुढे म्हणाली,

‘‘सर, आधी मला माफ करा. कारण मी आताच माझ्या आई-वडिलांसोबत तुम्हाला भेटून गेले. पण मी जास्त बोलले नाही. कदाचित तुम्हाला ते थोडसं ऑड

वाटलं असावं. मी माझ्या आई-वडिलांना आज दुःखी-कष्टी करू इच्छित नाही. म्हणूनच मी काहीही न बोलण्याचं ठरवलं होतं. कारण मला स्वतंत्रपणे तुम्हाला भेटायचं होतं. काही अगाध असे प्रश्न निर्माण झाले आहेत. त्यामुळे मी पुरती गोंधळलेय. तुमच्याशी बोलल्यानंतर वाटलं की, तुम्ही निश्चितच मला योग्य मार्ग दाखवाल. म्हणूनच मी तो निर्णय आताच घेतला. तरी आपण मला...''

डॉक्टर तत्काळ उत्तरले,

''नो फॉर्म्यालिटिज, त्याची काही गरज नाही, मिसेस?''

''मिसेस मालन घोडके, पण या नावाला काहीच अर्थ नाही. आपण मला फक्त मालन म्हटलं तरी चालेल.'' तरुणीनं आपलं नाव सांगत म्हटलं.

''ठीक आहे मालन, आपण मनात कुठलीही आडकाठी न ठेवता मला काय घडलं ते सांगावं.''

ती तरुणी म्हणजेच मालन थोडी रिलॅक्स झाली. खुर्चीत सावरून बसत, डॉक्टरांकडे पाहत बोलू लागली.

''सर, प्रथम मी माझ्याविषयी थोडक्यात सांगते. मी स्वतः शास्त्राची पदवीधर आहे. रसायनशास्त्र हा माझा विषय. घरची बेताचीच परिस्थिती असतानाही आई-वडिलांनी मला शिकवलं. हा त्यांचा मोठेपणा. माझ्याविषयीची जी काही अगतिकता ते इथे थोड्या वेळापूर्वी दाखवत होते तो तर त्यांच्या प्रेमाचाच एक भाग होता. म्हणून त्यांना पुन्हा दुःख द्यायचं नव्हतं. ग्रॅज्युएट नंतर चांगलं स्थळ आलं. लग्न झालं आणि सासरी आले. वर्ष एका वेगळ्याच धुंदीत गेलं आणि हळूहळू वातावरण बदलू लागलं. अपत्यप्राप्तीची ओढ माझ्याही ठायी होती पण ते होत नव्हतं. याला जबाबदार कोण होतं? या पुरुषप्रधान संस्कृतीत नेहमीप्रमाणे मलाच जबाबदार धरण्यात आलं. मग सुरुवात झाली छळाला— सहनशक्तीच्या पलीकडे जाईपर्यंत— नंतरचे दोन वर्ष अर्थशून्य आयुष्य मी जगले. नवरा मलाच दोष देऊन बोलेनासा झाला. मग मात्र एक एक क्षण युगासारखे जाऊ लागले. हॉस्पिटलमध्ये जाऊ म्हटलं तरी कुणी तयारी दर्शविली नाही. 'वांझोटी' हा निकामी शब्द माझ्या माथी चिकटवला आणि शेवटी वर्षापूर्वी सर्वानुमते मला माहेरी सोडून देण्यात आलं. सर, आयुष्याच्या या दिशाहीन क्षणी मला मानवाची भयंकर रूपे बघायला मिळाली. ती आठवली तरी थरकाप उडतो...''

मालननं दीर्घ श्वास सोडत, आवंढा गिळला. कदाचित तिचं मन भरून आलं असावं. डॉक्टरांनी सहानुभूतीने तिच्याकडे पाहिलं. तिच्याकडे रोखून पाहत त्यांनी विचारलं,

''काय करतो तुझा नवरा?''

''एका फर्ममध्ये इंजिनीअर आहे. उच्च शिक्षण आहे ते फक्त नावाला.'' मालन

छद्मीपणे म्हणाली.

"तुम्ही कधी त्याला हॉस्पिटलमध्ये जाऊन चेकअपचा आग्रह धरला नाही?" डॉक्टरांनी विचारलं.

"धरला, पण तो त्याने कटाक्षानं टाळला. माझ्यातच दोष आहे म्हणून बिंबवित राहिला आणि घरचे इतरही या बाबतीत त्याच्या पाठीशी ठामपणे उभे राहिले... मी मात्र एकटीच पडत गेले." मालननं आठवत सांगितलं.

"तुम्ही स्वत: कधी तसा स्वतंत्रपणे हॉस्पिटलमध्ये चेकअपचा प्रयत्न केला नाही?"

"केला ना, एके दिवशी कुणालाही न सांगता मी चेकअप करून आले. सर्व काही नॉर्मल होतं. तुमच्या मिस्टरांना पाठवून द्या म्हणून डॉक्टरांनी सांगितलं." मालनची स्पष्टोक्ती.

"मग तुम्ही सांगितलं?" डॉ. विजय म्हणाले.

"सांगितलं आणि त्या रात्री घरात मोठंच वादळ निर्माण झालं. त्याचीच परिणती मारहाण आणि मला सोडण्यात झाली." मालननं कडवा भूतकाळ ऐकवला.

"आय सी, म्हणजे तद्नंतर तुमच्या या उद्ध्वस्त मनाला कुणीतरी हळूच फुंकर घातली आणि तुम्ही त्याला बळी पडलात असंच ना!" डॉक्टरांनी अंदाज बांधला.

"नाही डॉक्टर, मी कुठल्याही मोहाला अथवा लोभाला बळी पडले नाही." मालनचा गौप्यस्फोट.

"काय?" डॉक्टरांचा आश्चर्योद्‌गार.

"होय सर, हे त्रिकालाबाधित सत्य आहे की माझ्या जीवनात दुसरा कुठलाही पुरुष आलेला नाही." मालनने पुन्हा ठामपणे सांगत स्पष्ट केलं.

डॉ. विजय क्षणभर आश्चर्याने पाहतच राहिले. अविश्वासाने ते म्हणाले,

"काय? म्हणजे मालन तू... कसं शक्य आहे? तू प्रेग्नंट आहेस असं मघाशीच तुझ्या पालकांनी सांगितलं. खरंय ना ते?"

"हो, तेही खरंय आणि माझा कुठल्याही पुरुषाशी एक वर्षभर समागम नाही हे त्याहूनही सत्य आहे." मालन आता उघडपणे स्पष्ट करू लागली. तिलाही त्याची सत्यता पटवून द्यायची होती.

"इट इज रिअली अनबिलिव्हेबल!" डॉ. विजय पुन्हा अविश्वासाने उद्गारले.

"सर, तुम्हाला माझ्यावर विश्वास ठेवावाच लागेल. हेच सत्य आहे की, मी कुणाशीही संबंध न ठेवता प्रेग्नंट आहे. हा अनुभव माझ्यासाठी जेवढा आनंदाचा आहे तेवढाच तो गहन प्रश्नाचाही आहे. विज्ञान युगात याला निश्चितच उत्तर असावं. म्हणूनच मी तुमच्याकडे आलेय डॉक्टर."

मालन आशेनं पाहत आपली सत्यता त्यांना पटवून देत होती. मालनची अगतिकता पाहून डॉ. विजय विचारात पडले. मालनची सत्यता त्यांना पटत होती. शिवाय ती खोटंही बोलत नाही, यावर त्यांचा विश्वास बसला होता पण तरी ही घटना मन स्वीकारत नव्हतं. गर्भ फलनासाठी स्त्री बीजांडासोबतच शुक्रजंतूचीही आवश्यकता होती. मालनच्या शरीरात स्त्री बीजांडाची उत्पत्ती होत होती. मग शुक्र जंतू आले कुठून? डॉक्टरांनी क्षणभरच विचार केला, पण मालनच्या बाबतीत घडलंय ते अनाकलनीय असल्याचंच त्यांना जाणवलं. पण एक मात्र निश्चित, मालन जे काही सांगत होती ते सत्य होतं. निसर्गाविरुद्ध असलं तरी ते एक कटू सत्य होतं.

मालनकडे पाहत त्यांनी विचारलं,

''मालन.''

''हुं.'' मालननं विचार तंद्रीतून बाहेर पडत हुंकार भरला होता.

''माहेरी आल्यानंतर या वर्षभरात तू काय केलंस?''

''सर, मी ग्रॅज्युएट होते. घरी बसणे मला शक्य नव्हते. वेळ जणू खायला उठत असे. आई-वडिलांवरही अवलंबून न राहण्याचं मी ठरवलं आणि फत्तेपूरला भाभा अणुसंशोधन केंद्राच्या किरणोत्सर्ग विभागात संधी चालून आली, ती मी स्वीकारली. युरेनिअम २३५ ही मूलद्रव्ये व त्या संदर्भातील किरणोत्सारिता संशोधनात्मक काम असल्याने, तेथील ज्येष्ठ शास्त्रज्ञांना साहाय्य करीत मी स्वत:ही या कामात समरस होऊन गेले. त्यामुळे वेळ सहज जाऊ लागला. मोठमोठ्या शास्त्रज्ञांमुळे संशोधनाची क्षितिजे दिसू लागली. माझ्या चांगल्या कामगिरीमुळे खनिजांमधून विविध मूलद्रव्यांची किरणोत्सार समस्थानिके शोधण्याची जबाबदारीही देण्यात आली. पुढे दिवस असेच गेले आणि एके दिवशी मी माझ्या कामात व्यग्र असतानाच मला मळमळून आलं. म्हणून मी क्लिनिकमध्ये गेले, तर तेथे कळले की मी प्रेग्नंट आहे. मी हादरलेच. ज्यासाठी माझं आयुष्य पणाला लागलं ते आज मला मिळालं असतानाही मी हादरले होते. गोंधळले होते. कारण येथे कुठल्याही शारीरिक प्रक्रियेविना मी प्रेग्नंट राहिले होते. हे कोण स्वीकारेल याची मला मुळीच चिंता नव्हती. पण हे झाले कसे याचीच नैसर्गिक ओढ मला होती. मी माझ्या आई-वडिलांनाही सांगितलं पण त्यावर त्यांचा विश्वासच बसला नाही आणि त्यांनी तो तरी का ठेवावा? त्यांचंही खरं होतं, जेव्हा माझाच विश्वास माझ्यावर बसत नव्हता तर त्यांचा का म्हणून बसावा. एक मात्र, मी निश्चिंत होते. कुणी विश्वास ठेवो अथवा न ठेवो पण मी प्रामाणिक होते. आई-वडील, खुद्द नवऱ्यानेही त्यावर विश्वास ठेवला नाही. बाहेरख्याली म्हणून तो हिणवून गेला. खूप यातना झाल्या सर, जो माणूस अर्ध्यावर सोडून जातो, त्याच्याकडून अजून अपेक्षा तरी कुठली ठेवावी?''

मालननं पुन्हा एकदा मन मोकळं केलं होतं. तिला हलकं वाटत होतं. चेहरा प्रसन्न व आत्मविश्वासाने अधिक खुलला होता. डॉ. विजय या तरुणीकडे पाहतच राहिले. एक सोशिक पण तेवढीच कणखर ती त्यांना भासली. ते खुर्चीतून उठले व तिच्या शेजारी येत खांद्यावर हलकासा हात ठेवत म्हणाले,

"मालन, माझा तुझ्यावर विश्वास आहे."

मालन भारावली गेली. तिच्या डोळ्यांच्या कडा ओलावल्या. ती सद्‌गदित होत म्हणाली,

"थँक यू सर, पहिल्या भेटीतच मला एवढा वेळ दिलात, माझ्यावर विश्वास ठेवलात. आपला विश्वासच मला मोलाचा आणि तेवढाच बळ देणारा आहे."

क्षणभर केबिनमध्ये शांतता पसरली. मालननं घड्याळाकडे पाहिलं. बराच वेळ झाला होता. बाहेर रुग्ण वाट पाहत असतील याची जाणीव तिला झाली. डॉक्टरांकडे पाहत ती म्हणाली,

"सर."

"हं." डॉ. विजयचा हुंकार.

"मी या बाळाला जन्म देणार आहे." मालन ठाम स्वरात म्हणाली.

डॉक्टरांनी मालनकडे कौतुकाने पाहिलं. स्मित करीत ते मान हलवीत म्हणाले,

"निश्चितच, तो तुझा हक्क आहे पण हे तेवढंच खरं की तुझं हे बाळ विज्ञानाला पडलेलं एक कोडं आहे आणि ते मला सोडवायचंय. त्यासाठी मला तुझी मदत लागेल."

"मदतच काय सर, जे साहाय्य माझ्याकडून तुम्हाला हवंय ते मी देईनच. कधीही. कारण या रहस्यानं मलाही पछाडलंय. जे मूल माझ्या उदरात वाढतंय ते निसर्गाच्या नेमक्या कुठल्या रहस्यातून आलंय, हे जाणून घेण्याची तेवढीच तीव्र इच्छा माझीही आहे. त्यासाठी तुम्ही म्हणाल त्या परीक्षणास मी तयार आहे. आणि त्यातून तुम्ही त्यावर प्रकाश टाकला तर तो मला हवा आहे." मालननं मनातली इच्छा प्रकट केली.

"तुझ्याकडून मला हीच अपेक्षा होती. मला या गर्भाविषयी काही शंका आहेत. म्हणून त्याच्या भवितव्यासाठी तुला काही चाचण्यांना सामोरं जावं लागेल. परवा जर तू येऊ शकलीस तर, काहीतरी निष्कर्षाप्रत येणं आपल्याला शक्य होईल."

डॉक्टरांनी प्रायोगिक भूमिका विशद केली.

"मीही आपल्या निष्कर्षाची वाट पाहीन." मालननं पर्समधून व्हिजिटिंग कार्ड काढत पुढे म्हणाली, "सर, परवा मी येतेच आहे पण जर का माझी त्याआधी तुम्हाला गरज भासली तर माझं कार्ड असू द्या." डॉक्टरांनी व्हिजिटिंग कार्ड उचललं. ते न्याहाळत त्यांनी स्मित केलं.

व्हिजिटिंग कार्ड बॉक्समध्ये ठेवत ते म्हणाले,

"निश्चितच, जर मला वाटलं तर मी त्याआधीही तुला बोलवेन. ओके!"

"ठीक आहे सर, मी येते."

"चहा घ्यायचाय तुला?" डॉक्टरांनी अगत्याने विचारलं.

"नको सर, आधीच बराच उशीर झालाय. एव्हाना बाहेर रुग्ण थांबलेले असतील. पुढच्या वेळी नक्की घेईन." मालन स्वत:ला सावरीत उठली आणि स्मित करीत वळली.

"ओ के! बेस्ट लक ॲण्ड टेक केअर."

"थँक यू सर."

मालन दारातनं बाहेर पडली आणि डॉ. विजय क्षणभर उघडणाऱ्या दाराकडे पाहतच राहिले. विज्ञानाचा एक नवाच साक्षात्कार गेल्याचं त्यांना जाणवलं. दुसरा रुग्ण कधी आत आला हे ही त्यांना कळलं नाही. त्याला खोकल्याची उबळ आली, तेव्हाच ते भानावर आले.. बाहेर गर्दी बरीच झाली होती. डॉक्टरांनी कामाचा वेग वाढवला आणि त्याचवेळेस समांतरपणे त्यांचा विचाराचा वेगही वाढला होता. मालनच्या प्रश्नाचा पाठलाग ते करीत होते.

डॉक्टरांनी रुग्णांची तपासणी नेहमीच्या वेळेआधीच थांबवली आणि उरलेल्या काही रुग्णांची तपासणी त्यांच्या असिस्टंटला विनंती करून हाताळण्यास सांगितल्या. ऑपरेशन्सच्या काही तत्काळ केसेस सोडल्या, तर इतर त्यांनी एक दिवसांनी प्रलंबित केल्या होत्या. कारण या वेळी मालनसारखी रुग्ण त्यांच्या हातात होती. प्रथम तिने सांगितलेल्या घटनेचा पाठपुरावा त्यांना करायचा होता. कुठल्याही संबंधाशिवाय ती गरोदर होती. तिच्या या गोष्टीवर प्रथम अविश्वास दाखवणारं मन, नंतर मालनची परिपक्वता बघून विश्वासानं व्यापलं होतं, याचं खुद्द डॉक्टरांनाही आश्चर्य वाटत होतं. या विषयात त्यांचं आयुष्य गेलं होतं. त्यात खोलवर त्यांचा अभ्यास होता.

गरोदरपणाच्या विविधरंगी केसेस त्यांनी हाताळल्या होत्या पण मालनसारखी केस ते प्रथमच पाहत होते. त्यांनी तशी कल्पनाही केली नव्हती. म्हणूनच ते अस्वस्थ होते. कोण आणि कुठली ती मालन? इतर रुग्णांसारखीच तीही एक होती, पण तरीही डॉक्टरांनी तिच्यावर विश्वास ठेवला होता. त्या दृष्टीने विचार करायला तिनं त्यांना प्रवृत्त केलं होतं.

आज घरी उशीर होईल म्हणून डॉक्टरांनी कळवलं व दुपारीच ते संशोधिकेत दाखल झाले. तेथे त्यांनी आपल्या प्रशस्त बैठकीत बसत आजूबाजूला पाहिलं. त्यांचे काही साहाय्यक आपापल्या कामात व्यग्र होते. काही मायक्रोस्कोपखाली स्पेसिमन पाहण्यात गुंग होते, तर काही चंचुपात्रातील नवजात अर्भकांच्या नोंदी घेऊन अभ्यास

करीत होते. डॉक्टरांचा संशोधनाचा गाडाच ही साहाय्यक मंडळी पुढे ओढत होती. डॉक्टरांनी त्यांच्या अवतीभोवती असलेल्या चंचुपात्रातील मृत अर्भकांकडे पाहिलं. तीही त्यांच्याकडेच निरखून पाहत असल्याचा भास डॉक्टरांना झाला. ते दचकले व स्वत:शीच हसले. चित्रविचित्र मृत अर्भकांचा संग्रह करून ठेवण्याची संकल्पना त्यांचीच होती. निसर्गातील घडामोडींमुळे काही अर्भकांचा जन्म सर्वसाधारणपेक्षा वेगळा असल्याने, त्यांनी हा संग्रह केला होता. त्याचा त्यांना संशोधनासाठी उपयोग होऊ लागला. कल्पना न करू शकणारी अर्भकं जन्माला आलेली पाहून डॉ. विजयही आश्चर्यचकित होत असत. त्यामुळेच ती अर्भक अल्पायुषी ठरत.

यावेळीही एकेका अर्भकाकडे पाहत, त्यांच्या मूळ प्रक्रियेशी डॉ. विजय जाऊ लागले. त्यातील थोड्याशा बीजांडामुळे संपूर्ण अर्भकच वेगळं विकसित झाल्याचं त्यांच्या लक्षात आलं. नेमके कुठले बीजांड? शुक्र जंतू? स्त्री बीजांड? की दोघांच्या मिलनासमयीच्या अटी? यात सखोल संशोधन डॉ. विजयनी पूर्वीच केलं होतं. किंबहुना या आधारे त्यांनी पेशी, जननपेशी, पेशी विभाजन, पेशी केंद्रक, त्यामध्ये डी.एन.ए.च्या स्वरूपात असलेली माहिती म्हणजेच जनुकं आणि आनुवंशिकता या पातळीवर अभ्यास केला होता. यातूनच संशोधनांची व्याप्ती वाढली. पण आज मालनच्या केसने पुन्हा त्यांना मुळापर्यंत जाण्यास भाग पाडलं होतं. तळाला जाऊनच काहीतरी सापडेल यावर त्यांचा विश्वास होता. जे काही मालनच्या बाबतीत घडलंय ते या पेशी व डी.एन.ए च्या पातळीवरच घडले असावे असा त्यांचा ठाम विश्वास होता. म्हणूनच डॉ. विजय पुन्हा एकदा तळाशी जाऊन शोध कार्य करू लागले.

विविध संदर्भ ग्रंथ, संशोधन पेपर ते चाळू लागले. बऱ्याच ठिकाणी त्यांनी मार्क करून ठेवलेले होते. त्यावर नजर फिरवून पडताळा घेऊ लागले. अखंडपणे ते त्याचा पुरावा करू लागले. डोक्यात विचार सुरूच होते. एक स्त्री, त्यात फक्त स्त्री बीजांडाची उत्पत्ती. शुक्र जंतू आले तरच फलन होते आणि हे शुक्र जंतू पुरुषांकडूनच स्त्रीला दिले जातात. मग मालनच्या केसमध्ये हे शुक्र जंतू आले कुठून? सुप्तावस्थेतील शुक्र जंतू तिच्या ठायी असावेत का? पण त्यांचं आयुष्य कमी असल्याने फलन होणे शक्य नाही. मग कसे? याशिवाय काही एकपेशीय जिवाणू व वनस्पतींमध्ये अलिंगी पुनरुत्पादन होते हे डॉक्टरांना ठाऊक होते. यात युग्मकांच्या मिलनाशिवाय द्विविभाजन पद्धतीने पुनरुत्पादन करून सजीव तयार होतात, पण मालनच्या बाबतीत हेही शक्य नव्हतं. आता असंख्य प्रश्न त्यांच्या डोक्यात थैमान घालू लागले. बहुसंख्यांची उत्तरे त्यांना ठाऊक होती. त्यांची शास्त्रीय कारणेही त्यांना माहिती होती पण शुक्र जंतू मालनमध्ये कसे आले, याचंच कोडं त्यांना सुटत नव्हतं.

अभ्यासात व विचारात बरीच रात्र झाली याचं भान डॉक्टरांना राहिलंच नाही.

रात्रीचे नऊ वाजून गेले होते. साहाय्यक आपापली कामे आटोपून निघून गेले होते. डॉ. विजय जर त्यांच्या संशोधिकेत असले की, सहसा त्यांना कुणीही डिस्टर्ब करीत नसत. यावेळी त्यांना कुणीही येऊन त्रास दिला नव्हता.

डॉक्टरांनी समोर पाण्यानं भरलेला पेला उचलून तोंडाला लावला. घटाघटा पाणी पीत ते समोर वाचून नोंदी घेतच होते. पेला ठेवत त्यांनी सुप्त शुक्र जंतूविषयी जास्त विचार न करता, वेगळ्या दिशेला जाण्याचं ठरवलं. तशी हातातली फाईल बाजूला ठेवत ते उठले. समोर रॅकवरील असंख्य फाईलमधील एक निळ्या रंगाची फाईल काढली व पुन्हा टेबलावर स्थानापन्न झाले. फाईलवर 'क्लोनिंग पद्धत' अशी नोंद केलेली होती. डॉ. विजय ती फाईल चाळीत राहिले व अधून-मधून मोठमोठे नि:श्वास सोडत राहिले. त्यात एकाची पेशी, दुसरीचं स्त्री बीजांड, पेशींचे संवर्धन व बीजांडाचे विकेंद्रीकरण, पेशी विभाजन व तिसरीच्या उदरात गर्भाची वाढ, असा ठोकताळा डॉक्टरांच्या मनात येऊन गेला. पण तोही मेळ मालनच्या बाबतीत बसेनासा झाला. त्या संदर्भांत नवनवीन शोध निबंध त्यांनी चाळले पण काँक्रीट असं त्यांना त्यातूनही काढता आलं नाही. यामुळे एक मात्र झालं. यातून त्यांची स्वत:चीच स्वतंत्र विचारप्रणाली तयार होऊ लागली.

रात्रीचे साडेअकरा वाजून गेले. घरी सांगितल्यामुळे डॉ. विजय निश्चिंत होते. मालनच्या प्रश्नाचा कैफ डॉक्टरांवर चढला होता. सहजासहजी ते असं सोडणार नव्हते. मागोवा घेत ते विज्ञानाच्या तळाशी येऊन पोहचले आणि तेथेच ते त्याचा वेध घेऊ पाहत होते. विचार करून आताशा त्याचं डोकं जड झालं होतं. त्यांनी फाईल बंद केली आणि खुर्चीवर रेलून ते शांतपणे डोळे मिटून पडून राहिले, क्षणभरच आणि मालन किरणोत्सर्गी विभागात काम करीत असल्याचं त्यांच्या मनात डोकावून गेलं, तत्क्षणी त्यांच्या चेहऱ्यावर स्मित हास्य पसरून गेलं.

ते तडकपणे उठले व मगाच्याच रॅकमधून दुसरी फाईल काढली. तेथेच चाळून हवी तीच फाईल असल्याची खात्री करून घेतली. ती फाईल किरणोत्सर्ग व किरण चिकित्सा संदर्भांत सखोल माहिती देणारी होती. डॉ. विजय पुनश्च आपल्या खुर्चीत येऊन बसले व त्या फाईलचे पान अन् पान नजरेखालून घालू लागले. त्यात वेगवेगळ्या प्रकारची किरणे, त्यांची ऊर्जा, त्यांचे मानवी जीवनावर होणारे परिणाम यांच्या ठळक नोंदी होत्या. या गोष्टींची पुनर्बांधणी करीत असताना त्यांच्या असे लक्षात आले की, काही जड मूलकण हे जनन प्रक्रियेत महत्त्वाची भूमिका बजावतात आणि असे जड मूलकण युरेनिअमसारख्या समस्थानिकांपासून येणे शक्य आहे. अखंडपणे दोन तास या विषयावर त्यांनी आपलं लक्ष केंद्रित केलं होतं. त्यांच्या मनात एक विशिष्ट आणि आकस्मिक असा ठोकताळा निर्माण झाला होता. त्या निष्कर्षाला साहाय्यभूत ठरणाऱ्या गोष्टीही सापडल्या होत्या. म्हणूनच या क्षणी

त्यांचा चेहरा कमालीचा उजळला. प्रफुल्लित झाला. दीर्घ श्वास सोडत त्यांनी फाईल बंद केली. नवीन काहीतरी सापडल्याचं त्यांच्या चेहऱ्यावर स्पष्टपणे दिसत होतं.

डॉ. विजय उत्साहाने उठले व रिसिव्हर कानाला लावीत नंबर प्रेस केला. समोर पाहिलं. घड्याळात रात्रीचा एक वाजला होता. तत्क्षणी त्यांनी फोन कट केला. मनात काहीतरी निश्चय करीत, डॉक्टरांनी संशोधिकेच दार बंद केलं. व समाधानानं ते घरी निघाले. डोकं शांत आणि हलकं झालं होतं. दिवसभर पछाडणाऱ्या प्रश्नानं ते अस्वस्थ होते. त्याच प्रश्नाच्या आश्चर्यकारक उत्तरानं ते चकित झाले होते. निसर्गात घडलेली ही अद्भुत घटनाच म्हणायला हवी होती.

सकाळी उठताच डॉ. विजयनी मालनचा फोन डायल केला. पलीकडून बराच वेळ घंटीचा आवाज येत राहिला. नंतर रिसिव्हर उचलण्याचा आवाज येताच, डॉ. विजय उत्तरले..

"हॅलो ऽऽऽ मिसेस मालन?"

"होय मीच बोलतेय. आपण?" पलीकडून कमालीचा शांत स्वर.

"मी डॉ. विजय."

पलीकडून उत्साहवर्धक व तेवढाच आदरयुक्त आवाज आला.

"ओ! डॉ. विजय, नमस्कार सर. एवढ्या सकाळी..."

मध्येच डॉ. विजय म्हणाले,

"होय कारण कामच तसलं आहे. तू आज दहा वाजेपर्यंत रुग्णालयात येऊ शकशील? इट इज ॲन अर्जंट. मी तुला परवा बोलावले होते पण मला वाटतं तू आजच यावंस. वेळ आहे का?"

"होय सर, निश्चित. वेळेचा प्रश्न नाही. मी आलेच." मालननं क्षणात होकार कळवला.

"आणि हो, सोबत तुझ्या आई-वडिलांनाही घेऊन ये!" डॉक्टरांनी पुष्टी जोडली.

"आणते सर!"

"ठीक आहे तर, आय एम वेटिंग फॉर यू."

"ओ के सर." मालनचा होकार.

डॉक्टरांनी रिसिव्हर ठेवला व ते एका वेगळ्या उत्साहाने तयारीला लागले. संशोधनाच्या एका वेगळ्याच वळणावर डॉ. विजय आल्याने कमालीचे उल्हासित, उत्तेजित झाले होते.

मालननं डॉक्टरांच्या केबिनचं दार उघडताच तिला धक्का बसला. कारण तिला घटस्फोट देऊ पाहणारा तिचा पती अरुण घोडके डॉ. विजयच्या समोर बसला होता.

ती कमालीची अस्वस्थ झाली, पण ती अस्वस्थता तिनं चेहऱ्यावर दिसू दिली नाही. ती निर्विकार राहिली. गेल्या वर्षांत अनुभवानं कुठलीही लाचारी पत्करायची नाही हे ती सवयीनं शिकली होती. आताही मनातून वादळ उठलं होतं, तरी ती शांत होती. डॉ. विजयच्या हे तत्काळ लक्षात आलं. तिची समयसूचकता पाहून ते हसत म्हणाले...

"ये ये, मालन. बैस."

तिचे पती अरुण यांच्या बाजूलाच मालन बसली. बसताना त्या दोघांची नुसतीच नजरानजर झाली. अरुणनं चेहऱ्यावर हास्य आणण्याचा प्रयत्न केला. पण मालन मात्र शांत होती. कुठलेही हावभाव तिनं प्रदर्शित केले नव्हते. तिच्याच बाजूला तिचे आई-वडील बसले. क्षणभर केबिनमध्ये शांतता पसरली. डॉ. विजय मालनकडे पाहत म्हणाले...

"मालन, कदाचित अरुण घोडके इथं कसे याचं तुला आश्चर्यही वाटत असेल. प्रसंगी रागही येत असेल. तुझ्या व्हिजिटिंग कार्डच्या मागे सुदैवाने यांचा फोन असल्याने मी त्यांच्याशीही संपर्क साधू शकलो. कारण जे काही तुझ्या बाबतीत घडलंय – ते सत्य यांनाही कळावं ही माझी इच्छा होती. गैरसमजातून माणूस कधीकधी दुसरं टोक गाठतो. मालनच्या बाबतीत जे काही घडलंय ते सर्व विज्ञानाच्या चौकटीतीलच आहे, एक नैसर्गिक अद्‌भुत."

"म्हणजे? मी नाही समजलो." अरुण घोडकेचा गोंधळलेला स्वर.

मालन शांत होती. तिचे आई-वडीलही उत्सुकतेने डॉ. विजयकडे पाहत होते.

"समजणे अवघड आहे मि. घोडके. जर का हेच पूर्वी तुम्ही समजून घेतलं असतं तर तुमच्या संसाराची अशी वाताहात झाली नसती. मालन प्रेग्नंट आहे आणि..."

डॉ. विजयचं वाक्य मध्येच खंडित करीत अरुण घोडके छद्मीपणे व रागात उत्तरला,

"त्यात काय एवढं मोठंसं डॉक्टर, ते व्हायचंच होतं. नवऱ्यानं सोडून दिलेली असताना, दुसरीकडे शेण खाण्यापलीकडं तिला पर्यायच नव्हता. कारण तिला मला दाखवून द्यायचं होतं. समाजात माझी अब्रूच तिला काढायची होती. तिच्यासारखी बाहेरख्याली बाई अजून काय करू शकते?"

या प्रतिक्रियेवर मालननं फक्त आवंढा गिळला. तिला ते अपेक्षितच असावं. तिनं यावर भाष्य न करता ती तशीच शांत बसून राहिली. मालनचे आई-वडील मात्र क्षणभर अस्वस्थ झाले. मुलीचा दोष त्यांनीही मान्य केला होता. डॉ. विजय प्रसंगावधान राखत म्हणाले,

"मला तुमच्या याच गैरसमजाविषयी बोलायचंय मि. घोडके. मालननं असं

काहीही केलेलं नाही. तिच्या उदरात वाढणारं जे बाळ आहे ते तिचं आपलं आहे. स्वतंत्र आहे. एका अलैंगिक प्रक्रियेतून निर्माण झालेला तो सजीव आहे.''

''काय? अलैंगिक? काय म्हणताय डॉक्टर, तुम्हाला वेड बीड लागलंय की काय? कसं शक्य आहे.'' घोडकेनं सरळसरळ डॉक्टरांना वेडं ठरवून अविश्वास दाखवला होता. डॉ. विजयना वेडं म्हणताच मालनला राग आला. तिनं या चर्चेत प्रथमच तोंड उघडलं.

''मि. अरुण घोडके, डॉक्टरांना वेडं म्हणण्याचा अधिकार तुम्हाला नाहीये. माणसानं आपापली पातळी आपणच ओळखावी. बुरसटलेल्या विचारांशिवाय अजून तुम्ही दुसरा विचार तरी कसा करणार म्हणा?''

अरुण घोडके थोडा वरमला. आपण डॉक्टरांना असे बोलायला नको होते. त्याची चूक त्याला कळली. डॉ. विजय सांभाळत म्हणाले,

''असू दे मालन. मि. घोडकेंचा प्रक्षोभ मी समजू शकतो. कारण यासंदर्भातील त्यांचं ज्ञानच तोकडं असल्याने त्यांचाही दोष नाही. तुझ्या वाट्याला आलेला हा दोष या सृष्टीचाच म्हणायला हवा.''

''म्हणजे आमची मुलगी तसली नाही म्हणायची डॉक्टर!'' मालनच्या वडिलांचा आनंदित स्वर.

''होय, अगदी शंभर टक्के. हा नैसर्गिक अपघातच म्हणायला हवा. कारण अशी केस अब्जावधीतनंही घडणे कठीण असते.'' डॉक्टरांनी पुनश्च ठासून सांगितले.

''पण डॉक्टर यावर इश्वास कोण ठेवेल हो? ही तर आपल्या मरीआईचीच कृपा म्हणायची. माझ्या लेकीनं खूप सोसलं बघा डॉक्टर.'' मालनच्या आईच्या डोळ्यातून आनंदाश्रु ओघळू लागले. मालननं आईला धीर दिला.

डॉ. विजय त्यावर तत्काळ उत्तरले,

''तुम्ही जरी ठेवला तरी भरपूर आहे. काय मि. घोडके? बरोबर ना!''

घोडकेंनी काहीच उत्तर दिलं नाही. तोही यावर विचार करायला लागला होता. मालन असं काही करील यावर त्याचाही विश्वास नव्हता. पण घरातल्या इतर मंडळींनी त्याच्या मनावर सारखं तिच्याविरुद्ध बिंबवल्यानेच तिच्याविषयीचा त्याचा दृष्टिकोनच बदलला होता. पुढे काय बोलावं त्याला सुचत नव्हतं.

मालननं दीर्घ श्वास सोडला. डॉक्टरांकडे पाहत ती म्हणाली,

''सर, रात्रंदिवस या गर्भाचा मीही विचार करतेय. निसर्गात अशा गोष्टी घडणे शक्य आहे का? याला कारणे असतील तर ती कोणती?''

डॉक्टरांनी स्मित केलं. घोडके व मालनकडे आळीपाळीने पाहत म्हणाले,

''निश्चितच, त्याचाच तर पाठपुरावा मी रात्रभर करीत होतो. निसर्गात घडलेलं हे अद्‌भुत विज्ञानच मी तुम्हाला सांगणार आहे.''

डॉक्टरांनी क्षणभर थांबून चहा मागवून घेतला.. आणलेला चहा त्यांनी प्रत्येकाला देऊ केला. स्वत:ही एक एक घोट घेत त्यांनी सांगायला सुरुवात केली.

"ज्या वेळी मालननं मिलनाशिवाय प्रेग्नंट असल्याचं सांगितलं, त्यावेळी मीही विश्वास ठेवला नाही. कारण तिच्या बाबतीत जे घडलं ते संपूर्ण निसर्ग चक्राविरुद्ध असल्याचंच माझ्या लक्षात आलं, पण तरीही मी याचा पाठपुरावा करण्याचे ठरविले. रात्रभराच्या संशोधन संदर्भानंतर, शेवटी मी या निष्कर्षाप्रत आलो होतो."

"कुठल्या डॉक्टर?" घोडके आता अगतिकतेने उत्तरला. यातील त्याची रुची वाढल्याचीच ती लक्षणे होती.

मालन आणि तिचे आई-वडीलही निसर्गाच्या या रहस्याची आतुरतेने वाट पाहत होते.

डॉ. विजय पुढे प्रतिउत्तरादाखल म्हणाले,

"'स्वयंक्लोनिंग!' आपल्याच उदरातील गर्भपेशीशी झालेल्या स्त्रीयुग्मकाचे क्लोनिंग. हे मान्य करणे प्रथम मला खूपच अवघड गेले, पण जेव्हा मालन किरणोत्सर्ग क्षेत्रात काम करतेय असं माझ्या लक्षात आले, तेव्हा अशी प्रक्रिया घडणं शक्य असल्याचं माझ्या ध्यानात आलं. कारण मालनचा युरेनियमसारख्या समस्थानिकांच्या सान्निध्यात जास्त वावर असल्याने, त्यामधून निघणारे काही भेदक मूलकण मालनच्या शरीरात आरपार घुसून त्यांनी तिच्या गर्भपेशींशी प्रक्रिया घडवून आणली आणि त्या पेशी वेगवेगळ्या झाल्या. मग त्या पेशींना गर्भात पुरेसं वातावरण मिळाल्याने पेशींचे संवर्धन होऊन, त्या सुप्तावस्थेत गेल्या. दरम्यान मालनमध्ये स्त्री बीजांडाची उत्पत्ती होऊन, त्यातील केंद्रकही गॅमासारख्या भेदक किरणामुळे निघून गेले आणि किरणांच्या वेगाने सुप्तावस्थेतील पेशी व केंद्रविरहित बीजांड एकमेकांमध्ये मिसळले गेले. तद्नंतर या जोड पेशी वाढीस लागून, विभाजनास सुरुवात झाली व गर्भ तयार झाला. तोच हा मालनच्या उदरातील गर्भ. याचीच संभाव्यता अब्जावधीतनं एक अशी होऊ शकते."

डॉ. विजय थांबले होते. मालन, तिचे आई-वडील, घोडके सर्वच सुन्न झाले. मालनच्या आई-वडिलांना समजणे शक्यच नव्हते पण मालन व अरुण घोडकेला त्यातील बरीच ऐकीव माहिती होती. हे सर्वच अकल्पित होतं. मालन शंकेनं उत्तरली,

"पण सर हे माझ्याच बाबतीत का घडलं? इतर स्त्रियाही माझ्यासोबत आहेत. त्यांनाही गर्भधारणा का होऊ शकली नाही?"

डॉक्टरांनी मालनकडे पाहिलं. घोडकेच्या मनातही हाच प्रश्न उद्धृत झाल्याचं त्यांनी ताडलं. ते म्हणाले,

"बरोबर आहे मालन तुझा प्रश्न. इतरही स्त्रियांना अशी गर्भधारणा का होऊ

शकत नाही? मी मगाशीच सांगितल्याप्रमाणे निसर्गात अशी घटना अब्जावधी स्त्रियांत किंवा कालावधीत घडू शकते. ही झाली संभाव्यता आणि तीच नेमकी तुझ्या वाट्याला आली. हे तुझं सुदैवच म्हणायला हवं. निसर्गानं दिलेलं योगदान, वांझोट्या बाईला निसर्गाकडून मिळालेली ही भेटच म्हणायला हवी. ही संभाव्यता म्हणजेच किरणोत्सर्गातून निघणारे विशिष्ट प्रकारचे मूलकण, त्यांची ऊर्जा, मात्रा या सगळ्यांचा संगम तुझ्या ठायी झाल्यानेच हे घडू शकले. इतर स्त्रियांच्या गर्भातही मूलकण जात असतील व पेशी विभाजन घडवून आणीत असतील, पण ते विशिष्ट ऊर्जेचे व मात्रेचे असतीलच असे नाही. म्हणूनच त्यांच्यात ही 'सेल्फ क्लोनिंग'ची शक्यता शून्यवत होते. जर का हे प्रयोगशाळेत घडवून आणायचे ठरवल्यास त्यावर खूप संशोधन करणे भाग आहे. त्यासाठी पुढील शतकही त्यात जाईल, सांगता येत नाही. हीच तर निसर्गातील रहस्ये आपण शोधतो आणि ती सहज मिळणेही शक्य नाही, कारण रहस्ये ही रहस्येच असतात. सर्वसाधारण असे घडले तर, मग पुरुषाची गरज नाही. निसर्गचक्र तिथेच थांबेल.''

डॉ. विजय थांबले. संशोधनाची एक वेगळी दिशा त्यांना मिळाली. मालन, तिचे आई-वडील, घोडके या सर्वांचंच समाधान झालं- आधी तावातावाने बोलणारा घोडके आता निसर्गातील चमत्काराने, विज्ञानाने वरमला. मालनवर आपण खूप अन्याय केला अशी बोचणी त्याला लागली होती.

डॉ. विजय आशेने व निश्चयाने घोडकेकडे पाहत म्हणाले,

''मि. घोडके.''

''हं.'' घोडकेनं वर पाहिलं.

''तुमची पत्नी ही सुसंस्कृत, हुशार व अतिशय मेहनती स्त्री आहे. जे तिनं केलं नाही त्याची तिला शिक्षा का? तिला अजूनही तुम्ही स्वीकारू शकता. तिच्या उदरात असणारं बाळं तिचं स्वतंत्र असलं तरी, त्या दोघांना तुम्ही आपलं म्हणू शकता.''

''व्हयं डॉक्टर आमची बी हीच इच्छा हाय.'' मालनची आई आपल्या पतीच्या संमतीने म्हणाल्या.

''डॉक्टर, माझी काहीच हरकत नाही.''

डॉक्टरांच्या चेहऱ्यावर स्मित झळकून गेलं. मालनच्या आई-वडिलांनाही आनंद झाला. सर्वच मालनकडे पाहत होते. मालन मात्र गंभीर होती, ती शांतपणे म्हणाली,

''नाही सर, मला क्षमा करा पण या माणसाशी पुनश्च संसार थाटण्याची माझी इच्छा नाही. मुलासाठी दुसरं लग्न करून, पहिल्या पत्नीला अंधारात ठेवलं याने. तिलाही मूल न झालेलं पाहून, हा आता मलाही स्वीकारण्यास तयार झाला. किती स्वार्थ? माझा विश्वासच गमावला या माणसाने. पुन्हा याच्याशी संसार करून यंत्रवत जगण्यापेक्षा एकट्यानं नैसर्गिकपणे जगणं मला केव्हाही आवडेल आणि हा

माझा अंतिम निर्णय आहे.''

मालननं डॉक्टरांकडे पाहिलं. कृतज्ञता व्यक्त करीत ती पुढे म्हणाली,

''सर, मी आपली आभारी आहे. तुम्ही मला खूप मदत केली. नकोशा असलेल्या जीवनाला तुम्ही प्रकाश दाखवला. जगण्याची एक उमेद दिली. जी माझ्या आई-वडिलांनीही कधी मला दिली नाही. ती तुम्ही दिली. थँक यू सर, थँक यू वेरी मच.'''

डॉ. विजय एका स्वाभिमानी स्त्रीकडे पाहत राहिले. अरुण घोडके व मालनचे आई-वडील आशाळभूतपणे तिच्याकडे पाहत राहिले. तिच्या अंतिम निर्णयावर कुणीही बोलू शकले नाही. कारण तो तिचा ठाम निर्णय होता, याची सर्वांनाच खात्री झाली होती.

अरुण घोडके खाली मान घालून, शांतपणे बसला होता. आयुष्यात आलेल्या स्थित्यंतरानं त्याचं मन पश्चात्तापानं भरलं होतं. त्याचा चेहरा उदास झाला होता.

मालन मात्र आनंदित, प्रफुल्लित दिसत होती. एक मोठं ओझं तिच्या डोक्यावरनं उतरल्याचं दिसत होतं. आता या क्षणी ती स्वत:ला जगातली एकमेव समाधानी स्त्री समजत होती. मालन उठली व कृतज्ञतापूर्ण हात जोडीत डॉक्टरांना नमस्कार करीत म्हणाली,

''येते सर मी.''

डॉक्टरांचेही हात सहजपणे जोडले गेले.

दार उघडून ती बाहेर पडली. अर्धवट उघडलेल्या दारातून तिचं पाठमोरं व्यक्तिमत्त्व तिला साजेसचं दिसत होतं. डॉ. विजय एक परिपूर्ण स्त्री जाताना पाहत होते. हळूहळू तिचे आई-वडीलही बाहेर पडले. सरतेशेवटी अरुण घोडके आयुष्याची वजाबाकी घेऊन बाहेर पडला होता.

◆

संकरित

हिवाळ्याची रात्र. कडाक्याची थंडी. साधारण दोन-तीन डिग्री सेंटिग्रेड एवढं तापमान असावं. म्हणूनच वातावरणात काहीसं धुकं. समोर दहा फुटापर्यंतचं दिसणं त्यामुळे अशक्य. रस्त्यावरच्या वीज खांबांवरील दिव्यांचं तेवढं धूसर अस्तित्व. त्यानेच ती वाट असल्याची जाणीव. नागमोडी वळणं घेत जाणारा रस्ता. निर्मनुष्य. क्वचितच एखादी चारचाकी वेगाने धुकं चिरत सर्रकन निघून जाणारी आणि दूर जाईपर्यंत तिचा आवाज घोंघावत रहाणारा. थंड वातावरणामध्ये इतर क्षीण आवाजही मिश्रित झालेले.

निर्मनुष्य रस्त्यावरनं तो मात्र एकटाच चाललेला. कानटोपी व ओव्हरकोट घातलेला. रात्रीच्या वेळीही त्याच्या डोळ्यावर काळाकुट्ट चश्मा, काळी टोपी, काळा ओव्हरकोट, काळे बूट आणि हातात काळी बॅग. त्यामुळे सहज सामोरा आला तरी दिसणे कठीण. रस्त्यावरील दिव्यांच्या अस्तित्वातच त्याचंही अस्तित्व. क्षणासाठी. काळी बॅग घेऊन तो झपाझपा पुढे चाललेला. चालताना तोंडातून निघणारे वाफेंचे लोट. श्वासोच्छ्वास वाढलेला, परंतु तो काबूत ठेवण्याच्या प्रयत्नांत तो थोडा थबकला. मागे वळून चाहूल घेण्याच्या प्रयत्नात कुणी आपला पाठलाग तर करीत नाही ना म्हणून त्याच्या मनात शंका. दुसऱ्याच क्षणी पुन्हा निश्चयानं पाऊल टाकत वेगाने पुढे चालू लागला. त्याला कुठलंतरी इच्छित लक्ष्य गाठायचं होतं.

काहीतरी आवाज आल्याने एका वळणावर तो पुन्हा थांबला. चश्मा काढून त्यानं आपली भेदक नजर दूरवर फेकली. डोळ्यांत कमालीची जरब. शेजारच्या झुडपातलाच आवाज असल्याची खात्री होताच, त्यानं पुन्हा चश्मा चढवला व चालू लागला. हळूहळू त्यानं वेग वाढवला. त्याच्याच पावलांचे आवाज आता थंड वातावरणात विशिष्ट लय निर्माण करीत होते. तो आता कुठल्याही आवाजाकडे लक्ष देणार नव्हता. घड्याळात पाहताच त्याच्या पावलांतलं अंतर पुन्हा वाढत गेलं.

फाटकापाशी येताच तो पुन्हा थांबला. यावेळी मात्र त्यानं मागे वळून न बघता

समोरच्या आवारात असलेल्या इमारतीचा वेध घेतला. हळूच त्यानं लोखंडी फाटक ढकललं. तसा कर्रर्रऽऽ आवाज वातावरणात प्रतिध्वनित झाला. निर्माण झालेल्या फाटकाच्या छोट्या खिंडारामधून त्यानं प्रवेश केला. फाटक पुन्हा कर्रर्रऽऽ आवाज करीत लागलं गेलं. त्याला आश्चर्य वाटलं पण त्याकडे फारसं लक्ष न देता तो आता इमारतीकडे जाऊ लागला. आजूबाजूची सुशोभित बाग तुडवीत, त्यानं इमारतीचं कॉरीडॉर गाठलं होतं.

कॉरीडॉरमधून जाताना, त्याच्याच बुटांचा टक् टक् आवाज होताच तो थांबला. बुटांचा आवाज अजूनही त्याच्या कानात घुमत होता. त्यामुळे त्यानं हळूच पावलं टाकीत, बुटांचा आवाज टाळण्याचा प्रयत्न केला, त्यात तो यशस्वीही झाला. उजवीकडनं वळसा घेत, एका काचेच्या तावदानातून त्यानं प्रवेश केला. आत बऱ्याच खोल्या होत्या. काही प्रकाशमय तर काही ठार अंधारलेल्या. एका प्रकाशमय खोलीकडे तो सहज ओढला गेला.

इलेक्ट्रॉनिक बेल असतानाही त्यानं दारावर टक् टक् केलं. एवढ्या रात्री बेल वाजवणं त्याला प्रशस्त वाटलं नसावं. त्यानं पुन्हा दारावर बोटं वाजविली.

टक् टक्

यावेळी आवाज बराच वाढला. चाहूल घेत तो थोडा वेळ थांबला. शांत वातावरण, टाचणी पडली तरी आवाज प्रतिध्वनित व्हावा असा. त्यानं पुन्हा दारावर बोटं मारण्यासाठी हात वर करताच, आतील पावलांच्या आवाजाने त्यानं हात पुन्हा खाली घेतला. पावलं जवळ आल्याचा आवाज होताच दार खाडकन उघडलं गेलं.

समोर साठीच्या आसपास असलेला वृद्ध पाहून त्याच्या चेहऱ्यावर स्मित झळकून गेलं. विस्कटलेले केस, पांढरी दाढी, पांढरा बुश शर्ट व काळी पँट घातलेला वृद्ध! वृद्ध असला तरी तो तेजस्वी व प्रसन्न होता. एवढ्या रात्री समोर रहस्यमय व्यक्ती पाहून त्याच्या चेहऱ्यावर त्रासिक भाव उमटून गेले. थोडसं हृदयही धडधडलं. कपाळावर असंख्य आठ्या निर्माण करीत तो वृद्ध उत्तरला.

"येसऽऽ..."

ती व्यक्ती प्रसन्न हसली. डोळ्यावर चश्मा तसाच होता. रात्रीची ती त्याला सवयच असावी. क्षणात तो म्हणाला,

"आपणच डॉ. पंडितराव... आय मिन पंडितराव देशमुख."

समोरच्या व्यक्तिमत्त्वाचा ठाव घेत वृद्ध म्हणाला,

"येस, आय एम डॉ. देशमुख."

"मे आय कम इन?" त्या व्यक्तीची याचना.

"नोऽऽ एवढ्या रात्री मी कोणालाही आत घेत नाही, सॉरी." डॉ. देशमुख गरजले.

"सर, माझं अतिशय महत्त्वाचं काम आहे." त्या व्यक्तीची पुन्हा याचना.

"ते उद्याही करू शकता. यू मे कम टुमॉरो." डॉ. देशमुख ओरडले.

"नो सर, ते आत्ताच व्हायला हवंय. आय हॅव टू गो बॅक टू द प्लेस बीफोर टाइम."

या व्यक्तीनं बोलत असतानाच डॉ. देशमुखांना न जुमानता आत प्रवेश केला. डॉ. देशमुखांनी निकराचा प्रयत्न करूनही काही उपयोग झाला नाही. डॉ. देशमुख संतापाने नखशिखांत थरथरत उत्तरले.

"ए मिस्टरऽऽ..."

"मिस्टर यू, मिस्टर यू म्हणा हवं तर मला."

"हे बघा, तुम्ही 'यू' असो की 'व्ही' इट्स नन ऑफ माय बिझिनेस. तुम्ही आत्ताच्या आत्ता बाहेर व्हा." डॉ. देशमुखांचा निर्वाणीचा स्वर. बोलताना त्यांचं सारं अंग थरकापत होतं.

डॉ. देशमुखांच्याच बोलण्याचा धागा पकडत मिस्टर यू म्हणाला.

"येस, इट्स बिझिनेस सर. बिझिनेस ओन्ली."

"बिझिनेस?" डॉ. देशमुख रागाने तत्काळ उत्तरले, "नोऽऽ नोऽऽ मी कुठलाही बिझिनेस करीत नाही. मी एक शास्त्रज्ञ आहे."

"आय नो सर, तुम्ही नामवंत जीवशास्त्रज्ञ आहात आणि तुम्ही कुठलाही बिझिनेस करीत नाही, हेही मला माहीत आहे. म्हणूनच आपण जरा बोलू या."

मिस्टर यू चा विश्वास प्राप्त करण्याचा प्रयत्न. त्या रहस्यमय यू कडे पाहत डॉ. देशमुख क्षणभर विचारात पडले. त्याच्याकडे निरखून पाहत आपला आतापर्यंतचा अनुभव त्यांनी पणाला लावला आणि एक दीर्घ श्वास सोडत ते उत्तरले,

"ओके, कम इन."

डॉ. देशमुख पुढे झाले. त्यापाठोपाठ मिस्टर यू जाऊ लागला. मिस्टर 'यू' ने क्षणात आजूबाजूचा परिसर डोळ्याने टिपला. ती एक प्रयोगशाळाच होती. आधुनिक यंत्रांनी सुसज्ज अशी— विविध मायक्रोस्कोप सोबतच, स्प्रेक्ट्रोस्कोप्स पण तिथे होत्या. त्या व्यतिरिक्त अजून बरंच काही असावं अशी शंका यू च्या मनात येऊन गेली.

प्रशस्त केबिनमध्ये आल्यावर डॉ. देशमुख मिस्टर 'यू' ला म्हणाले,

"हंऽऽ.. बसा."

मिस्टर यू स्मितहास्य करीत खुर्चीत बसला. तसे डॉ. देशमुख पुढे म्हणाले,

"हं बोला कुठल्या बिझिनेसविषयी तुम्ही बोलत होतात?"

मिस्टर यू आता सावरून बसला. काळा चश्मा काढून त्यानं खिशात ठेवला. काचांच्या तावदानातनं सारी प्रयोगशाळा दिसत होती. केबिनचं अवलोकन करीत

डॉ. देशमुखांच्या डोळ्याला डोळा भिडवीत तो म्हणाला,

''मला संकरित स्त्रीबीजे व पुंबीजे हवीत.''

अनपेक्षित आलेल्या मागणीने डॉ. देशमुख हादरले. अस्वस्थ झाले. यू कडे संशयानं पाहत ताडकन म्हणाले,

''कोण आहात तुम्ही?''

''तुमचा एक हितचिंतक.'' यू त्वरित म्हणाला.

''माझे असंख्य हितचिंतक आहेत. त्यांपैकी तुम्ही कोण?'' डॉ. देशमुखांनी पुन्हा पिच्छा पुरविला.

''तुमच्या असंख्य हितचिंतकांपैकीच एक.'' यू ने आपला हेका रेटला.

''मिस्टर 'यू' अशानं तुम्ही संशयाचं जाळं विणता आहात. कळतंय का तुम्हाला. व्हॉट आय मीन, माझ्याकडे संकरित स्त्रीबीजे व पुंबीजे असतात हे तुम्हाला कुणी सांगितले?'' डॉ. देशमुखांनी अधिक सुस्पष्ट केले.

''कुणी कशाला सांगायला हवंय? तुम्ही प्रसिद्ध आहात. प्रसिद्ध जीवशास्त्रज्ञ आहात. जनुकांवर तुमचं संशोधनही प्रसिद्ध आहे. मला त्यांची गरज आहे आणि ती तुम्ही पुरवू शकाल म्हणून आलो. सो सिंपल.'' यू ने एका दमात सांगितलं.

''तेच मलाही म्हणायचेय. हा माझा फक्त संशोधनाचाच भाग आहे. त्यापर्यंतच तो सीमित आहे. संकरित बी-बियाणांसारखी स्त्रीबीजे व पुंबीजे मी देत नाही.'' डॉ. देशमुखांनी ठासून सांगितलं.

''यापूर्वी तुम्ही दिली नसतीलही पण आता तुम्ही द्या हे मला सुचवायचंय.'' यू म्हणाला.

''संकरित स्त्रीबीजे अथवा पुंबीजे विकणे हा मानवी संहाराइतकाच मोठा गुन्हा आहे, हे ठाऊक नाही वाटतं तुम्हाला?'' डॉ. देशमुखांनी आठवण करून दिली.

''हो आहे ना! म्हणूनच मी रात्रीच्या वेळी आलोय. हे फक्त तुमच्यातलं आणि माझ्यातलं गुपित आहे.'' यू ने विश्वास निर्माण करण्याचा प्रयत्न केला.

डॉ. देशमुख समोर बसलेल्या यू च्या मनाचा अंदाज घेऊ लागले पण हा खरं बोलतोय की खोटं याचा अंदाज त्यांना बांधता येत नव्हता. त्यांनी विचारलं,

''कशाला हवीत तुम्हाला ही संकरित बीजे?''

''तो माझा प्रश्न आहे. तुम्हाला तुमचा मोबदला मिळाला म्हणजे झालं. बाकी प्रश्न येतोय कुठे?'' यू ने ठणकावलं.

डॉ. देशमुख गप्प झाले. या माणसाचा अंदाज त्यांना आला होता. पण खात्री होत नव्हती. खात्री झाल्याशिवाय ते पुढे पाऊल टाकणारच नव्हते.

''मी तुमच्याशी पूर्ण सहमत आहे मिस्टर यू, तरी सॉरी. आय कॅन नॉट प्रोसीड.''

डॉ. देशमुख निश्चयाने म्हणाले. यू ने डॉ. देशमुखांकडे रोखून पाहिलं. म्हातारा अतिशय बनेल व हेकट असल्याचं त्याचं मत झालं. वेळ न घालवता काळा चश्मा डोळ्यावर चढवीत यू परवलीचे शब्द उच्चारित म्हणाला,

"जरी 'इच्छा हीच शक्ती' नसली तरी डॉ. देशमुख?"

'इच्छा हीच शक्ती' किंवा -'वुईल इज पॉवर' हे परवलीचे शब्द यू च्या तोंडून बाहेर पडताच डॉ. देशमुखांचा चेहरा खुलला. ते उत्साहाने म्हणाले,

"हे तू आधीच सांगायला हवं होतंस मिस्टर यू."

यावर यू नुसताच छद्मीपणाने हसत राहिला.

"वेट अ मोमेंट, मी आलोच." डॉ. देशमुख उठले व केबिनबाहेर पडून, एका भिंतीसारख्या दिसणाऱ्या दारातनं आत नाहीसे झाले. यू आश्चर्याने डॉ. देशमुख गेले त्याकडे पाहतच राहिला. जर डॉ. देशमुख त्याबाजूला गेले नसते तर तेथे दार आहे हे कुणालाही कळले नसते. ही अजबच प्रयोगशाळा असल्याचं त्याच्या लक्षात आलं.

तेथूनच पुन्हा डॉ. देशमुख येऊन यू च्या समोर आसनस्थ झाले. त्यांच्याकडे पाहताना यू ला या क्षणी थोडं आश्चर्य वाटलं. ते थोड्या वेळापूर्वी गेले तेव्हा व आता त्यांच्यात काहीतरी फरक असल्याचा यू ला उगीचच भास झाला. तो त्यानं क्षणात झटकला. कारण दोन मिनिटांत डॉ. देशमुखांमध्ये असा काय फरक पडणार होता? तरीही यू ला डॉ. देशमुख पूर्वीपेक्षा थोडे करारी भासले. डॉ. देशमुखांच्या आवाजानेच यू भानावर आला.

"हं तर मिस्टर यू, किती पैसे आणलेत?"

"एक अब्ज रुपये." आपल्याजवळची काळी बॅग टेबलावर ठेवीत यू म्हणाला.

बॅगेवर हात ठेवत, करारी हास्य फेकत डॉ. देशमुख उत्तरले, "किती हवेत?"

"साधारण दोन हजार निधड्या छातीचे, मग्रूर मानव निर्माण होतील अशी बीजे हवीत." यू डॉ. देशमुखांवर डोळे रोखत म्हणाला.

पण डोळ्यावर काळा चश्मा असल्याने डॉ. देशमुखांना यू चे रोखलेले डोळे दिसलेच नाहीत.

"दोन हजार? पण फलनास एवढ्या बायका मिळतील?" डॉ. देशमुख आश्चर्याने म्हणाले.

"त्याची तजवीज आम्ही अगोदरच केलीय." यू म्हणाला.

"ठीक आहे पण काय करणार तुम्ही इतकी दोन हजार बीजे घेऊन?" डॉ. देशमुखांचा प्रश्न.

यू ने दीर्घ श्वास घेतला. कदाचित त्याला राग आला असावा. धारदार आवाजात तो म्हणाला,

“मी आधीच सांगितलं डॉ. देशमुख, मी काय करायचं हा माझा प्रश्न आहे. इट्स नन ऑफ युअर बिझिनेस. ओ. के.”

प्रसंगावधान राखून डॉ. देशमुख हातवारे करीत म्हणाले,

“येस ओ. केऽऽ ओ. केऽऽ आय वॉज जस्ट क्युरिअस एनी वे. तुमच्या हाती लवकरच शीत डबीत ठेवलेली बीजे मिळतील.”

दोन क्षण शांततेत गेले. रात्रीचे कदाचित साडेबारा वाजले असावेत. यू ने घड्याळात पाहिले. त्याचा अंदाज खरा होता. डॉ. देशमुखही रिलॅक्स झाले होते. त्यांच्या चेहऱ्यावर कमालीचं समाधान यू ला दिसलं. यू खुर्चीतच सावरीत पुढे झुकून डॉ. देशमुखांना म्हणाला,

“डॉ. देशमुख, एक विचारू?”

“विचार ना.”

“मीही शास्त्राचाच विद्यार्थी आहे. एक जिज्ञासा म्हणून विचारतोय. ही वेगळ्या गुणधर्माची स्त्रीबीजे-पुंबीजे आपण कशी मिळविलीत?” यू ने दरम्यानच्या काळात मनातली शंका विचारली.

डॉ. देशमुखांनी किंचित हसून यू कडे पाहिलं. त्यांना प्रथमच असं कुणीतरी विचारत होतं. शास्त्रीय असं— त्यांच्या आवडीचं, म्हणून ते उत्साहाने म्हणाले,

“जरूर सांगतो. तू शास्त्राचा विद्यार्थी आहेस म्हणून तुला सांगितलंच पाहिजे. पण त्या आधी मी तुला तुझी बीजे देतोय.”

डॉ. देशमुख क्षणात नाहीसे होऊन, दुसऱ्या क्षणाला हातात काचेचे मोठे बंद चंचुपात्र घेऊन, पुन्हा आसनस्थ झाले. चंचुपात्रातील आतलं वातावरण कमी तापमानाला होतं.

यू ने डॉ. देशमुखांकडे पाहिलं. पुन्हा त्याला त्यांच्यातील आश्चर्यकारक बदलाचा भास झाला. हे काय गौडबंगाल आहे म्हणून त्याच्या मनात येऊन गेलं. पण समोर तर डॉ. देशमुखच होते. त्यानं तो विचार क्षणात झटकला. डॉ. देशमुख उत्साहाने म्हणाले,

“हां तर मिस्टर यू, मी जे संशोधन केलं त्यामागे फार मोठी यंत्रणा व साधना आहे. स्त्रीबीज प्रतिमास बहुअंशी एकच निर्माण होत असल्याने, ते मिळविणे ही खरी अडचण होती. म्हणून प्रथम मी स्त्रीबीजे गोळा करण्याची एक पद्धत शोधून, ती साठविण्याचीही पद्धत विकसित केली. त्यामुळे पुढे मला विविध प्रयोग करणे शक्य झाले.”

“ते कोणते?” यू चा प्रश्न.

“खनिजातून उत्सर्जित होणाऱ्या मूलकणांचा मारा करून बीजसूत्रात फेरबदल घडवून आणले. या विविध शक्तीच्या मूलकणांमुळे बीजसूत्रात जरी बदल झाला तरी,

मानवी गुणधर्म मला वेगळे करता आले नव्हते. पण जेव्हा मी विविध शक्तींचे जड आयन्स (Heavy Ions) म्हणजेच हायड्रोजन, लीथियम, ऑक्सिजन असे प्रवेगित आयन्स वापरले तेव्हा असे आढळून आले की, या आयन्सची जनुकांवर होणारी परस्परक्रिया त्या त्या थराला वेगळी होते आणि ती आयन्सच्या शक्तीवर अवलंबून असल्याने जनुकांच्या गुणसूत्रातील म्हणजेच डी. एन. ए.च्या हव्या त्या साखळ्या तोडता येतात. हीच जमेची बाजू घेऊन मी वेगवेगळ्या शक्तींचे आयन्स वापरून विशिष्ट प्रकारची जनुकं तयार करण्याचं तंत्र विकसित केलं.''

''कुठलं?'' यूने पुन्हा उत्कंठावर्धक स्वरात विचारलं.

''या गुणसूत्रातील साखळ्या तुटल्याने, विद्युत्‌भाराच्या साहाय्याने मी त्यात पुन्हा सूक्ष्मगुणसूत्रांचे वर्गीकरण केले आणि तेच मानवाच्या स्वतंत्र गुणधर्म निर्मितीस कारणीभूत ठरले.'' डॉ. देशमुख अभिमानाने बोलत होते.

स्मित करणाऱ्या डॉ. देशमुखांकडे रोखून पाहत यू म्हणाला...

''आणि याच सूक्ष्मगुणसूत्राचा उपयोग करून तुम्ही निधड्या छातीचे, धष्टपुष्ट, कणखर, क्रूर किंवा नेभळट, भित्रे, अशक्त, इ. कुठल्याही प्रकारचे स्वतंत्र गुणधर्म असणारे मानव निर्माण करू शकता.''

''येस. हंड्रेड परसेंट.'' डॉ. देशमुख गडगडाटी हास्य करीत पुढे म्हणाले, ''अँड यू नो मिस्टर 'यू' आय वन दिस बॅटल थ्रू आऊट.'' पुन्हा ते गडगडाटी हसायला लागले.

''जिंकलात डॉ. देशमुख, तुम्ही जरूर जिंकलात. क्रूर, उलट्या काळजाचे, सशक्त मानव जगाला पुरवून तुम्ही जरूर जिंकलात.''

यू च्या तोंडून जहाल गोळा बाहेर पडला होता.

गडगडाटी हसणाऱ्या डॉ. देशमुखांचा चेहरा खाडकन पडला. यू चा रोख पाहून ते लगबगीने उत्तरले.

''मी समजलो नाही मिस्टर यू?''

''तुम्हाला चांगलं समजलंय डॉक्टर देशमुख.'' यू उत्तरला.

''कोण आहात तुम्ही?'' डॉ. देशमुख बसल्या जागेवरून ताडकन उठले. यू नं टेबलावर आरामात पाय पसरले आणि तो म्हणाला,

''मी सी.बी.आय. ऑफिसर किरण कात्रे. के.के. म्हणतात मला. आंतरराष्ट्रीय गुप्तहेर संघटनेकडूनच तुमची माहिती आम्हाला मिळालीय. अतिरेकी संघटनांना तुम्ही क्रूर, उलट्या काळजाची, भावनाशून्य गुणधर्म असणारी स्त्रीबीजे, पुंबीजे पुरविता. क्षणिक लोभापायी देशाशी एवढा मोठा धोका, बेईमानी. शास्त्राचा आणि संशोधनाचा असा दुरुपयोग. तुम्हाला लाज नाही वाटत डॉ. देशमुख?''

मिस्टर यू म्हणजेच के.के रागाने बेभान होऊन डॉ. देशमुखांवर ओरडला होता.

के.के. चं सारं अंग थरथरत होतं. अतिरेक्यांच्या एक एक कारवाया त्याला यावेळी आठवत होत्या आणि त्या कृत्यांना कारणीभूत ठरले होते डॉ. देशमुख. म्हणूनच के.के. रागाने लालबुंद झाला होता.

तेवढ्यात डॉ. देशमुखांनी चपळाईने रिव्हॉल्वर काढले आणि ते के.के. वर रोखून ते झाडणार, तत्क्षणी डॉ. देशमुख जमिनीवर धाडकन पडले. डॉ. देशमुखांचा हेतू जाणताच के.के. ने विजेच्या वेगाने त्यांच्यावर गोळी झाडली होती. डॉ. देशमुख रक्ताच्या थारोळ्यात पडले होते. के.के तुच्छतेने पाहत होता. या माणसाची त्याला चीड आली होती. त्यांच्या मृतदेहाकडे पाहत के.के म्हणाला,

''हं, जिवंत पकडायचं होतं तुम्हाला. पण व्यर्थ.''

''मग पकडा ना!'' मागल्या बाजूने आवाज आला.

के.के नं दचकून मागे पाहिलं आणि तो पाहातच राहिला. समोर हुबेहुब डॉ. देशमुख उभे होते. कधी मेलेल्या डॉ. देशमुखांकडे तर कधी जिवंत देशमुखांकडे तो आळीपाळीने पाहात राहिला.

''किंवा मला पकडा!'' मागून अजून एक आवाज आला.

पुन्हा के.के नं मागे पाहिलं. आता मात्र तो हादरला. दोन्ही बाजूला डॉ. देशमुख उभे होते आणि हसत होते. हा काय प्रकार आहे? त्याला मगाशीचा भास आठवला. तो खराच होता तर! डॉ. देशमुखांनी त्यांच्याच प्रतिकृती तयार करून ठेवल्या होत्या. हा बीजातील गुणधर्म त्यांनी स्वत:साठीच वापरला होता. के.के. नखशिखांत हादरला. कुणाकुणाला ठार करणार. कारण 'मला पकडा' 'मला पकडा' म्हणून एव्हाना भिंतीच्या वेगवेगळ्या भागातनं दहा-पंधरा डॉ. देशमुख बाहेर आले होते. तंतोतंत सारखे. सर्वच हसत होते. हसण्याचा गोंगाट वाढतच जात होता. अजून डॉ. देशमुखांची किती प्रतिरूपे इथे असतील? के.के. चांगलाच गांगरला; चक्रव्यूहात अडकल्याची जाणीव त्याला झाली.

कानावर हात ठेवीत के.के. जोराने ओरडला. बेंबीच्या देठापासून काढलेला त्याचा आवाजही, असंख्य डॉ. देशमुखांच्या हसण्याच्या गलक्यात विरून गेला. के.के. क्षणात कोसळला. तसे हास्यफवारे थांबले. डॉ. देशमुखांची प्रतिरूपे एक एक करून भिंतीत पुन्हा नाहीशी झाली. त्यापैकी काहींनी त्यांचं स्वत:चंच जमिनीवर पडलेलं, संकरित प्रतिरूप उचलून नेलं.

डॉ. देशमुख पुन्हा आपल्या खुर्चीत येऊन बसले व निपचित पडलेल्या के.के. च्या देहाकडे पाहत मिश्कीलपणे हसत राहिले.

◆

अस्तित्व

केतकीनं हळूच त्याच्या केसातून बोटं फिरवली आणि त्याची थंड व केविलवाणी नजर बघून तिचं मन हेलावून गेलं. नजरेतले भाव तिला सहज कळले. तशी तिनं आपली नजर वळवून समोरील खिडकीतून आसमंतात भिरकावली आणि शून्यातलं भावविश्व ती शोधीत राहिली. केतकीनं हळूच त्याचा हात दाबला. संवेदनाहीन. तिला सर्व माहीत असतानाही तिनं तो दाबला. तिला त्याला धीर द्यायचा होता.

आजपर्यंत ती हेच करीत आली होती, की यातून स्वत:लाच धीर देत आली होती? तिलाच कळत नव्हतं. मन व्याकूळ होत होतं. कंठ दाटून येत होता. हा जीवनाचा एक भागच झाला होता. निपचित पडलेल्या त्याच्या देहावरून तिनं हलकेच नजर फिरविली आणि त्याचा चेहरा ओंजळीत घेऊन प्रेमानं न्याहाळला. तोही संवेदनाहीन नजरेनं पाहत राहिला. मनात प्रचंड कोलाहल घेऊन तिच्यापर्यंत आपले भाव पोचवण्याचा प्रयत्न करीत राहिला, पण ते केवळ अशक्य होतं. तो फक्त विचार करू शकत होता. बाकी सर्व त्याचं असूनही नसल्यासारखं होतं. म्हणून केतकी जवळ असूनही आता तो कित्येक प्रकाशवर्ष दूर होता. त्याच्या मनातील द्वंद्व केतकी जाणत होती पण त्यासाठी ती काहीच करू शकत नव्हती. तिनं जे जे असेल ते सर्व केलं. आयुष्यही पणाला लावलं. विज्ञानाच्या परिसीमाही गाठल्या पण तो दूर होत गेला. लांब अगदी क्षितिजापलीकडे. आज हॉस्पिटलमध्ये येऊन सहा महिने होतील, पण त्याच्या परिस्थितीत काहीही बदल झाला नव्हता. तिला तो दिवस आजही जसाच्या तसा आठवत होता— अपघाताचा दिवस. अंगावर काटा उभा करणारा आणि आयुष्यालाच कलाटणी देणारा.

उमद्या केतननं नको म्हणत असतानाही लग्नाच्या वाढदिवसानिमित्तानं महाबळेश्वरला जाण्याची योजना आखली होती. लग्नाला दोन वर्ष पूर्ण झालेली. रात्रीचेच दोघे निघाले. ड्रायव्हिंगचं वेड असलेला केतन भरधाव वाऱ्यासारखा निघाला होता. शेजारील केतकीच्या अस्तित्वानं व बाहेरील चांदण्यांच्या साक्षीनं तो अजून उल्हासित

झाला होता. मनात ठरलेल्या वेळी त्याला महाबळेश्वर गाठायचं होतं पण रस्त्यातच एका वळणावर, समोरून अचानक येणाऱ्या मोटारीच्या प्रखर दिव्यांनी त्याचा अंदाज चुकवला व पुढे एका भयावह प्रवासाला सुरुवात झाली. अपघात झाला. केतकी आश्चर्यकारकरीत्या वाचली, तर केतनच्या डोक्याला जबर इजा झाल्यानं तो तत्काळ बेशुद्धावस्थेत गेला. नजीकच्या लोकांनी धावपळ करून दोघांनाही पुण्याच्या हॉस्पिटलमध्ये दाखल केलं. केतकी तत्काळ बरी झाली पण केतन मात्र बेशुद्धावस्थेतून एका वेगळ्याच विश्वात येऊन पडला होता. मार लागल्याने त्याच्या मेंदूतील मज्जासंस्था व स्नायूंमध्ये बिघाड झाल्याने, त्याचं सर्वांग पक्षाघातानं ग्रासलं गेलं. डॉक्टरांनी अथक परिश्रम केले. अनेक शस्त्रक्रिया केल्या पण यश आलं नाही. केतनचं सगळं शरीर लुळंपांगळं झालं. वाचाही गेली. फक्त अस्तित्व टिकलं एवढंच.

आज सहा महिने होऊन गेलेत. केतकीनं दीर्घ श्वास सोडून पुनश्च केतनकडे पाहिलं. ऐन तारुण्यात केतनच्या वाट्याला आलेलं दु:ख पाहून तिचं मन कासावीस झालं. अंधकारमय भविष्य. आता फक्त तो साथीला असल्याचा भास पण तो कसा का असेना, त्याचं अस्तित्वच तिला पुढील भविष्य काढायला पुरेसं होतं. तेवढ्यात नेहमीची कामे करणाऱ्या शांताबाईंनी प्रवेश केला. खोली झाडून, पुसून घेत म्हणाल्या,

"चला बाई, साहेबांना उचलायला मदत करा."

केतकी यंत्रवत उठली. तिलाही याची सवय झाली होती. मन हळूहळू सर्वच स्वीकारत होतं. आता याच शांताबाई बघा ना! अपघात झाला त्यावेळी किती आपुलकीनं बोलत होत्या. मायेनं धीर देत होत्या तुमचे यजमान नक्की बरे होतील म्हणून आशादायी बोलत होत्या. पण कालांतराने सहानुभूतीनं बोलणं कमी झालं. नेहमीचंच झाल्यानं, कधी कधी त्या वैतागूही लागल्या. केतकीला याचं आश्चर्य वाटलं होतं. माणसाचं मन, भावना किती लवकर बोथट होऊ शकतात याची प्रचिती तिला आली. केतनच्या बाबतीत आपलंही मन असंच बोथट होऊन जाईल का? की झालं आहे? कारण हल्ली पूर्वी येत असे तसा उमाळा कधी आलाच नाही. नेहमीचंच झाल्याने तिनेही हे स्वीकारलं होतं का? यंत्रासारखं तीही आता केतनच्या सर्व मूलभूत गरजा आटोपू लागली; कधी कधी कंटाळाही येत होता. केतनवर तिचं प्रेम होतं, पण त्याच्या या परिस्थितीने त्यात फरक पडला होता का? मानवी मनाच्या विचित्र गाभाऱ्यात तिचंही मन लंबकासारखं दोलायमान झालं. शांताबाईंच्याच आवाजानं ती भानावर आली.

"बाईऽऽ"

"हं." केतकीचा हुंकार.

"एक सांगते पण राग मानू नका."

केतकीनं त्यावर फक्त शांताबाईंकडे पाहिलं.

"साहेबांना तुम्ही घरी घेऊन जा. काही उपयोग नाही बाई तर कशाला हॉस्पिटलचं बील भरताय. जे नशिबाला आलं ते स्वीकारावं बाईमाणसानं. मी सहज बोलले. मनावर नका घेऊ. निघते मी."

शांताबाई निघून गेल्या पण केतकी जाणाऱ्या शांताबाईंना अजूनही धुंडाळीत राहिली. शांताबाईही काही खोटं बोलल्या नव्हत्या. पुढे काय? या कात्रीत तिचं मन सापडलंच होतं. मार्ग काढण्याचा प्रयत्न करत होतं पण मार्ग सापडला नव्हता. केतनकडे पाहून तिचं मन पुन्हा कळवळलं. अगोदर जो उमाळा येत होता तो आता येत नव्हता. पुढं येऊ घातलेल्या प्रश्नांनी तिला व्यावहारिक बनवलं होतं. केतकी उठली. केतनच्या अंगावरील पांघरूण नीट करीत तिनं पुन्हा त्याच्या केसातनं हात फिरविला. यंत्रासारखाच आणि खिडकीपाशी येऊन ती दूरवर पाहत राहिली. बराच वेळ.

डॉक्टर आत आले तरी केतकी आपली शून्यातच होती. डॉ. सिनकर, प्रसिद्ध न्यूरोसर्जन, केतनची केस तेच हाताळीत होते. ते व त्याच्या सोबत आलेल्या व्यक्तीची चाहूल केतकीच्या गावीही नव्हती.

एक उदासीन शांतता त्या खोलीत वावरत होती. या वातावरणाला भेदत जाणारा स्वर डॉ. सिनकरांच्या तोंडून बाहेर पडला,

"केतकी."

केतकीनं भानावर येऊन, आवाजाच्या दिशेने वळून पाहिलं. डॉ. सिनकरांना पाहताच ती झटकन वळून सामोरी होत म्हणाली,

"काय डॉक्टर" पुढे केतनजवळ जात म्हणाली. "आत्ताच त्यांचा डोळा लागलाय."

"असू दे मी केलंय चेकअप." थोडा वेळ थांबत पुढे ते म्हणाले,

"केतकी, खरं तर मला तुलाच भेटायचं होतं."

केतकी गोंधळली पण क्षणात स्वत:ला सावरत म्हणाली,

"काही काम होतं का डॉक्टर?" आणि प्रथमच शेजारी उभ्या असलेल्या तरुणाकडे तिचे ओझरतं लक्षं गेलं. नैराश्य तिच्या चेहऱ्यावर पसरून गेलं.

"केतकी, हे डॉ. शिरीष घाटपांडे. प्रसिद्ध शास्त्रज्ञ, न्यूरोबायोलॉजिस्ट."

समोरच्या तिशीतल्या उमद्या तरुणाकडे पाहून हलकेसे स्मित करीत, हात जोडीत ती म्हणाली, "नमस्कार."

डॉ. शिरीषनंही निरागस स्मित करीत हात जोडले होते. केतकी गोंधळली. क्षणभर केतनच उभा असल्याची जाणीव तिला झाली. ती ओशाळली आणि डॉ. सिनकरांकडे पाहत म्हणाली.

"डॉक्टर आपण काहीतरी सांगत होतात."

"हो, तुला वेळ असेल तर मला तुझ्याशी महत्त्वाचं बोलायचंय."

'महत्त्वाचं' शब्दानं केतकीचं हृदय धडधडलं. काळजीच्या स्वरातच ती उत्तरली.

"आहे ना, बोला आपण." तिचं मन आता काहीही ऐकायला तयार होतं.

"माझ्या केबिनमध्ये बसू यात?" डॉ. सिनकरांचा प्रश्न.

केतकीनं होकार देताच, तिघेही खोलीतून बाहेर पडले. डॉ. सिनकरांच्या केबिनमध्ये आल्यावर डॉ. सिनकर म्हणाले,

"बैस केतकी, बसा डॉ. शिरीष."

केतकी एक खुर्ची ओढीत बसली. शेजारच्याच खुर्चीत डॉ. शिरीष बसले होते.

"केतकी, केतनची परिस्थिती तुला माहीतच आहे. गेले सहा महिने आपण प्रयत्न करीत होतो आणि आहोत. वैद्यकीय शास्त्राला जे जे शक्य होतं ते आपण केलं. या अपघातातून तो बाहेर पडेल असे मला वाटत नाही." डॉ. सिनकरांनी सुरुवात केली. केतकीनं त्यावर फक्त डॉक्टरांकडे पाहिलं आणि उत्तरली.

"ठीक आहे डॉक्टर, मी केतनला लवकरच घरी शिफ्ट करीन."

केतकीनं आपल्या म्हणण्याचा अर्थ वेगळाच लावलेला पाहून डॉ. सिनकर तत्काळ म्हणाले,

"तसं नाही केतकी, प्रश्न हॉस्पीटल सोडून जाण्याचा नाहीये. या विषयीच मला काहीतरी सांगायचंय आणि मुख्यत: ही चालना डॉ. शिरीषांमुळे मिळाल्याने तुझ्याशी बोलायचंय. जे घडलंय त्या मागच्या कारणांची मीमांसा करायचीय."

केतकीनं दीर्घ श्वास सोडला आणि ती डॉक्टरांकडे पाहत राहिली. डॉ. सिनकर म्हणाले,

"केतकी, अपघातामध्ये अशा गोष्टी घडतच असतात. शंभर हजारातून एखाद्याच्या वाटेला असं जगणं येतं. हा अपघात असा असतो की माणूस विचार करण्यापलीकडे काहीच करू शकत नाही. मेंदूतील जडणघडणच अशी आहे की प्राप्त परिस्थितीत विज्ञानालाही मर्यादा येऊ लागतात. मस्तिष्क स्तंभातील प्रेरक केंद्राच्या कोशिकांपासून तसेच मेरूरज्जूच्या वरपासून खालपर्यंतच्या भागातील प्रेरक कोशिकांपासून निघणारे तंतू स्नायूंपर्यंत जातात आणि धड, हात, पाय यांच्या स्नायूंपर्यंत पोहचतात. शिवाय प्रेरक स्नायूंपर्यंत तंतू जातात. त्यामुळे मेंदूतील दोन्ही भागांत आघात किंवा विकृती निर्माण झाल्यास सर्वांग लुळंपांगळं होण्याची शक्यता असते आणि केतन हा नेमका त्याचाच बळी ठरलेला आहे. त्याच्या प्रमस्तिष्काच्या दोन्ही बाजूंना इजा होऊन, स्नायूंच्या क्रियाशीलतेत बिघाड झाल्याने तो लुळा व दुर्बल झाला. ऑपरेशन्सनी व आधुनिक उपचारपद्धतींनी काही अंशी दुर्बळपणा घालविण्याचा प्रयत्न मी केला पण तोही असफल ठरला. केतकी, नाऊ देअर इज नो वे."

केतकी स्तब्ध होती. तिने एक आवंढा गिळला. कदाचित आता तिचा कंठ दाटून आला असावा. डॉ. शिरीषांकडे पाहत तिचे डोळे भरून आले. त्यामुळे डॉ. शिरीषही क्षणभर गोंधळले. केतकी रुद्ध आवाजात म्हणाली,

"डॉक्टर तुम्ही प्रयत्नांची पराकाष्ठा केली पण नशिबानंच साथ दिली नाही. मला हे स्वीकारायलाच हवं." केतकी पुढं बोलूच शकली नाही.

"केतकी, हॅव पेशन्स. काहीतरी मार्ग निघेल म्हणूनच तर डॉ. शिरीष आज योगायोगानं इथे आलेत."

डॉ. शिरीषांचं नाव निघताच केतकीनं पुन्हा आशेनं त्यांच्याकडे पाहिलं. डॉ. शिरीषनंही तिला सहानुभूतीपूर्ण प्रतिसाद दिला.

"केतकी. मी जे काही सांगणार आहे. त्याचा निर्णय तुला घ्यायचाय."

"कुठला डॉक्टर?" प्रथमच केतकीचा खुललेला स्वर.

"केतकी, मी मगाशीच ओळख करून दिलीय की, डॉ. शिरीष हे नामवंत शास्त्रज्ञ आहेत. नुकतेच अमेरिकेहून भारतभेटीवर आलेले आहेत. या लहान वयात त्यांनी प्रगतीच्या परिसीमा गाठल्या. त्यांनीच निर्माण केलेल्या युक्त्यांचा प्रयोग त्यांना करायचाय." डॉ. सिनकरांनी सांगितलं.

"कुठला प्रयोग?" केतकीचा पुनःश्च प्रश्न.

डॉ. सिनकरांनी, डॉ. शिरीषांकडे पाहिलं. डॉ. शिरीष खुर्चीतच सावरून बसत म्हणाले,

"मॅडम, हा प्रयोग म्हणजे दुर्बल घटकांना स्वावलंबी करण्याचा प्रयत्न आहे. मानवी विचारांवर चालणारी यंत्रणाच मी निर्माण केलीय. मेंदूत उठणाऱ्या तरंगांवर आधारित व त्याला प्रतिसाद देणारी ही यंत्रणा. त्यामुळे केतनसारख्या रुग्णांना स्वावलंबनाचा मार्ग मोकळा होईल. त्यासाठी कुणावर अवलंबून राहण्याची त्यांना आवश्यकता भासणार नाही."

"प्रयोगाचं स्वरूप कसं असेल सर?" काय बोलावं या गोंधळात तिनं शिरीषला सर म्हणून संबोधलं होतं.

शिरीष तिच्या या गोंधळाला मार्ग दाखवीत उत्तरला,

"शिरीषच म्हणा मला हवं तर."

डॉ. सिनकरांनी स्मित केलं होतं. डॉ. शिरीष पुढे म्हणाले, "मानवी मेंदूतच या यंत्रणेचं रोपण करायचं असल्याने, त्यासाठी केतनवर एक मोठी शस्त्रक्रिया करावी लागेल. सुदैवाने डॉ. सिनकर स्वतः या शस्त्रक्रियेसाठी तयार आहेत. या प्रयोगासाठी त्यांनीच केतनचं नाव मला सुचवलंय."

पुढे डॉ. शिरीष बराच वेळ बोलत राहिले. विविध शास्त्रीय विश्लेषणं देत राहिले. त्यांच्या परिणामांची मीमांसा करीत राहिले. केतकी ऐकत होती. विज्ञानाच्या

या महत्त्वाच्या प्रयोगाला प्रतिसाद द्यावा की नाही म्हणून ती विचार करीत राहिली. डॉ. सिनकरही मध्येमध्ये केतकीला आधार देत होते. विज्ञानाचा हा प्रयोग यशस्वी झाला तर तो मानवाला कसा वरदान ठरणार आहे हे पटवून देत होते. शेवटी डॉ. सिनकर म्हणाले,

"केतकी, शेवटी हा प्रयोग असल्याने, त्यासाठी तुझा होकार महत्त्वाचा आहे."

केतकी स्तब्ध होती. मनात पुन्हा वादळ उठलं. प्रयोग असफल ठरला तर! असाही विचार मनात डोकावून गेला पण अखेर तिनं निर्णय घेतला होता.

"डॉक्टर मी तयार आहे. केतनचं जीवन सुसह्य होण्यासाठी मी काहीही करायला तयार आहे. तुम्ही हा प्रयोग करू शकता."

डॉ. सिनकरांना आनंद झाला होता. डॉ. शिरीष केतकीकडे पाहत राहिले व तिच्या मनाचा ठाव घेत राहिले.

केबिनमधून बाहेर पडताना केतकीचा चेहरा समाधानानं उजळून निघाला होता. मनात गोंधळ असला तरी, विज्ञान नवीन काहीतरी करू पाहतंय म्हणून तिच्या चेहऱ्यावर समाधान होतं. तशीच ती केतन होता त्या खोलीत आली. केतन जागा झाला होता. त्याचे अस्थिर डोळे लकलकत होते. चेहरा एखाद्या निरागस बालकाप्रमाणे दिसत होता. केतकीनं पुन्हा मायेनं त्याला न्याहाळलं. तोंडात पाण्याचे थेंब सोडताच, केतननं लहान मुलासारखी ओठावरून जीभ फिरवली. त्याच्या डोळ्यात केतकीविषयीची कृतज्ञता दाटून आली. केतकीनं त्याचं डोकं मांडीवर घेत, केसातनं हात फिरवला आणि आजच्या चर्चेचाच ती विचार करीत राहिली.

दिवस जाऊ लागले. केतनच्या चाचण्यांना सुरुवात झाली होती. शस्त्रक्रियेपूर्वी अनेक चाचण्यांमधून केतनला जावं लागत होतं. संवेदना नसल्याने त्याला कुठलाच त्रास होत नव्हता. केतकी प्रत्येक वेळी सावलीसारखी त्याच्या जवळ होती. आतापर्यंतचा तिचाही प्रवास जीवघेणाच ठरला होता. अपघातानं ती वाचली होती पण नंतरच्या असंख्य वेदनांना एकटीनंच सामोरी गेली होती. तिचं भावविश्व पार उद्ध्वस्त झालं होतं.

आवश्यक तेवढ्या सर्व चाचण्या पूर्ण झाल्या होत्या. प्रयोगाची तारीखही ठरली होती. चार-पाच दिवसांचा अवधी उरला होता. केतकी बऱ्यापैकी निवांत झाली होती. आज कधी नव्हे ती कॉरिडॉरमध्ये येऊन उभी होती. वाऱ्याची थंड झुळूक चेहऱ्यावर येत असल्याने, तिला आल्हाददायक वाटत होतं. डॉ. शिरीष मध्येच तिच्या मनात डोकावून जात होते. त्यामुळे त्याविषयीचा आत्मविश्वास अधिकच बळकट होत असे. बराच वेळ ती उभी होती.

"मॅडम."

मागून आलेल्या आवाजानं ती दचकली व मागे वळून पाहिलं. डॉ. शिरीष

स्मित हास्य करीत उभे असलेले पाहताच ती सावरली आणि तेवढ्याच स्मित हास्यानं प्रतिसाद देत उत्तरली,

"डॉ. शिरीष! आपण?"

"हो मीच! का? मी येऊ नये का?"

"नाही, तसं नाही." केतकी ओशाळत म्हणाली.

"मॅडम, बरेच दिवस तुम्हाला भेटावं म्हणून मनात होतं. पण निवांत वेळच मिळत नव्हता. आज तो अशा वेळी मिळाला. एक विचारू?"

केतकीनं डॉ. शिरीषांकडे पाहिलं. हळूच स्मित करीत तिनं मान डोलावली,

"विचारा ना!"

"मला अजूनही वाटतंय की, तुमच्या मनात या प्रयोगाविषयी गोंधळ आहे, संभ्रम आहे. असं का वाटतंय याची कारणमीमांसा मला अजूनही करता येत नाहीये. म्हणूनच मी तुम्हाला या विषयी पुन्हा भेटून सविस्तर सांगण्याचा निर्णय घेतलाय." डॉ. शिरीष मनातलं बोलले.

"तसं नाही डॉ. शिरीष. माझा आपणावर पूर्ण विश्वास आहे."

"तरीही मागील चर्चेत मला हे सारखं जाणवत राहिलं की, हा निर्णय आपण भावनेच्या भरात घेतलाय म्हणून. त्यावेळी मी फारसं बोललो नाही. कारण आपल्याच संशोधनाबद्दल आपणच फारसं बोलणं बरं नव्हे, पण त्याविषयी मी तुम्हाला थोडक्यात सांगण्याचं ठरवलंय. त्यानं पुन्हा निर्णय घेण्याचं बळ आपणास मिळेल."

डॉक्टरांचा स्वर गंभीर होता. केतकीनं डॉक्टरांकडे स्नेहपूर्वक पाहिलं. तिला हा तरुण अतिशय बुद्धिमान असल्याची पूर्ण प्रचिती आली. हे खरंच होतं की, ती आजही संभ्रमावस्थेत होती. परिणामांविषयीची अथवा डॉक्टरांच्या संशोधनाविषयीची फारशी माहिती तिला नव्हतीच. डॉ. शिरीष म्हणाले,

"मॅडम, मी लहान होतो. कळावं असंच माझं वय होतं. आमचे आजोबा गंभीर पक्षाघातानं आजारी पडले. अचानक आलेल्या अरिष्टानं व घरातील कर्ती व्यक्ती अशी पांगळी झालेली बघून सारेच हबकून गेले होते. मला आजही आठवतंय. पुढे बरेच दिवस ओढाताणीत गेले होते. आजोबांची परिस्थिती खूपच खालावली होती. सगळंच अंग लुळं पडल्याने घरातील ओढाताण अपरिहार्य होती. पूर्वी जो दुःखाचा डोंगर कोसळला होता, तो आता ओसरू लागला होता. घरातील लोकच आता त्यांचं करायला टाळाटाळ करू लागले. त्यामुळे आजोबांची स्थिती अजूनच दयनीय होत गेली. परावलंबी जीवन वाट्याला आल्याने तेही खचले होते. आजोबांच्या संवेदनाहीन देहापेक्षा, आप्तांच्या त्यांच्याविषयी होत जाणाऱ्या बोथट संवेदनाच मला जास्त झोंबून गेल्या. पुढे ते कधी मरतात याचीच सर्व जण वाट पाहत होते. माणसामाणसातील, भावबंधातील हे स्थित्यंतर विलक्षण होतं. ज्या माणसानं

तुमच्यासाठी आयुष्य वेचलं, त्याच्याच मरणाची वाट पाहणं कृतघ्नताच नव्हती काय? पुढे आजोबा नशिबानं गेले; तो प्रसंग मात्र माझ्या मनावर कायमचाच ठसा उमटवून गेला. अशा परिस्थितीत अगदी आई, वडील, मुलगा, प्रियकर कसे वागतील काहीच सांगता येत नाही. पुढे मी मोठा झालो. खूप शिकलो. परदेशात गेलो. पण मनात कुठतरी आजोबांची होणारी घुसमट तशीच राहिली.''

डॉ. शिरीष क्षणभर थांबले. आजोबांची आकृती त्यांच्या डोळ्यासमोर आली असावी. केतकीही त्यांच्या या विलक्षण भावविश्वाचा शोध घेऊ पाहत होती. डॉ. शिरीष पुढे म्हणाले,

''अनुषंगाने मला अशाच विषयात रुची निर्माण झाल्याने, संशोधनाची संधी चालून आली. त्या दृष्टीने विचार करून मानवी विचार तरंगांना संवेदनशील असतील असे अतिसूक्ष्म अग्र मी तयार केले. साधारण $१०^{-८}$ सें. मी. एवढे आणि त्या अग्रात मेंदूत निर्माण होणाऱ्या क्रियाशीलतेचा आलेख तयार होऊन, त्या आलेखाचं एका इलेक्ट्रॉनिक युक्तीद्वारे विद्युत् संदेशात रूपांतर करून, बाहेर असलेल्या यंत्रमानवाशी लांबून जोडली. अशा बऱ्याच चेतना पेशिकांपासून निघालेल्या संदेशांची नोंद करण्यात मला यश मिळालं आणि त्यांचंच पृथक्करण करून, यंत्रमानव या संदेशांनुसारच हालचाल करतात हे सिद्ध केलं.''

केतकी अवाक होऊन पाहत होती. शिरीषांच्या संशोधनाचा एवढा मोठा आवाका असेल याची तिला जाणीवच नव्हती. डॉ. शिरीष नुसतेच शास्त्रज्ञ नव्हते तर ते एक माणूस म्हणूनही सद्‌गृहस्थ होते. त्यासाठीच त्यांनी स्वत:चं आयुष्य वेचलं होतं. या संवादात प्रथमच केतकीनं विचारलं,

''म्हणजे, आपण जे विचार करू त्यानुसारच तो यंत्रमानव काम करेल?''

''होय, तसाच आणि हवं ते तुम्ही त्याच्याकडून करून घेऊ शकाल. काही प्राण्यांवर त्यांच्या विचार शक्तीप्रमाणे हे प्रयोग यशस्वी झालेत. फक्त मानवावरच प्रयोग अजून व्हायचाय. त्यासाठीच तुमच्या यजमानांची निवड मला योग्य वाटली आणि मला विश्वास आहे, हा प्रयोग यशस्वी होईल. निश्चितपणे. केतकी, शेवटी आपण मानव आहोत. नियमित तीच तीच गोष्ट पाहून आपल्याही भावना, संवेदना बोथट होत जातात. कंटाळा यायला लागतो. मला तुमच्या केतनविषयीच्या प्रेमाचा मुळीच अपमान करायचा नाहीये, पण हे मानवी मनाचे चक्रच असे आहे की, तो अशा परिस्थितीमुळे हे सर्व विसरतो. म्हणूनच माझं हे संशोधन अशा रुग्णांना स्वावलंबी बनवण्यासाठी मदत करणार आहे आणि ते वैद्यकशास्त्राला योगदान ठरावं अशी माझी इच्छा आहे. तुम्हाला स्वत:ला रुग्णाच्या भावनेचा विचार करावा लागणार नाही. सगळी कामे तो रुग्ण स्वत: यंत्रमानवाकडून करवून घेईल. अगदी मूलभूत गरजांपासूनची कामे. रुग्णालाही आपण कुणावर अवलंबून नसल्याची

भावना उत्पन्न होईल. वैफल्यातून बाहेर येण्यास त्यास मदतच होईल. शिवाय किळसवाणी कामे तुम्हाला करावी न लागल्याने तुम्हीही उत्साहित राहाल. घरातलं वातावरण उल्हासित राहण्यास मदत होईल. केतकी, मला वाटतं निर्णय अजूनही तुमच्या हातात आहे.''

''डॉ. शिरीष, आता कुठलीही संभ्रमावस्था नाही. आपल्या प्रयोगाला थोडासा का होईना माझा हातभार लागल्यास मी माझं भाग्य समजेन.'' केतकी कृतज्ञतेने त्यांच्याकडे पाहत म्हणाली होती.

''पण यात प्रयोग अयशस्वी होण्याचीही तेवढीच शक्यता आहे.'' डॉ. शिरीषांनी पुन्हा जाणीव करून दिली.

''असू देत, केतनने त्यासाठी बलिदान दिलं असं मी समजेन आणि डॉ. शिरीष मला पूर्ण विश्वास आहे की, आपण यात यशस्वी व्हाल.''

डॉ. शिरीष निरोप घेऊन पाठमोरे झाले होते. केतकी तिथंच स्तब्ध उभी होती. समाधानानं. एक मोठा बुद्धिमान शास्त्रज्ञ आणि तेवढाच एक मोठा माणूस जाताना ती पाहत होती. कृतज्ञतेने तिच्या डोळ्यांच्या कडा ओलावल्या होत्या. डॉक्टरांनी केतकीच्या मनातील मरगळ सहज काढली होती... आणि मनाच्या संवेदना बोथट व्हायला ती स्वत:ही अपवाद नव्हती. अतिशय प्रिय व्यक्तीही अशा वेळी नकोशी होते या डॉक्टरांच्या म्हणण्याशी ती पूर्णपणे सहमत होती.

केतकी वेगळ्याच उत्साहात खोलीत आली होती. केतनला पुन्हा हवं नको ते करून, त्याला मायेनं निरखत राहिली. केतनचं नुसतं अस्तित्व तिला हवं होतं. त्या अस्तित्वानंही तिला बळ येणार होतं. पुढील आयुष्य जगण्याची दिशा मिळणार होती आणि संपूर्ण आयुष्य ती या आधारावरच तारून नेणार होती.

शस्त्रक्रियेचा दिवस येऊन ठेपला. शस्त्रक्रिया आणि संशोधनात्मक प्रयोगाला सुरुवात झाली. मोठा ताफा यावेळी डॉ. शिरीष व डॉ. सिनकरांसोबत होता. त्यावेळी सारी सूत्रं डॉ. शिरीष यांच्याकडे होती. केतकी व तिचे काही आप्त, मित्र बाहेर क्षणाक्षणाची वाट पाहत होते. केतकी शांत पण मनातून धास्तावलेली होती. ज्यांना जाणिवा, संवेदना असतात त्यांना किती त्रास होतो याचा प्रत्यय तिला येत होता. बराच वेळ झाला. आठ-नऊ तास निघून गेले आणि एका वेगळ्याच उत्साहाने डॉ. शिरीष व डॉ. सिनकर बाहेर आले होते. केतकी वाऱ्यासारखी झेपावली होती. तिच्यापाठोपाठ सारेच धावले होते. आतुरतेनं तिनं विचारलं,

''डॉक्टर कसं झालं?''

डॉ. सिनकरांनी तिच्या पाठीवर हात ठेवत म्हटलं,

''उत्तम, शस्त्रक्रिया आणि डॉ. शिरीषांचं अग्रांचं रोपणही यशस्वी झालेलं आहे.''

"मॅडम, मी आशावादी आहे. केतन विल डेफिनेटली गीव्ह अस दि रिस्पॉन्स, किमान अठ्ठेचाळीस तासांच्या आत त्यानं शुद्धीवर येणं अपेक्षित आहे."

डॉ. शिरीषांचे डोळे किंचित जडावल्यासारखे जाणवत होते. अथक आठ-नऊ तासांच्या शस्त्रक्रियेनंतर थकवाही जाणवायला लागला होता. डॉ. सिनकरांसोबतच पुढे ते हॉस्पिटलच्या विश्रामगृहाकडे निघाले.

केतकीनं आय. सी. यू. त डोकावून पाहिलं. केतनचा संपूर्ण पांढऱ्या वस्त्रातला देहच तिच्या दृष्टीस पडला होता. आजूबाजूला डॉक्टरांची यंत्रणा तयार होती. तीन-चार फुटी यंत्रमानव त्याच्या समोरच उभा होता. एका यंत्राने केतनच्या मेंदूत प्रवेश केला होता. त्यानंच केतनच्या जीवनाला कलाटणी मिळणार होती.

दोन रात्री केतकीनं तशाच जागून काढल्या. केतनच्या शेजारी. यावेळी तिचा सहजच डोळा लागला होता पण केतनच्या शुद्धीवर आल्यावर झालेल्या धावपळीनं तीही जागी झाली होती. केतन शुद्धीवर आलेला कळताच सर्वच धावत पळत आले होते. डॉ. शिरीष, डॉ. सिनकर आवेगाने त्याच्या खोलीत दाखल झाले होते. डॉ. शिरीष यांच्या चेहऱ्यावर उत्सुकता, आतुरता होती. कारण केतनच्या हालचालींवरच त्यांच्या प्रयोगाच्या परिणामांची नोंद होणार होती.

केतनने हळूच डोळे उघडले. समोर केतकीला पाहताच त्याच्या चेहऱ्यावर स्मितरेषा उमटून गेली. केतकी हर्षभरित नजरेनं त्याला पाहतच राहिली. सहा महिन्यांनंतर प्रथमच त्याच्या चेहऱ्यावर हास्यरेषा ती पाहत होती. मेंदूत कळ उठल्याने त्याच्या चेहऱ्यावर वेदना उमटून गेल्या. प्रयोगाच्या दृष्टीने ही चांगली लक्षणे असल्याचं डॉ. शिरीष यांनी सांगितलं. केतन पुन्हा पूर्ववत झाला.

डॉ. शिरीष व डॉ. सिनकर केतनची विचारप्रणाली कार्यान्वित होण्याची वाट पाहत होते. तेवढ्यात यंत्रमानवाची हालचाल त्यांना जाणवली. सर्वांनीच त्याकडे आश्चर्याने पाहिलं. हळूहळू यंत्रमानव टेबलाकडे गेला. त्यानं ग्लासमधे पाणी ओतलं आणि केतनजवळ येऊन त्याला पाणी पाजलं. केतनही आश्चर्यानं पाहतच राहिला. पाणी हवंय हा फक्त त्याने विचारच केला होता आणि या यंत्रानं त्याला पाणी आणून दिलं होतं. केतकीही या प्रयोगाच्या परिणामाकडे पाहतच राहिली होती. डॉ. शिरीष यांनी अत्यानंदाने डॉ. सिनकरांना आलिंगन दिलं होतं. डॉ. सिनकर म्हणाले,

"शिरीष, काँग्रॅच्युलेशन्स. तुझा प्रयोग यशस्वी झाला. विज्ञानात नवीन पर्व सुरू करणारं तुझं संशोधन आबालवृद्धांना निश्चितच उपयुक्त ठरणार आहे. आय ॲम प्राउड ऑफ यू."

डॉ. सिनकरांनी, डॉ. शिरीष यांच्या पाठीवर हात ठेवला. डॉ. शिरीष त्यांच्या या आपुलकीने प्रोत्साहित झाले होते. केतकी नतमस्तक झाली. कुठल्या शब्दांत भावना व्यक्त कराव्यात हेच तिला सुचत नव्हतं. डॉ. शिरीष यांनी तिची घालमेल

ओळखली. तिला समजून घेत ते म्हणाले,

"केतकी, तुमच्या शुभेच्छा कामी आल्या. केतन आता तुमच्यावरही अवलंबून नाहीत. ते स्वतंत्र आहेत. हे निर्जीव यंत्र त्यांच्या नेहमीच साथीला असेल."

पुढे डॉ. शिरीष यांनी बरेच प्रयोग केले. त्याचे परिणामही मिळाले. यंत्रणेत अजून सुधारणा घडवून त्यांनी तिचा बिनचूकपणा वाढवला. त्या रात्रभर डॉ. शिरीष, डॉ. सिनकर केतनवर विविध प्रयोग करण्यात गुंतले होते. केतकी मात्र उत्सुकतेने या सर्व प्रकाराकडे पाहत होती.

केतनमध्ये पूर्वीपेक्षा बरीच सुधारणा झाली होती. एव्हाना समोरील यंत्रमानव आपल्या विचारांनुसार वागतोय हे त्याच्या लक्षात आलं होतं. एकटा असतानाही तो आता यंत्रमानवाकडून हवं ते करून घेऊ लागला. त्याला गंमतही वाटत होती. जेवण्या-खाण्यापासून यंत्रमानव त्याचं सर्व काही करू लागला.

केतकी आता निवांत झाली होती. दहा-बारा दिवसांचा अवधी निघून गेला होता. यंत्रमानवाच्या साहाय्याने केतन स्वावलंबी झाल्याचं तिला समाधान होतं. यापुढे तिला त्याचं काहीच करावं लागणार नव्हतं. आता केतनला घरी नेण्याचं तिच्या मनात घोळत होतं.

केतनला उद्याच घरी नेण्याचं ठरल्यानं, आवराआवरी करून केतकी बाहेर पडली होती. केतन शांतपणे पहुडला होता. शेजारीच त्याचा यंत्रमानवही होता. संध्याकाळचं आल्हाददायक वातावरण होतं. सहा महिन्यांच्या ओढाताणीत तिला आज प्रथमच बरं वाटत होतं. फेरफटका मारून ती खोलीकडे आली. केतन झोपलेला पाहून ती बाहेरच वेटिंग रूममध्ये सोफ्यात बसली. बसता बसता तिचा डोळा लागला.

रात्रीचं शांत वातावरण. राउंडला गेलेली नर्स धावत पळत 'डॉक्टर, डॉक्टर' करत ओरडत निघाली. त्या आवाजाने केतकी खडबडून जागी झाली आणि खोलीकडे धावली. डॉ. शिरीष व डॉ. सिनकर तेथे येऊन ठेपले. सुन्न झाले. केतनचा देह रक्ताच्या थारोळ्यात पडला होता. यंत्रमानवाचे हात रक्ताने माखले होते.

केतकी आवेगानं केतनच्या देहाजवळ येऊन बिलगली व रडू लागली. हाही अपघातच की वैज्ञानिक अपघात. हे कोडंच तिथं उपस्थितांना पडलं होतं. डॉ. शिरीष हादरले होते. संशोधनाची ही परिणती त्यांनी कधीच अपेक्षिली नव्हती. मग हे असं का घडलं?

डॉ. सिनकरांनी केतनचा ताबा घेतला होता. दीर्घ श्वास घेत ते म्हणाले,

"शिरीष, ही इज डेड. रोबोट हॅज किल्ड हिम."

डॉ. शिरीष यांना काहीच सुचत नव्हतं. हे असं का? याचा पाठपुरावा ते त्याही परिस्थितीत सुन्नपणे करीत होते आणि अचानक त्यांच्या डोक्यात प्रकाश पडला.

''डॉ. सिनकर, यंत्रमानवानं केतनच्याच आज्ञेचं पालन केलेलं आहे.''

''काय?'' डॉ. सिनकरांसोबत सर्वच आश्चर्याने पाहतच राहिले. केतकीही अविश्वासाने डॉ. शिरीष यांच्याकडे पाहत होती. शिरीष त्यावर उत्तरले,

''होय. दिस इज ट्रू. केतननी आत्महत्या केलीय. मानवासाठी उपयुक्त संशोधन करीत असताना मी माणसाला वैयक्तिक विचारस्वातंत्र्य असते हे पूर्णपणे विसरून गेलो. रुग्ण असाही विचार करू शकेल असा माझ्या डोक्यात विचारच आला नाही आणि निराशेच्या अधीन झालेला रुग्ण असाच विचार करेल. त्या जागी मी असतो तर कदाचित असंच केलं असतं. माझ्या संशोधनानं त्याला हेच अधिक सुसह्य झालं. खरं तर संशोधनाची ही प्रतिकूलताच आहे.'' डॉ. शिरीष निराश झाले. डॉ. सिनकर प्रसंगावधान राखून म्हणाले,

''नाही शिरीष, तुझं संशोधन उपयुक्तच आहे. अशातही जिद्दीनं जगणारे आहेत. किमान त्यांच्यासाठी तरी ते आहे. वैचारिक स्वतंत्र्य म्हणशील तर ते आपणा सर्वांनाच आहे. आपणही असं करू शकतो. केतकीचं बघ, किती जिद्दीनं ती पुढं आली. नाहीतर नशिबाला दोष देत तीही असं करू शकली असती. स्वत:ची सुटका तिनं कधीच करून घेतली असती. धडधाकट असतानाही आत्महत्या करणारे आहेतच. नैराश्यापोटी निसर्गात अशा गोष्टी घडतातच. केतनच्या मनातही असले विचार येणं साहजिकच होतं. वैफल्यग्रस्त माणूस अजून काय करू शकतो? पत्नी तरुण असताना एका दुर्बल पतीच्या मनात असे विचार येणं स्वाभाविक आहे आणि केतनसारख्या संवेदनशील माणसाच्या मनात ते येणारच. केतकीवर त्याचं अपार प्रेम असल्यानंच त्यानं हा विचार केला असावा.''

डॉ. सिनकरांनी समजावलं होतं. केतकीच्या डोळ्यातून अश्रू वाहत होते. डॉ. शिरीष धिम्या पावलानं तिच्याजवळ गेले आणि त्यांनी केतकीच्या खांद्यावर हात ठेवला. तशी केतकी आवेगाने मागे वळून, नकळत डॉक्टरांना बिलगली. यावेळी तिला कुणाचा तरी आधार हवा होता. स्वत:चा अस्तित्वहीन चेहरा दिसल्यानं बांध फुटावा तशी ती रडत राहिली. डॉ. शिरीष सुन्नपणे पाहत राहिले. हळूच तिला आपल्या कवेत घेऊन ते थोपटत राहिले. डॉ. सिनकरांनाही तशा परिस्थितीत आपल्या भावना आवरणं अशक्य झालं होतं.

◆

उद्ध्वस्त

पदार्थविज्ञान विभागप्रमुखांची केबिन. प्रा. कानडे कुठलीतरी प्रशासकीय फाईल चाळत बसलेले. तोच दारावर टक टक आवाज झाला.

"यस." प्रा. कानडे फाईल बघत खाली मानेनेच उत्तरले.

कर्ररऽऽ आवाज करत दार उघडलं. त्यातून स्वर आला.

"मे आय कम इन?"

"यस, कम इन." प्रा. कानडे जागेवरून न उठता उत्तरले.

परवानगी मिळताच ती व्यक्ती आत येऊन उभी राहिली. काही क्षण शांततेत गेले. पुढे अजून काही वेळ प्रा. कानडे फाईल वाचण्यात मग्न होते. लक्षात येताच जाड भिंग असलेल्या आपल्या चश्म्यातून त्यांनी समोर पाहिलं. समोर पंचविशीतला एक तरुण, गोरटेला, किडकिडीत, गंभीर, स्वतःतच हरवल्यासारखा. डोळ्यांत चमक, वेदना आणि विद्रोहही. प्रा. कानडेंनी विचारलं,

"यस मिस्टर..."

"माय नेम इज रसूल, रसूल सर." त्यानं तत्काळ आपलं नाव सांगितलं.

"काय हवंय तुम्हाला." प्रा. कानड्यांचा प्रश्न.

"सर, आय वॉंट टू जॉईन फॉर रिसर्च." रसूलचा आत्मविश्वासपूर्ण स्वर.

"कुठून आलात?"

"काश्मीर."

"कोणती युनिव्हर्सिटी?"

"जम्मू."

"एम. एस्सी.ला किती मार्क आहेत?"

"डिस्टिंक्शन, विद्यापीठात पहिला आलो." रसूलने अधिक माहिती दिली.

"नेट पात्रता परीक्षा पास आहात?"

"हो."

"कधी?"

"जून १९९६."

"आता सप्टेंबर ९८. दोन वर्षांमध्ये काय केलं?" प्रा. कानड्यांनी शंकेनं विचारलं.

"भरकटत होतो, दिशाहीन." रसूलचा कोरडा स्वर. उत्तरानं प्रा. कानडे दचकले पण त्याच वेळेस रसूलचा निर्विकार चेहरा पाहून त्यांनी स्वत:ला सावरलं. एव्हाना हा हुशार मुलगा आहे हे त्यांच्या लक्षात आलं होतं. त्याचं विक्षिप्त उत्तर मनावर न घेता ते पुढे विचारते झाले,

"ओ. के. तुझी सगळी पत्रं दाखव."

"आत्ता माझ्याजवळ नाहीत सर आणि तशी शक्यताही नाही. फक्त अंगावरचे कपडे आहेत." रसूलचा पुन्हा विक्षिप्त वाटणारा खुलासा.

प्रा. कानड्यांच्या चेहऱ्यावरचे भाव क्षणात बदलले. रागाची लकेर त्यांच्या चेहऱ्यावर उमटून गेली. स्वत:वर नियंत्रण ठेवीत त्यांच्या तोंडून शब्द बाहेर पडलेच.

"यू स्टुडंट्स आर व्हेरी केअरलेस. संशोधन करायचं तर सिद्धता, पूर्ततेसाठी सर्व पत्रं जवळ असावी लागतात. एवढा कॉमनसेन्स नाही का?"

"आय डू हॅव कॉमनसेन्स सर, आय ॲम व्हेरी सॉरी. माझ्याजवळ सर्व होतं, पणं यापूर्वीच ते सारं उद्ध्वस्त झालं." रसूल शून्यात पाहात म्हणाला.

"उद्ध्वस्त?" प्रा. कानड्यांच्या तोंडून नकळत उद्गार बाहेर पडले.

"होय, उद्ध्वस्त. माझं भावविश्व, माझं कुटुंब, माझं घर, सारंच आणि त्याबरोबरच माझी प्रमाणपत्रंही." रसूलचा कापणारा आवाज.

प्रा. कानडे त्याच्या हेलावून टाकणाऱ्या आवाजाने व्याकूळ झाले. आपण त्याची पार्श्वभूमी समजून न घेताच त्याला बोललो म्हणून ते थोडे ओशाळले. समोर खुर्चीकडे निर्देश करीत प्रा. कानडे म्हणाले,

"रसूल, बैस आणि मला सविस्तर सांग. तुझं घर, कुटुंब उद्ध्वस्त कसं झालं? कुणी केलं?"

रसूल खुर्चीत बसला. त्यानं प्रा. कानड्यांकडे पाहिलं. प्रथम त्याचे ओठ नुसतेच थरथरले व गोठणारे शब्द बाहेर पडले.

"अतिरेक्यांनी."

"कायऽऽ..." आश्चर्याने प्रा. कानडे उद्गारले.

"होय. आई-वडील, मोठी बहीण, लहान भाऊ सारे अतिरेक्यांच्या हल्ल्यात मृत्युमुखी पडले. मी त्याच वेळेस माझा निकाल घेण्यासाठी विद्यापीठात गेलो होतो म्हणून वाचलो. पहिला आलेला मी आनंदात, बेहोशीत घरी परतलो आणि समोरचं दृश्य पाहून पाषाणासारखा बघतच राहिलो. माझं आपलं— सजीव, निर्जीव सारंच

उद्ध्वस्त झालं होतं. तेथूनच माझ्या आयुष्याला कलाटणी मिळाली. या आघाताने मी नुसताच भरकटत राहिलो. दिशाहीन. भानावर आलो तेव्हा दिशा शोधू लागलो. तुमच्यापुढे उभा आहे ते दिशा मिळावी म्हणूनच आणि तशी मला आशाही आहे.'' रसूल बोलत होता. कधी त्वेषाने कधी हळवेपणाने तर कधी अजिजीने बोलताना त्याचे डोळे किंचितसे ओलावले. पण मनात तो अजूनही अनंत यातना सहन करीत असल्याचंच, त्याच्या चेहऱ्यावरून जाणवत होतं. विनंतीच्या स्वरात पुढे तो म्हणाला, ''सर! माझ्यावर तुम्हाला विश्वास ठेवावाच लागेल. मला काही दिवस मुदत द्या. मी त्या आतच सर्व काही मिळवीन.''

प्रा. कानडे रसूलवर ओढवलेल्या हृदयद्रावक प्रसंगानं सुन्न झाले. त्यांनी दीर्घ श्वास सोडला. रसूल हुशार, मेहनती व तेवढाच प्रामाणिक वाटला. त्याला कुठल्याही पातळीला जाऊन मदत करणं हे एक माणूस म्हणून आपलं कर्तव्यच आहे, असंच त्यांना वाटत होतं. मनाशी ठरवताच ते म्हणाले,

''ओ. के. रसूल, डोन्ट वरी. फर्गेट अबाउट ऑल दी फॉरमॅलिटिज. मीच तुझं पालकत्व स्वीकारतो.''

रसूल क्षणभर बावरला.

अनपेक्षितपणे त्याला सर्व मिळालं होतं. समोर बसलेल्या प्रोफेसरांचाच तो पाल्य झाला होता. नकळत त्याचा कंठ दाटून आला.

''थँक्स सर, थँक यू व्हेरी मच.'' आणि बांध फुटावा तसे त्याच्या डोळ्यांतून अश्रू वाहू लागले. गेल्या काही वर्षांत तो प्रथमच मोकळेपणानं रडत होता. घुसमटलेले हुंदके त्याच्या तोंडून निघत होते. प्रा. कानड्यांनी त्याला कुशीत घेऊन हलकेच थोपटलं. सांत्वन केलं आणि त्याच्या खांद्यावर हात ठेवत म्हणाले,

''रसूल, वुड यू लाईक टू वर्क विथ मी?''

''येस सर.''

''तुला कुठल्या विषयात संशोधन करायला आवडेल?''

''तुम्ही सांगाल त्या.'' रसूल मोकळेपणानं बोलला.

''सध्या माझा ग्रुप वेगवेगळे मूलद्रव्य असलेल्या पदार्थांच्या 'दीपन' (Luminescence) या गुणधर्माच्या संशोधन प्रकल्पावर काम करीत आहे.'' प्रा. कानडे माहिती देत म्हणाले.

''मलाही त्यावरच काम करायला आवडेल सर!'' रसूल आनंदानं सहमत होत उत्तरला. प्रा. कानड्यांनी त्याला पुन्हा थोपटलं. प्रोत्साहन देत प्रयोगशाळेविषयी माहिती देत म्हणाले,

''कॅरी ऑन, रसूल. बेस्ट लक. फर्गेट पास्ट अॅण्ड थिंक अबाउट फ्युचर.''

रसूल प्रा. कानड्यांच्या सांगण्यानुसार बाहेर पडला होता. त्याची सर्व जबाबदारीच

त्यांनी घेतल्याने रसूलची सर्व व्यवस्था करण्यात आली होती. प्रा. कानड्यांच्या रूपानं त्याला देवमाणूसच भेटला होता. अहोरात्र मेहनत घेण्याचं ठरवून रसूलने प्रा. कानड्यांचं नाव उंचवायचं व त्यांचा विश्वास सार्थ ठरवायचा असा निश्चय केला होता. प्रा. कानड्यांच्या शेवटच्या वाक्यानं मात्र तो व्यथित झाला होता. फर्गेट पास्ट ॲण्ड थिंक अबाउट फ्युचर. भूतकाळ आपण खरोखरच विसरणार आहोत का? ते दृश्य, तो आकांत विसरणार आहोत का? मनात असलेला विद्रोह दाबून टाकणार आहोत का? या प्रश्नांची उत्तरं आज त्याच्याजवळ नव्हती, पण भविष्याविषयी मात्र तो आता जागरूक झाला होता आणि त्याच वळणावर तो आता वळलेला होता.

रसूल मितभाषी असल्याने तो स्वत: कुणाशी जास्त बोलत नसे. त्याला फारसं जवळचं असं कुणीच नव्हतं. प्रा. कानडे हेच त्याचं श्रद्धास्थान, सर्वस्व होतं. पहिल्या दिवसापासूनच तो झपाटल्यागत अभ्यासाला लागला होता. प्रथम त्या विषयातील सर्व संदर्भग्रंथ त्याने चाळून काढले व पूर्वी झालेल्या संशोधनाचा अभ्यास केला. आधीच शोधलेल्या काही पदार्थांचा 'दीपन' गुणधर्म तो पडताळून पाहू लागला. या विषयात आता त्याला चांगलाच रस वाटू लागला होता. प्रा. कानड्यांच्या साहाय्याने त्यानं काही मूलभूत प्रयोग करण्यास सुरुवात केली होती.

प्रामुख्याने काही प्रयोग तो स्वत: करून पाहू लागला. त्यात प्रतिदीप्ती (Fluorescence), स्फुर दीप्ती (Phosphorescence) यांसारखे दीपन प्रकार, झिंक सल्फाईड (Zns), सोडिअम आयोडाईड (Na, I), थॅलीअम (T1), झिंक आयोडाईड (Zn1), कॅडमिअम सल्फाईड (CdS) पदार्थांमुळे निर्माण होऊ लागले. झिंक सल्फाईड या पदार्थावर प्रवेगकामधून ऋण कणांचा झोत टाकला असता त्यातून निळा प्रकाश बाहेर पडताना पाहून रसूल हर्षभराने उद्गारला.

"वंडरफुलऽऽ!"

त्याच्या अन्य सहकाऱ्यांनाही त्यानं त्या पदार्थाचा आविष्कार दाखवला होता. अदृश्य किरणांच्या माऱ्यानं दृश्य प्रकाश निर्माण झाला होता. झिंक सल्फाईड हा पदार्थ अदृश्यरूपी ऋण कणांच्या माऱ्यानं स्वत:चं शारीरिक अस्तित्व विसरून, गर्द-निळसर पेहराव घातल्यासारखा दिसत होता. निळा प्रकाश परावर्तित करताच तो स्वत:चा गुणधर्म विसरून जात होता. या अशा प्रयोगांच्या यशस्वीतेनं तो स्वत: विविध पदार्थांचं एकीकरण करून प्रयोग करू लागला. प्रतिदीप्तीने पदार्थापासून त्यानं असाच हिरवा रंग मिळवला होता, पण या प्रक्रियांसाठी मात्र त्याला इलेक्ट्रॉन प्रवेगकाचा (Electron -Accelerator) उपयोग करावा लागत होता. ऋण कणांसारखे भारांकित कणच यासाठी त्याला लागत होते.

फोटॉन्सपासून (Photons) प्रकाश मिळविण्यासाठीही काही पदार्थांवर त्याला

प्रयोग करायचे होते. त्यासाठी प्रा. कानड्यांशी चर्चा करून त्याने फॉस्फेट या गटातील पदार्थांवर प्रयोग करण्याची इच्छा प्रदर्शित करताच प्रा. कानड्यांनी त्याला सहमती दर्शविली होती.

स्फुरदीप्ती गटातील पदार्थावर (Phosphore, Radium, Alumina) सर्वसाधारण प्रकाशझोत टाकताच विविधरंगी प्रकाश बाहेर पडताना दिसल्यावर रसूलचं भान हरपून जात असे. रात्रीच्या वेळी घाटात, वळणांवर यासारख्याच पदार्थांचा समावेश असल्याचं त्याच्या लक्षात आलं होतं; पण त्याला याहूनही काहीतरी वेगळं एक्सायटिंग करण्याची इच्छा होती, ते काय? ते त्यालाही ठाऊक नव्हतं. स्वयंप्रकाश निर्माण करणारे पदार्थ त्याला शोधायचे होते. आजपर्यंत ज्या पदार्थांचा शोध लागला नाही, अशाच पदार्थांचा पाठपुरावा त्याला करायचा होता. त्यामुळे अहोरात्र तो प्रयोगशाळेतच काम करीत असे.

संशोधनात एक वर्ष कसं उलटलं त्याचं त्यालाच कळलं नव्हतं. आपण भूतकाळ विसरून, खरंच भविष्याचा विचार करू लागल्याचं त्याला आश्चर्य वाटत होतं, पण कितीही असलं तरी भूतकाळातील त्या कळा त्याच्या हृदयात उमटतच होत्या.

साधारण मध्यरात्रीचा एक वाजला होता. छातीवर प्रचंड दाब निर्माण व्हावा तसा, रसूल स्वप्नातून जागा झाला. अंगाला दरदरून घाम फुटला होता. अलीकडे हे भयावह स्वप्न त्याला नेहमीच पडायला लागलं होतं. अम्मी, अब्बाजान, सलमाबी, सलमान यांचे रक्ताच्या थारोळ्यात पडलेले देह, पिळवटून टाकणारा टाहो, उद्ध्वस्त घर, सारं त्याच्या डोळ्यांसमोर उभं राहात होतं. रसूल बेचैन झाला. या स्वप्नानं तो असाच बेचैन होत असे. त्या क्षणी त्याला कुटुंबाची प्रकर्षानं आठवण झाली. कंठ दाटून आला. भावनांवर नियंत्रण ठेवण्याच्या निष्फळ प्रयत्नातच तो मोठ्याने ओरडला.

"काऽऽ... काऽऽ... मारलं माझ्या निष्पाप कुटुंबाला. काय केलं होतं त्यांनी?"

रसूल हुंदके देत रडत राहिला. स्वत:ला त्यानं सावरण्याचा प्रयत्न केला. तो प्रसंग त्याच्या हृदयात या स्वप्नानं नव्यानं कोरला गेला. भूतकाळ विसरू पाहणाऱ्या रसूलसमोर, स्वप्नांच्या माध्यमातून भूतकाळ पुन्हा ठळक होत गेला. त्यामुळे पुढे बरेच दिवस तो बेचैनीत राहत असे. अबोल होत असे.

रात्रीचे दोन वाजून गेले होते. त्याचं मनच लागत नव्हतं. तो उठला व तोंडावर पाण्याचा शिपका मारला. झिणझिण्या येऊन डोकं जड झालं होतं. टेबल लॅम्प लावून रसूल पुस्तकांमध्ये मन गुंतवू लागला.

त्याच्या संशोधनासंबंधीचे विविध पेपर्स व पुस्तकं चाळू लागला. तेवढ्यात एका संशोधन पेपरामध्ये, अनामिक पदार्थ मिश्रणाचा शेवटी नामोल्लेख केला होता.

त्यानं तो आकर्षिला गेला. ज्याप्रमाणे काही पदार्थांवर इलेक्ट्रॉन्सचा मारा केला असता विशिष्ट रंगाचे अथवा दृश्य तरंगलांबीचे फोटॉन्स बाहेर पडतात. त्यामुळे त्या ठरावीक कालावधीसाठी पदार्थाचा शारीरिक रंगही त्याचप्रमाणे होतो. आतापर्यंतच्या संशोधनात इलेक्ट्रॉन्सच्या माऱ्यानं हिरवा, निळा रंग मिळू लागले होते. तसेच दृश्य किरणांचा मारा केला असतानाही काही पदार्थ विविध रंगांची किरणे बाहेर टाकीत होते. मानवी डोळे हे विद्युत्-चुंबकीय वर्णपटातील दृश्य किरणांनाच संवेदनक्षम असल्याने व शिवाय सूर्याच्या वर्णपटात दृश्य किरणांचीच प्रखरता जास्त असल्याने एकमेकांना पाहणं, वस्तूंची ओळख व रंगांची जाणीव होते. पण जर का एखाद्या पदार्थावर अथवा मिश्रणावर दृश्य किरणे पडून अदृश्य किरणे म्हणजेच उपारूण (Infrared), जंबूपार (Ultravoilet) सारखे किरण परावर्तित होत असतील... तर त्या पदार्थाचं अस्तित्व कुठे असेल? कारण त्या पदार्थापासून निघणारे अदृश्य किरण मानवी डोळ्यांना संवेदित नसल्यानं पदार्थाचं अस्तित्वही मानवी डोळ्यांस दिसणार नाही. अशा पदार्थाचा शोध घेणं आवश्यक असल्याचं संशोधन पेपरात नमूद केलं होतं. तशी शक्यताही त्यानं वर्तवली होती. शेवटचं वाक्य रसूल पुन:पुन्हा वाचत होता.

रसूलच्या डोक्यात आता वेगळीच चक्रं सुरू झाली होती. संशोधनाचा भाग म्हणून, त्याला आता त्या पदार्थाचं मिश्रण शोधून काढायचं होतं. झपाटल्यासारखा त्या रात्री तो वाचत सुटला होता. सकाळचे सहा वाजून गेले तरी त्याला शुद्ध नव्हती. एका विशिष्ट ध्येयानं प्रेरित होऊन, या संशोधनाची उंची त्याला गाठायची होती. त्याच वेळेस शून्यात बघून त्यानं एक निश्चय केला होता.

आताशी त्याच्या डोक्यात घुसलेल्या प्रॉब्लेमनं त्याला झपाटलं होतं. त्या विषयाचा त्यानं सर्वांगानं अभ्यास सुरू केला. कुणाशीही जास्त बोलत नसल्याने तो पूर्वीपेक्षा जास्त आत्मकेंद्रित वाटत होता. मात्र त्याची पार्श्वभूमी माहिती असल्यानं अधूनमधून प्रा. कानडे त्याच्याशी सुसंवाद साधत असत.

त्या रात्री प्रा. कानडे प्रयोगशाळेत उशिरानं आले होते. रसूलला अभ्यास करीत असताना पाहून त्यांना आश्चर्य वाटलं नव्हतं पण तो काहीसा विक्षिप्त, आत्मकेंद्रित असल्याचं त्यांनाही जाणवलं होतं. म्हणून ते आज एवढ्या रात्री प्रयोगशाळेत आले होते. वाचण्यात गर्क असलेल्या रसूलच्या पाठीमागून, त्याच्या खांद्यावर हात ठेवीत प्रा. कानडे म्हणाले,

"रसूल."

अनपेक्षित आलेल्या आवाजानं रसूल दचकला. प्रा. कानड्यांना पाहताच तो अदबीने उठत म्हणाला,

"यस सर, आपण एवढ्या रात्री."

"होऽ सहजच, तू काय करतोयस?"

सरांना आपण पाठपुरावा करीत असलेल्या संशोधनाबद्दल सांगावं की नाही या द्विधा मन:स्थितीत असतानाच तो उत्तरला,

"वाचतोय. फॉस्फरोसन्स पदार्थांवरचा एक उत्कृष्ट संशोधन पेपर..."

त्याच्याकडे प्रा. कानड्यांनी पाहिलं. टेबलावरील संदर्भग्रंथ पाहिले. त्याचा अभ्यास व आकलनाविषयी त्यांच्या मनात दुमत नव्हतं. ते थोडा विचार करून समजावणीच्या स्वरात म्हणाले,

"नो डाउट रसूल, यू आर डुईंग वेल. तुझी प्रगती मला माहीतेय पण मला वाटतं सततच्या अभ्यासाऐवजी तू इतरत्रही फिरावं, विविध कार्यक्रमांमध्ये भाग घ्यावास. मित्र जोडावेस. त्यानं तुझं मन मोकळं राहील. असा नेहमीच विचार करणं बरं नव्हे. आपल्या शरीराला पुरेशी विश्रांती देणंही तेवढंच गरजेचं असतं."

सर आपली काळजी करीत असलेले पाहून रसूल ओशाळला. एका देवमाणसाला आपण त्रास देतोय, अशी विचित्र जाणीव त्याला झाली. तो म्हणाला,

"सॉरी सर, यापुढे मी माझी पुरेशी काळजी घेईन."

"गुड. रसूल, तुझ्याकडून मला खूप अपेक्षा आहेत. त्यामुळेच मी तुला सांगतोय."

"होय सर, मला जाणीव आहे. आपला अपेक्षाभंग मी कधीही करणार नाही."

"आय नोऽऽ... ओके रसूल, टेक केअर ॲण्ड रेस्ट. गुडनाईट."

प्रा. कानडे रसूलला समजावून परतू लागले. तेव्हाच आपण पाठपुरावा करीत असलेल्या पदार्थाविषयी सरांशी बोलावे का, चर्चा करावी का, हे द्वंद्व त्याच्या मनात सुरू होतं. हे सर्व आपल्या मार्गदर्शकाला माहीत असणं आवश्यक असल्याच्या जाणिवेतून, त्यानं प्रा. कानड्यांना हाक मारली.

"सर!"

"यस रसूल, बोल काय ते."

"सर, मला सुचलेल्या एका प्रॉब्लेमविषयी व त्याच्या संशोधनाविषयी मला सांगायचं होतं."

प्रा. कानडे आनंदाने उत्तरले,

"ओ शुअर, सांग कुठला प्रॉब्लेम."

रसूल सांगू लागला तसे प्रा. कानडे ऐकत राहिले. तो पाठपुरावा करीत असलेला प्रॉब्लेम उत्कृष्ट होता. यश येवो अथवा न येवो, ही अवघड कामगिरी असल्याचं प्रा. कानड्यांना ठाऊक होतं. त्या अनुषंगाने रसूलला प्रा. कानड्यांनी बरेच प्रश्न विचारले. त्याची उत्तरे त्याने स्पष्टीकरणासहित दिली होती. असा पदार्थ शोधून काढायचा त्याचा मानस पाहून प्रा. कानड्यांनी मनापासून त्याचं कौतुक केलं होतं.

त्याविषयीचा त्याचा अभ्यास पाहून त्यांनाही आश्चर्य वाटलं. दोघं बराच वेळ बोलत राहिले. शेवटी प्रा. कानडे उत्स्फूर्तपणे म्हणाले,

"कॅरी ऑन रसूल, गो अहेड. तुला निश्चितपणे यश येईल. हा माझा आत्मविश्वास आहे."

"थँक्यू सर!" रसूल नम्रपणे उत्तरला.

रसूलच्या विलक्षण बुद्धिमत्तेचा विचार करीतच प्रा. कानडे परतले होते.

रसूल आता प्रत्यक्ष पदार्थांवरच संशोधन करायला लागला होता.

सैद्धांतिक पद्धतीने अगोदरच त्यानं वेगवेगळ्या मूलद्रव्यांचं एकीकरण करून मिश्रण केलं होतं. कॉम्प्युटरवर या मिश्रणांचं सिम्युलेशन करून त्याचे परिणाम पडताळून पाहिले. त्यात तो यशस्वीही झाला पण प्रयोग करूनच त्याला निष्कर्ष हवा होता. या प्रयोगात रसूलने विविध गटांतील मूलद्रव्यांचा वापर केला. प्रामुख्याने झिंक, सल्फाईड, सोडिअम, आयोडिन, पोटॅशिअम, थॅलीअम, सिझीअम इत्यादी मूलद्रव्ये व अशुद्धी (Impurity) च्या साहाय्याने मिश्रण करून दृश्य-अदृश्य किरणांखाली त्यांचे गुणधर्म पडताळून पाहू लागला. अनेक प्रयोग, मिश्रण त्यासाठी त्याने केले पण अजूनपर्यंत तरी त्याला पाहिजे ते परिणाम मिळत नव्हते. असं का व्हावं? याचाच तो विचार करीत होता. यात बरेच दिवस निघून गेले. नैराश्याने ग्रासण्याअगोदरच तो पुन्हा विशिष्ट प्रेरणेनं उत्तेजित होऊन पुढच्या प्रयोगाला लागला. त्यासाठी रात्रीचे दिवस होत गेले. त्याचं त्यालाच भान नव्हतं.

एके दिवशी सकाळच्या प्रहरीच प्रयोगशाळेत कुणीही नसताना तो आला होता. रात्री खूप विचार केल्यानं त्याला विविध मूलद्रव्यांचं एक मिश्रण सुचलं होतं. सकाळ कधी होते याचीच तो वाट पाहत असल्यानं, भल्या सकाळी प्रयोगशाळेत हजर झाला. आल्याआल्याच पावडर फॉर्ममध्ये असणाऱ्या मूलद्रव्यांशी तो खेळायला लागला. त्यातच ते मिश्रण तयार होऊन, दिसेनासं झालं होतं. याचाच अर्थ प्रयोगशाळेतील प्रकाश त्यावर पडून त्यातून अदृश्य किरणे (इन्फ्रारेड, अल्ट्राव्हायलेट) बाहेर पडत असल्याने पदार्थ दिसेनासा झाला होता. तयार झालेलं मिश्रण तो आठवू लागला. पुन्हा त्यानं प्रयत्न केला. पूर्वीसारखंच वेगवेगळ्या मूलद्रव्यांचं मिश्रण त्याला दिसलं नव्हतं. असे बरेच प्रयोग करून त्यानं ते मिश्रण निश्चित केलं. आनंदानं काही क्षण तो तसाच पडून राहिला. पुढचा प्रयोग अतिमहत्त्वाचा असल्याने तो एका अनामिक बलानं उठला. प्रयोगशाळेतील वीज बंद केली. मूलद्रव्यांचं मिश्रण त्यानं आपल्या डाव्या हाताला लावलं. ठार अंधारातही ते मिश्रण दिसत नव्हतं. ते शक्यही नव्हतं. आता प्रकाश टाकल्यानंतरच त्याचे निष्कर्ष त्याला मिळणार होते.

थरथरत्या हातानं त्यानं प्रयोगशाळेतील वीज चालू केली आणि तो पाहतच

राहिला. त्याचा डाव्या हाताचा पंजा दिसेनासा झाला होता. कुणीतरी हात तोडून टाकल्यासारखा, अत्यानंदानं तो बेहोश झाला. काही क्षणं त्याच शरीर शहारून उठलं. प्रयोग यशस्वी झाला होता. स्वत:शीच तो पुटपुटला.

"नाउ, आय विल विन दी बॅटल...!"

आणि त्या प्रकाशातही त्याच्या डोळ्यांपुढे काळाकुट्ट भूतकाळ गडद होत गेला.

नियमित वेळेवर येणारा रसूल आज न आलेला पाहून प्रा. कानड्यांना आश्चर्य वाटलं होतं. कदाचित बरं नसेल म्हणून एका विद्यार्थ्याला त्याच्या हॉस्टेलवर पाठविलं. तेथेही तो रात्रीपासून नसल्याचं कळताच, प्रा. कानडे चिंतित झाले. कुठं बाहेर गेला असेल म्हणून त्यांनी स्वत:च्या मनाला समजावलं. गेल्या वर्षात तो कुठंही असा विचारल्याखेरीज गेल्याचं त्यांना आठवत नव्हतं. यातच आठवडा निघून गेला. प्रा. कानड्यांची काळजी उत्तरोत्तर वाढतच गेली. स्थानिक व देशभरातील वर्तमानपत्रांखेरीज दूरदर्शनवरही रसूलच्या अचानक बेपत्ता होण्याचं निवेदन प्रा. कानड्यांनी दिलं होतं. असे बरेच महिने निघून गेले पण रसूल परत आला नाही की, सापडला नाही.

काही दिवसांनंतर काश्मीर खोऱ्यात अतिरेक्यांचं शिरकाण सुरू झालं ते कसं? अतिरेक्यांनाही ठाऊक नव्हतं. एका एका अतिरेक्याचा बीमोड होत असतानाच सर्व अतिरेकी यंत्रणाच नेस्तानाबूत होत होती. अतिरेक्यांचे देहच जिकडे-तिकडे पडलेले दिसत होते. अतिरेकी संघटनांमध्ये खळबळ माजली. त्यांची सारी यंत्रणाच खिळखिळी होत गेल्यानं, पूर्वीसारखा जोम त्यांच्यात उरला नव्हता. भारत सरकारही अचंबितपणे हे दृश्य पाहत होतं. नेहमीच सतावणारा प्रश्न आपोआपच निकाली निघत होता. हा खेळ बरेच महिने चालला. हजारो अतिरेकी यमसदनी गेले. पाकमधील घुसखोरांचंही येणं बंद झालं. अतिरेकी कारवायाच ठप्प झाल्या. याविषयी वर्तमानपत्रांमध्ये ठळकपणे बातम्या येऊ लागल्या. यामागे कोण असावं? असं प्रश्नचिन्ह प्रत्येक वर्तमानपत्रात दिसत होते. त्याला सर्वच भारतीयांचा पाठिंबा मिळाल्याचं, जनमतात सिद्ध झालं होतं. तो जे काही करतोय ते योग्यच अशी प्रत्येकाचीच भावना होती.

सकाळच्या डाकेनं प्रा. कानडेंच्या हाती अतिमहत्त्वाचं म्हणून पत्र आलं होतं. थरथरत्या हाताने त्यांनी ते उघडलं व वाचण्यास सुरुवात केली.

"आदरणीय सर,

पत्र पाहून कदाचित तुम्हाला आश्चर्य वाटेल आणि हो, हे पत्र तुमच्या रसूलचंच

आहे. त्यामुळे तुम्हाला आनंद होणं स्वाभाविक आहे पण तो क्षणिक असेल. प्रथम मी तुमची क्षमा मागतो. तुम्हाला न सांगता परागंदा झाल्यामुळे तुम्हाला सोडताना खूप यातना झाल्या. सर, तुम्हीच तर मला आपुलकीनं आई-वडिलांचं प्रेम दिलंत. म्हणून निघताना मी अक्षरश: रडलो पण हे पाश मी क्षणात तोडून टाकले व एका निश्चयाने मी युद्धावर निघालो. एकटाच. कारण ते एकट्यालाच लढायचं होतं. सर, तुम्हाला आठवतंय मी तुमच्याशी एका नवीन पदार्थाच्या शोधाबद्दल बोललो होतो. त्याच्या विषयीचे अनंत उपयोग सांगितल्याने, तुम्ही मला प्रोत्साहन दिलंत, तोच पदार्थ शोधण्यात मी यशस्वी झालो. अगदी शंभर टक्के पण त्याचा दुरुपयोगही तेवढाच होता. तो म्हणजे अदृश्य होण्याचा. प्रकाश पडल्यानंतर त्या पदार्थाचं अस्तित्वच नाहीसं झालं होतं. प्रथम त्याचा प्रयोग मी माझ्यावरच केला. ज्या हातावर मी तो पदार्थ लावला तो पूर्णत: अदृश्य-नाहीसा झाला. त्या वेळच्या माझ्या आनंदाला मोल नव्हतं. तुम्हाला ते सांगावं, अशी एक ऊर्मी मध्येच उसळली, पण ती मी महत्प्रयासानं दाबली. कारण पुढच्या ध्येयापासून तुम्ही मला परावृत्त केलं असतं.

सर, तुम्ही सांगितलं होतं, ''फर्गेट पास्ट ॲण्ड थिंक अबाउट फ्युचर'' पण मी हे करू शकलो नाही. भूतकाळच माझ्यासमोर नाचत राहिला. माझे आई-वडील, भावंडांचे चेहरे डोळ्यांसमोर येत राहिले. तेथेच सरशी झाली. शोधलेल्या पदार्थांचं मिश्रण मी माझ्या सर्वांगाला लावलं आणि अदृश्य झालो. दिवसा-रात्री कोणीही पाहण्याची शक्यता नव्हती. याचाच फायदा घेऊन, मी अतिरेक्यांचा बीमोड केला. सारं नेस्तनाबूत केलं; मी जे काही केलं त्याचा मला मुळीच पश्चात्ताप नाही सर, त्रिवार नाही. उलट अभिमानच आहे. निष्पापांचा बळी घेणाऱ्यांना हीच शिक्षा योग्य होती. मी पूर्ण समाधानी आहे. माझं काम संपलेलं आहे आणि आता दृश्यरूपात येणंही शक्य नाही. कारण तो पदार्थ माझ्या अंगाला चांगलाच चिकटून बसलाय. तो कशानंही निघणार नाही. शिवाय मृत्यूनं... ते मला ठाऊक होतं. प्रथम प्रयोगातच ते मला कळालं होतं. कदाचित दृश्यरूपात येण्यासाठीची प्रक्रियाही मी शोधून काढली असती, पण तेवढा वेळ माझ्याजवळ नव्हता सर. शेवटचं सांगतो, ज्या मूलद्रव्याचं मिश्रण मी शोधून काढलं ते मी माझ्याबरोबरच नष्ट करणार आहे. कारण असं संशोधन जर का अतिरेक्यांच्या हाती पडलं तर काय होईल, याचा आपण अंदाज करू शकता. हाहाकार माजेल. दुष्ट प्रवृत्तींचाच विजय होईल. त्यासाठी मी स्वत:लाच नष्ट करतोय आणि सोबत माझं संशोधनही. मी आपली अपेक्षा पूर्ण करू न शकल्याबद्दल क्षमस्व. गुडबाय.''

प्रा. कानडेंच्या डोळ्यांत नकळत अश्रू जमा झाले. भविष्याने गाठण्याअगोदर भूतकाळानेच या उदयोन्मुख महान शास्त्रज्ञावर झडप घातली होती.

◆

अखेर तो परतला

ट्रिंगऽऽ...ट्रिंग

फोनच्या घंटीचा आवाज रात्रीचं शांत वातावरण भेदत गेला. रात्री उशिरापर्यंत वाट पाहत असणाऱ्या शेफालीचं हृदय क्षणभर धडधडलं. ती नकळत फोनकडे झेपावली.

"हॅलो."

"हॅलो, हा समीर वेलणकरांचा फोन का?" पलीकडचा अनामिक स्वर.

"होय." शेफालीचा कापलेला स्वर.

"आपण त्यांच्या कोण?"

"मी त्याची पत्नी शेफाली वेलणकर... पण आपण कोण बोलताय?" शेफालीने काळजीने विचारलं.

"मी लोणावळ्याच्या मिशन हॉस्पिटलमधून अटेन्डंट, डॉ. प्रशांत दिघे बोलतोय."

हॉस्पिटलचं नाव ऐकताच शेफालीच्या छातीत धस्स झालं. कंठ दाटून आला. अस्पष्टसे शब्द तिच्या तोंडून बाहेर पडले,

"काय? हॉस्पिटल!"

"होय मॅडम, थोडं धीरानं घ्या." पलीकडून आधाराचा स्वर उमटला.

शेफाली या वाक्यानं पुरती धास्तावली. एका अशुभ शंकेनं तिचं मन किणकिणलं. ती दीर्घ श्वास घेत उत्तरली,

"का? काय झालं?"

"मि. समीर वेलणकरांच्या कारला खंडाळ्याच्या घाटात अपघात झालाय. त्यांना तातडीने आमच्या हॉस्पिटलमध्ये ॲडमिट करण्यात आलं आहे. सध्या ते बेशुद्धावस्थेत..." अटेन्डंट हळूहळू माहिती देऊ लागला.

अपघात शब्द ऐकताच शेफाली सुन्न झाली. फोनमधून येत असलेला अटेन्डंटचा आवाज क्षीण होत गेला. तिच्या डोळ्यांपुढे क्षणभर अंधेरी आली.

पलीकडून कुठलाही आवाज येत नसलेला पाहून अटेन्डंट फोनवर पुन्हा पुन्हा तेच बोलू लागला.

“मॅडमऽऽ... मॅडमऽऽ...”

‘मॅडम’ शब्द एखाद्या तीरासारखे तिच्या कानात घुसले. ती भानावर आली. वस्तुस्थितीची जाणीव शेफालीला झाली. रिसिव्हर कानाला अजूनही तसाच होता. कंठ दाटून आल्यानं शेवटी तिच्या तोंडून हुंदका बाहेर पडला. डोळ्यांतून अखंडपणे अश्रू वाहू लागले.

पलीकडून कानोसा घेत असलेल्या अटेन्डंटचा पुन्हा आवाज,

“मॅडमऽऽ प्लीज, स्वत:ला सावरा. घाबरू नका. तुमच्या मिस्टरांना काही होणार नाही. बेशुद्धावस्थेतून ते पूर्णपणे बाहेर येतील. प्रसिद्ध न्यूरोसर्जन डॉ. ग्रँट त्यांना हाताळताहेत. त्यांनीच मला तुम्हाला फोन करण्यास सांगितलंय.”

पलीकडून पूर्ण शांतता. अटेन्डंट पुन्हा कानोसा घेत आश्वासक स्वरात म्हणाला,

“मॅडम, तुम्ही ऐकताय ना?”

शेफालीच्या डोळ्यांतून अश्रू वाहतच होते. कंठ रुद्ध झाल्याने तिच्या तोंडून शब्दच निघत नव्हते. शेवटी अस्पष्टसा शब्द बाहेर पडला,

“होयऽऽ..”

“मि. वेलणकरांवर तातडीने शस्त्रक्रिया करण्याची गरज असून त्यासाठी आपण स्वत: व आपले आप्तस्वकीय असणं गरजेचं आहे. त्याशिवाय शस्त्रक्रिया करणे अशक्य आहे. तरी आपण ताबडतोब निघा.”

पलीकडून फोन ठेवण्यात आला. शेफाली क्षणभर तशीच उभी राहिली आणि दुसऱ्याच क्षणी तिनं आपलं मन खंबीर केलं. तिला स्वत:ला आता धीरानं घ्यावं लागणार होतं. आई-वडील आणि सासऱ्यांना तिनं फोन केले. तिचे सासरे काही कामानिमित्त बाहेरगावी गेले होते. तो एक भक्कम आधार यावेळेस नेमका तिच्याजवळ नव्हता. मनाला बळकटी देत ती उठली आणि स्वीटी झोपली होती त्या खोलीकडे जाऊ लागली. स्वीटी, शेफाली-समीरची दहा वर्षांची मुलगी. समीरचा तिला फार लळा होता. म्हणूनच ती बातमी स्वीटीला कशी सांगावी याचाच शेफाली विचार करू लागली. शेवटी मन घट्ट करून कुठल्याही येणाऱ्या बिकट प्रसंगाला सामोरं जाण्याचं तिनं ठरवलं. तशीच ती स्वीटीला उठवत तयारीला लागली. एका तासाच्या आत तिला लोणावळा गाठायचं होतं.

शेफालीचे आई-वडील स्वत:चीच कार घेऊन आले. समीरचे वडील अप्पासाहेब वेलणकर— भौतिक शास्त्राचे निवृत्त प्राध्यापक, शेफालीचा फोन येताच परस्पर मुंबईहून लोणावळ्याला यायला निघाले. तसे ते एव्हाना निघाले असतील. आई-वडिलांची कार येताच शेफालीनं आवश्यक तेवढं सामान घेतलं व ते सगळेही

निघाले. स्वीटीला काहीच कळत नव्हतं. ती फक्त बावरलेल्या नजरेनं तिघांकडे पाहत होती. एवढ्या रात्रीचं झोपेतून उठून सर्व कुठं चाललो आहोत, याची पुसटशीही कल्पना तिला नव्हती. ती घाबरलीही होती. शेफालीनं मुद्दामच तिला सांगितलं नव्हतं. सर्वच शांत होते. कुणी काहीही बोलत नव्हतं. फक्त गाडीचा सुसाट आवाज त्या शांत वातावरणात भिनत होता. रात्रीचे तीन वाजून गेले. काही मिनिटांतच कामशेत ओलांडून कार पुढे धावू लागली. तशी प्रत्येकाच्याच चेहऱ्यावर काळजीयुक्त भीती दिसू लागली. स्वीटीच्या चाणाक्ष नजरेतून हे सुटलं नाही. कुणी काहीही बोलत नसलेलं पाहून स्वीटीची घालमेल होऊ लागली. तशातच आजी हात जोडीत तोंडातच पुटपुटली.

"हे देवा! तूच सांभाळ..."

गाडीत अंधार असल्यानं कुणाच्याच चेहऱ्यावरचे भाव दिसत नव्हते. तिनं आईकडे पाहिलं. काळ्या छायेपलीकडे तिला काहीही दिसलं नाही. तेवढ्यात समोरून येणाऱ्या गाडीच्या हेडलाईट्समुळे कारमधील भाग प्रकाशानं क्षणभर उजळून निघाला. त्याच प्रकाशात आईच्या डोळ्यातील अश्रू चमकताना स्वीटीला दिसले. शेफाली रडत होती. आता मात्र स्वीटीला राहवलं नाही. आपल्यापासून सर्व जण काहीतरी लपवत आहेत, याची जाणीव एव्हाना त्या लहान मुलीला झाली. तिनं विचारलं,

"आई, कुठं चाललो आपण? आणि आई, पप्पा कुठे आहेत? आपल्याबरोबर का नाही आले?" तिच्या तोंडून पप्पा शब्द ऐकताच शेफालीच्या तोंडून हुंदका बाहेर पडला आणि ती स्वीटीला बिलगून मनसोक्त रडू लागली. तेवढ्यात आजोबांचा समजावणीचा स्वर आला,

"शेफाली, मला वाटतं आपण स्वीटीला सांगावं. तिला असं अंधारात ठेवणं बरं नव्हे."

शेफालीनं फक्त होकारार्थी मान हलवली.

"हे बघ बेटा स्वीटी, तुझ्या पप्पांना अपघात झालाय. ते बेशुद्धावस्थेत आहेत. लोणावळ्याच्या मिशन हॉस्पिटलमध्ये त्यांना ॲडमिट केलंय. कदाचित त्यांच्यावर शस्त्रक्रिया होण्याची शक्यता आहे." आजोबांनी त्रोटकपणे सारांश सांगितला.

पप्पांना अपघात झाल्याचं कळताच स्वीटी सुन्न झाली. बोलेनाशी झाली आणि आईच्या कुशीत शिरून मनसोक्त रडू लागली. शेफालीलाही अश्रू आवरणं कठीण झालं. आजीनेही हळूच डोळ्याला पदर लावला. आजोबा धीरगंभीरपणे पुढे पाहू लागले. तेव्हाच कारने लोणावळ्याची वेस ओलांडून गावात प्रवेश केला.

फाटकातून आत शिरताच हॉस्पीटलच्या भव्य इमारतीसमोर कार येऊन थांबली. मिशन हॉस्पिटलचं आवार सुंदर बगिच्यानं फुललेलं होतं. सहा मजली इमारत

असलेलं हॉस्पिटल सर्व अद्ययावत् वैद्यकीय उपकरणांनी सज्ज होतं. प्रत्येक मजल्यावर ऑपरेशन थिएटर असल्याने एकूण सहा ऑपरेशन थिएटर्स उपलब्ध होती. एकाच वेळी पाच हजार रुग्णांची व्यवस्था होऊ शकेल अशी सुविधा होती. मुख्यत्वेकरून गोरगरिबांसाठी चालवलेल्या या मिशन हॉस्पिटलला अमेरिकेकडून अनुदान मिळत असे. बहुतांशी विश्वस्तही अमेरिकन असत. तज्ज्ञ डॉक्टर्स, शल्यविशारद, नर्सेस, यांचे ताफे उपलब्ध होते. स्वच्छता हा या हॉस्पिटलचा एक अविभाज्य घटक होता. कर्मचाऱ्यांसोबतच रुग्णांवरही त्याचं बंधन असायचं. त्यामुळेच प्रथमदर्शनी हे रुग्णालय नसून एखादी संशोधन संस्था असल्याचीच जाणीव होत असे. अमेरिकेतील तज्ज्ञ डॉक्टर्स, शल्यविशारद या हॉस्पिटलला नेहमीच येत असल्याने, येथे विविध नवीन संशोधनपर प्रयोगही होत असत. संशोधनाचा एक मोठा विभागच कार्यरत होता. जगभरातील नामवंत शास्त्रज्ञ त्यानिमित्त या हॉस्पिटलला भेटी देत असत.

मुख्य दारात कार थांबताच शेफाली तिच्या आई-वडिलांसोबत घाईने उतरली. स्वीटीही आपल्या आईला बिलगतच उतरली. रिसेप्शनिस्टने त्यांना समीर वेलणकरांना ॲडमिट केलं होतं त्या रूमचा नंबर सांगितला.

चौथ्या मजल्यावरील रूममध्ये समीरला ॲडमिट करण्यात आलं होतं. त्या भव्य पॅसेजमधनं जाताना त्या मजल्यावरच्या दुसऱ्या टोकाला लाल दिवा मिणमिणताना त्यांना दिसला. त्या खालीच ऑपरेशन थिएटर लिहिलेलं स्पष्ट दिसलं. ऑपरेशन थिएटरचं दार बंद होतं. बाहेर फक्त एक पोक्त माणूस बेचैनीनं येरझाऱ्या घालताना शेफालीला दिसला. ते अप्पासाहेब असल्याचं लक्षात येताच, शेफालीला उमाळा आला. तशीच धावत जाऊन ती त्यांना बिलगली. त्या पाठोपाठ छोटी स्वीटीही त्यांना येऊन बिलगली.

दोघींनाही त्यांनी आपल्या बाहुपाशात सामावून घेतलं. दोघींनाही त्यांनी मनसोक्त रडू दिलं. शेफालीचे आई-वडीलही एव्हाना अप्पासाहेबांसमोर येऊन ठेपले. डोळ्यांनीच त्यांनी एकमेकांना धीर दिला. रडत असलेल्या शेफाली व स्वीटीच्या पाठीवर मायेनं हात फिरवीत अप्पासाहेब म्हणाले,

"शांत हो बेटा, सर्व काही ठीक होईल." शेफालीनं स्वत:ला सावरलं. ओघळणारे अश्रू तिनं रुमालानं टिपले. स्वीटी अजूनही अप्पासाहेबांच्या छातीशीच बिलगली होती. तिनं अप्पासाहेबांना विचारलं,

"बाबाऽऽ..." अप्पासाहेबांना स्वीटी बाबा म्हणत असे.

"काय बेटा?" अप्पासाहेब तिचे अश्रू पुशीत उत्तरले,

"पप्पा चांगले होतील ना?"

"होय बेटा, निश्चित बरा होईल तो!" अप्पासाहेब स्वीटीच्या केसांवरून हात

फिरवीत म्हणाले.

"अप्पा, ऑपरेशनला सुरुवात होऊन किती वेळ झाला?" शेफालीनं स्वत:ला सावरीत कापऱ्या आवाजात विचारलं.

"अर्धा तास झाला. साडेतीन वाजता मी इथे येताच लागलीच वडील या नात्यानं त्यांनी माझी ऑपरेशनपूर्व हमीपत्रावर सही घेतली. रक्तस्राव खूप झाल्यानं तातडीने त्यांना शस्त्रक्रिया करायची होती. काही मिनिटंही उशीर होणं म्हणजे घातक ठरणार होतं. डॉ. ग्रँट व त्यांचं युनिट ऑपरेशन करताहेत." बोलत असताना मनानं खंबीर असणाऱ्या अप्पासाहेबांचा आवाजही मध्येच हेलावला होता. कडक शिस्तीचे अप्पासाहेब तरुण मुलाच्या अपघातानं, चेहऱ्यावरून जरी दिसत नसलं तरी मनातून ढासळले होते. याची जाणीव शेफालीच्या वडिलांना झाली. त्यांनी दिलाशानं अप्पासाहेबांच्या खांद्यावर हात ठेवला. त्यानं अप्पासाहेबांना बरं वाटलं.

पाच तास होऊन गेले. ऑपरेशन थिएटरचा लाल दिवा ठळकपणे तेवतच होता. धोका दर्शविणाऱ्या त्या दिव्याकडे शेफाली आशाळभूतपणे पाहत होती. प्रत्येकाचीच घालमेल होऊ लागली.

अखंडपणे आठ तास चालू असलेला लाल दिवा शेवटी विझला. या काळातला प्रत्येक क्षण जीवघेणा भासला होता. सारे त्वरेने ऑपरेशन थिएटरजवळ येऊन थांबले. रात्रभर कुणाच्याच डोळ्याला डोळा नसल्याने सर्वांचेच डोळे तारवटलेले होते. एकदाचं ऑपरेशन थिएटरचं दार उघडलं गेलं. डॉ. ग्रँट बाहेर येताच अप्पासाहेबांजवळ आले. दीर्घ श्वास सोडत ते म्हणाले,

"ऑपरेशन इज सक्सेसफुल."

सर्वांचेच चेहरे क्षणात उजळले. चेहऱ्यावरचा थकवा नाहीसा होऊन आनंदाच्या छटा दिसू लागल्या. पुढे डॉ. ग्रँट म्हणाले,

"पण दुर्दैवाने अजूनही धोका टळलेला नाही. सुमारे वीस तासांनंतर वेलणकर शुद्धीवर येणं अपेक्षित आहे. त्यासाठी त्यांना आय. सी. यू. तच ठेवलं आहे. आपण बाहेरील काचेतून थोड्या वेळानंतर त्यांना पाहू शकता."

धोका टळलेला नसल्याचं सांगताच पुन्हा सर्वांच्याच चेहऱ्यावर दुःखद छटा उमटून गेल्या. पुन्हा जीवघेणी प्रतीक्षा, जीवघेणे क्षण, युगांसारखे भासणारे.

थोड्या वेळाने सर्वांनीच पांढऱ्या बँडेजने लपेटलेल्या, शांतपणे पहुडलेल्या समीरला पाहिलं. शेफालीला ते दृश्य पाहून पुन्हा भडभडून आलं. स्वीटीनं नकळत 'पप्पा' म्हणून हाक मारली. शांत वातावरणात त्या कॉरिडॉरमध्ये तिचा आवाज काही वेळ घुमत राहिला. अप्पासाहेब तिला पुन्हा आपल्या छातीशी धरून कुरवाळू लागले.

वीस तासांनंतर समीरला शुद्ध आली. शुद्ध आलेली पाहताच तेथील उपस्थित

नर्सेससोबत सर्वांचीच धावपळ झाली. डॉ. ग्रँट लगेच आले. समीरच्या कुटुंबीयांनाही आत येण्याची परवानगी देण्यात आली. सर्वच समीरच्या आजूबाजूला उभे राहून त्याच्याकडे आशाळभूत नजरेनं व अपेक्षेनं पाहत होते.

समीरने डोळे उघडले, त्यानं सभोवार पाहिलं. अनोळखी असल्यासारखं. त्याच्या निर्विकार नजरेनं शेफालीचं हृदय धडधडलं. एका अनामिक भीतीनं अंगही शहारलं. तेवढ्यात डॉ. ग्रँटचा आवाज आला,

''हॅलोऽऽ मि. समीर वेलणकर.''

समीरचा तसाच निर्विकार, मख्ख चेहरा, अनोळखी भाव. डॉ. ग्रँट थोडेसे चिंतीत झाले. त्यांनी पुन्हा हळूच हाक मारली.

''हॅलो मि. समीर.''

समीरचे निर्विकार डोळे फडफडले. त्याच्या चेहऱ्यावर स्मितरेषा झळकून गेल्याचा भास झाला. त्याचे ओठ एकमेकांपासून विलग झाले. तो काहीतरी बोलण्याचा प्रयत्न करतोय हे लक्षात येताच सर्वांचे कान त्याच्या तोंडून शब्द ऐकण्यास आतुरले. तेवढ्यात समीरचा क्षीण आवाज बाहेर पडला.

''मी कोण आहे?''

या त्याच्या प्रश्नानं सारेच चरकले. शेफाली नखशिखांत हादरली. अप्पासाहेब चिंतित होऊन त्याच्या जवळ सरकले. डॉ. ग्रँटही त्याच्याकडून अनपेक्षित उत्तर आलेलं पाहून विचारमग्न झाले. ते समीरला म्हणाले,

''ही तुझी बायको शेफाली, हे तुझे वडील अप्पासाहेब, ही मुलगी स्वीटी...''

समीर निर्विकार चेहरा हसरा करीत म्हणाला,

''नमस्कार. माझ्या बायकोचं नावही शेफाली, वडिलांना मीही अप्पाच म्हणतो, माझ्या मुलीचं नावही स्वीटी, कुठं आहेत सगळे? ते येणार आहेत का? मला माझ्या मुलीची खूप आठवण येतेय. त्यांना कृपया पाठवाल ना?''

त्याच्या या उत्तरानं डॉ. ग्रँटही हादरले. शेफाली नकळत आवेगानं समीरकडे झेपावली. त्याच्याजवळ ओणवी होत त्याच्या केसांवरनं हात फिरवीत म्हणाली,

''समीर, मी शेफाली... तुझी शेफू... ओळखलं नाहीस?'' त्याचा अनोळखी, निर्विकार चेहरा पाहून शेफालीला जोराचा उमाळा आला. त्याच्याच छातीवर डोकं ठेवतं ती हुंदके देऊ लागली. स्वीटीही पुढे येत म्हणाली,

''पप्पा, मी स्वीटी... तुमची बछडी...''

''हो ना, कुठं असेल माझी बछडी?'' स्वीटीचा हात हातात घेत समीर पुढं म्हणाला, ''तुझ्यासारखीच माझी स्वीटी... बछडी आहे. घेऊन येशील तू तिला... खूप आठवण येतेय मला तिची.''

स्वीटीला रडूच कोसळलं. 'पप्पा पप्पा' करतच ती त्याला बिलगली. तरी

समीरचा चेहरा निर्विकार, अनोळखीच राहिला. अप्पासाहेबांनाही समीरनं ओळखलं नव्हतं.

समीर कुणालाही ओळखत नसलेलं पाहून, डॉ. ग्रँट दीर्घ श्वास सोडत अप्पासाहेबांना म्हणाले,

"मि. वेलणकर, ऑपरेशन इज सक्सेसफुल. त्याच्या जीवाचा धोका आता पूर्णपणे टळला आहे. पण अशा केसेसमध्ये काही रुग्णांच्या स्मृती नाहीशा होतात. ते कुणालाच ओळखत नाहीत. नेमकं तेच तुमच्या समीरच्या वाटेला आलेलं आहे. काही दिवसांनंतर पूर्ण स्मृती जागृत होतील अशी आशा आहे. त्यासाठी त्याला काही दिवस तरी आमच्या देखरेखीखालीच ठेवावे लागेल."

अप्पासाहेबांना बोलवेना. त्यांनी मन घट्ट करून विचारलं,

"डॉक्टर, पण तो सगळ्यांना ओळखू शकेल ना? त्याच्या स्मृती परत येतील ना?"

"लेट अस होप, काही दिवसांनंतर पूर्ण स्मृती जागृत होतील, अशी आशा आहे. त्यासाठी काही दिवस तरी आमच्या देखरेखीखाली ठेवावं लागेल." डॉ. ग्रँट समजावणीच्या स्वरात म्हणाले.

शेफाली अजिजीने उत्तरली, "डॉक्टर आमची काहीच हरकत नाही. तुम्ही सांगाल तेवढे दिवस आम्ही ठेवू, पण त्याच्या स्मृती परत यायला हव्यात." बोलत असतानाच तिला रडू कोसळले. तिच्या आईनं तिला धीर दिला. डॉ. ग्रँट म्हणाले,

"आय विल ट्राय माय लेव्हल बेस्ट माय डॉटर." डॉ. ग्रँट दिलासा देऊन निघून गेले. त्यांच्या दिलाशानं सर्वांनाच बरं वाटलं होतं, पण तरीसुद्धा भविष्यातील अंधकार मात्र कमी झाला नव्हता.

समीरला सर्वचजण वेगवेगळ्या आठवणी देऊन, त्याची स्मृती जागरूक करण्याचा प्रयत्न करीत होते. त्यामागे प्रत्येकाचीच कळकळ होती, जिव्हाळा होता. शेफाली, स्वीटीचं तर ते भविष्यच होतं. त्यामुळे समीरच्या मेंदूवर ताण पडतोय, हे सारेच विसरत होते. मग असह्य वेदनेने समीर डोकं गच्च धरून ओरडू लागे आणि पुन्हा काही काळासाठी निद्राधीन होई. त्याच्या परिणामानं तो दिवस-दिवस झोपून राही. डॉक्टरांच्या लक्षात आल्यानंतर मात्र त्यांनी जवळचे नातेवाईक सोडता समीरला भेटण्यास मज्जाव केला होता. मेंदूवर कुठलाही ताण पडेल अशा गोष्टी, गप्पा अथवा आठवणी न करण्याचा सल्ला डॉक्टरांनी अप्पासाहेबांना दिला. ताणामुळे नवीनच गुंतागुंतीचे प्रश्न निर्माण होण्याची शक्यता डॉक्टरांनी वर्तविली. त्यापैकी समीरचा मेंदूवरील ताण कमाल क्षमतेपेक्षा जास्त गेला तर तो वेडा होण्याची शक्यता जास्त होती. डॉक्टरांच्या या भाकितानं सर्वच अंतर्मुख झाले. त्याचाच परिणाम, समीर जेवढं बोलेल तेवढंच बोलण्याचं सगळ्यांनी ठरवलं. कारण समीर

कसाही असो, कुठल्याही अवस्थेतला असो, तो त्या सर्वांनाच हवा होता, जिवंत.

दिवसांमागून दिवस गेले. महिना गेला. डॉ. ग्रँटच्याच सल्ल्यानुसार पुन्हा एक महिना राहून दोन महिने पूर्णत्वास आले होते. प्रत्येकाचीच ससेहोलपट होत होती. अप्पासाहेब, शेफाली, स्वीटी अखंडपणे समीरजवळ बसून, त्याच्या स्मृती परत येण्याची वाट पाहत होते. शेफालीचे आई-वडील अधून-मधून फेरी मारत होते. पण इतके दिवस झाले तरी समीरच्या स्मृती परत येण्याची चिन्हे दिसत नव्हती. समीर उठून स्वत: बसू लागला, फिरू लागला, पण एकटाच. एकलकोंड्यासारखा. आपल्या शेजारी एक स्त्री, मुलगी, गृहस्थ असल्याची जाणीवही त्याला नसायची. तुम्ही हे माझ्यासाठी का करताय? असाच उलट प्रश्न तो विचारीत असे. त्यानं शेफालीचं हृदय पिळवटून निघे. मुलाच्या या अवस्थेनं अप्पासाहेबही मनानं कमकुवत झाले. स्वीटीला पप्पांच्या आठवणींनी भडभडून येत असे. सारं कुटुंबच असाहाय्य झालं.

डॉ. ग्रँट सकाळीच त्या दिवशी आले होते. अप्पासाहेब मेडिकलचं एक नियतकालिक पाहण्यात गर्क होते. डॉ. ग्रँटच्या आवाजानं ते उठले.

"मि. वेलणकर, आय वॉंट टू टॉक टू यू!"

"शुअर डॉक्टर."

"वेलणकर, आय एम व्हेरी सॉरी टू से. खरं तर नॉर्मल केसमध्ये काही दिवसांतच स्मृती परत येतात. बट इन केस ऑफ समीर, इट लुक्स व्हेरी डिफिकल्ट."

"काय, डॉक्टर!" अप्पासाहेब व्याकूळतेने म्हणाले. शेफाली व स्वीटी केविलवाण्या नजरेनं डॉक्टरांकडे पाहत होत्या.

"मी स्वत: पुन्हा त्याच्या मेंदूच्या रिपोर्ट्सचं पृथक्करण केलं, अभ्यास केला. मानवी मेंदूत स्मृतिसंचय विखुरलेला असला तरी स्मृतिप्रकार शंख खंडात संचयित होतात. मेंदूतील तांत्रिक कोशिकाच या खऱ्या अर्थानं मानवी स्मृतिसंचय करतात. या कोशिका संचय कशा करतात हे कोडं असलं तरी, मेंदूतच निर्माण होणाऱ्या विभवांतरांमुळे या कोशिका उद्दीपित होऊन ज्ञानार्जन करतात, आपल्यात या क्षणाला ती प्रक्रिया घडतेय, पण समीरच्या मेंदूतील कोशिका या अपघातानं पूर्ण बाद झाल्या असल्या कारणानं त्या उद्दीपित होत नसल्यानं ज्ञानार्जन होत नाहीये. त्यामुळे पूर्वस्मृतीही त्यातच अडकल्या आहेत. औषधांनी कोशिका उद्दीपित करण्याचा प्रयत्न केला, पण मेंदूतीलच विभवांतरं कमी पडत असल्याने ते शक्य नाही. आता हे फक्त नैसर्गिकरीत्याच शक्य आहे. एखाद्या अपघातानंच या कोशिका पुनर्उद्दीपित होतील." डॉ. ग्रँटनी वैद्यकशास्त्राची परिसीमा विशद केली.

अप्पासाहेब स्वत: भौतिकशास्त्राचे प्राध्यापक असल्याने त्यांना याविषयी माहिती होती. त्यांनी विचारलं,

"डॉक्टर याला काही काळ आहे का?"

"नो, नॉट अॅट ऑल. ठरावीक असा कालावधी नाही. अपघातानेच या क्षणालाही स्मृती परत येऊ शकतात किंवा दिवस, महिने, वर्षे... आयुष्यभरसुद्धा स्मृती परत न येऊ शकण्याची शक्यता असते." डॉ. ग्रँट तत्काळ उत्तरले.

"थँक यू व्हेरी मच डॉक्टर, यू हेल्प्ड अस अ लॉट." अप्पासाहेब सद्‌गदित होऊन म्हणाले.

"दॅट वॉज माय ड्युटी मि. वेलणकर, गुड लक."

डॉ. ग्रँटनी अप्पासाहेबांच्या खांद्यावर हात ठेवून शुभेच्छा दिल्या होत्या. डॉ. ग्रँट दारातून गेले त्याकडे अप्पासाहेब क्षणभर स्थितप्रज्ञासारखे पाहत राहिले. शेफालीच्या आवाजानं ते भानावर आले.

"अप्पा. आपण उद्या गेलं पाहिजे. असे किती दिवस आपण हॉस्पिटलमध्ये राहायचं? समीरच्या जिवाला कुठलाही धोका नाही. त्याला आहे तसं आपण सांभाळलं पाहिजे, एखाद्या मुलासारखं. आता ते माझं दुसरं बाळच असणार आहे."

शेफालीच्या वाक्यानं अप्पासाहेबांच्या नकळत डोळ्यांच्या कडा ओलावल्या. शेफालीकडे पाहत त्यांनी नुसतीच होकारार्थी मान हलवली होती. कौतुकाने शेफालीकडे ते पाहत होते. ही पोरगी भविष्यकाळ इतक्या सहजपणे, अर्थपूर्ण करून सामोरी गेलेली पाहताच ते नतमस्तक झाले होते.

आज पुण्याला परत जायचं होतं. शेफालीनं सगळीच आवराआवर करून ठेवली. या वेळी फक्त तिचे वडीलच आले. अप्पासाहेबांनी हॉस्पिटलच्या सर्व बाबी पूर्ण केल्या. स्वीटी मलूलपणे आपल्या पप्पांकडे पाहत होती. तेवढ्यात वॉर्डबॉयनं प्रवेश केला. त्यानं विचारलं,

"अप्पासाहेब कोण?"

"मी." अप्पासाहेब त्याच्याकडे पाहत म्हणाले.

"ग्रँट साहेबांनी बोलवलंय."

वॉर्डबॉय निरोप देताच निघून गेला.

अप्पासाहेब विचारात पडले. कालच त्यांनी डॉ. ग्रँटचा निरोप घेतला होता. आता काय काम असावं, या विचारातच ते तडक डॉ. ग्रँटच्या केबिनकडे निघाले.

केबिनमध्ये शिरताच डॉ. ग्रँटनी अप्पासाहेबांचं स्वागत केलं.

"या मि. वेलणकर, बसा!"

रिकाम्या खुर्चीवर अप्पासाहेब बसले. शेजारी अगोदरच एक गृहस्थ बसलेले अप्पासाहेबांना दिसले. डॉ. ग्रँट पुढे म्हणाले,

"मि. वेलणकर, मीट प्रोफेसर चांदवडकर, फ्रॉम आय. आय. टी., पवई. अ वेलनोन सायंटिस्ट."

प्रा. चांदवडकर अप्पासाहेबांशी हस्तांदोलन करीत म्हणाले,

''हॅलो.''

अप्पासाहेबांनी नुसतंच स्मित केलं. समोरचं व्यक्तिमत्त्व त्यांना लोभसवाणं वाटलं. पन्नाशीतले चांदवडकर, फ्रेंच कट, किंचितसे पांढरट झालेले केस, धष्टपुष्ट, चांगल्या व्यक्तिमत्त्वाचे व बुद्धिमत्ता असलेले गृहस्थ वाटले.

डॉ. ग्रँट दोघांच्याही ओळखी झालेल्या पाहून पुढे म्हणाले,

''मि. वेलणकर, रात्रीच निरोप घेतला असताना मी का बोलवलंय हा प्रश्न कदाचित तुम्हाला पडला असेल.'' यावर अप्पासाहेबांनी नुसतीच होकारार्थी मान हलवली. डॉ. ग्रँट पुढे म्हणाले,

''त्याचं कारण म्हणजे काल रात्रीच मला प्रा. चांदवडकरांचा फोन आला. ते स्वत: जागतिक कीर्तीचे पदार्थशास्त्रज्ञ आहेत. विविध कृत्रिम स्मृतिपटलांवरचं त्यांचं संशोधन जगविख्यात आहे. त्यांनी स्वत: भरमसाठ क्षमता असणारी पीकॉन्स ($१०^{-१२}$ सें.मी.) आकाराची स्मृतिपटले तयार केलेली आहेत.'' अप्पासाहेब स्वत: भौतिकशास्त्राचे निवृत्त प्राध्यापक असल्याने डॉक्टरांचा हेतू तत्काळ त्यांच्या लक्षात आला. पण चेहऱ्यावर न दाखवता त्यांनी आशेनं विचारलं,

''डॉक्टर मी काही मदत करू शकतो?''

''मदत नाही, सहकार्य. दिस इज वन ऑफ दी प्रपोजल फॉर युवर सन.'' डॉक्टरांनी सरळ सांगितलं.

''माझ्या मुलासाठी? ते कोणतं? त्याच्यासाठी मी काहीही करण्यास तयार आहे.'' अप्पासाहेब अजिजीने म्हणाले.

''तेच सांगतो. या प्रा. चांदवडकरांनी फार मोठं संशोधन केलं आहे मानवहिताचं. ज्यांच्या स्मृती गेल्या, आयुष्यातून जे पूर्ण बाद झाले, त्यांच्यासाठी प्रा. चांदवडकरांनी स्मृतिपटले बनविली. जेणेकरून या स्मृतिपटलांच्या आधारे ते आपलं आयुष्य कुटुंबासमवेत चांगलं घालवू शकतील. रात्रीच त्यांचा फोन आला की त्यांना कुणावर तरी प्रयोग करायचाय आणि तोही माझ्या शल्यचिकित्सेखाली. त्यामुळे रात्रीच मी त्यांना तुमच्या मुलाचं नाव सुचवलंय. समीरविषयी मी पूर्ण कल्पना दिलीय आणि तुम्ही आज जाणार हेही मी त्यांना सांगितलं. म्हणूनच ते आज हजर झाले.'' डॉ. ग्रँटनी अप्पासाहेबांसमोर प्रस्ताव मांडला.

समोरचा प्रस्ताव पाहून अप्पासाहेबांना दिलासा मिळाला. एकीकडे मुलाचं आयुष्य तर दुसरीकडे शास्त्रीय प्रयोग, न पटणारा. त्यांनी शंका विचारली,

''डॉक्टर एक शंका?''

''बोला.'' डॉ. ग्रँट.

''कृत्रिम स्मृतिपटल बसवल्यानंतर पूर्वस्मृतींशी आपण कशी सांगड घालाल

याची माहिती देता का?''

''शुअर, प्रा. चांदवडकरच तुम्हाला ती देतील.'' डॉ. ग्रँट उत्तरले. प्रा. चांदवडकरांनी तोंडावरून हात फिरविला. अप्पासाहेबांकडे पाहत ते सांगू लागले,

''मि. वेलणकर, मेंदूच्या संयोजनात्मक कार्यामध्ये सर्वांत महत्त्वाचे कार्य म्हणजे स्मृती किंवा आठवण आणि आपण म्हणजेच मानवाने संगणकाद्वारे त्याचीच नक्कल करण्याचा प्रयत्न केलेला आढळतो. म्हणूनच इलेक्ट्रॉनिक संगणक म्हणजेच तेथील स्मृतिपटले. मी सिलीकॉन हा अर्धवाहक धातू आणि विविध निरोधकांचा वापर करून, मिश्रण करून कृत्रिम स्मृतिपटले तयार केलीत. ही स्मृतिपटले मानवी तंत्रिका तंत्राचा तुलनात्मक अभ्यास करून तयार केली गेलीत. मानवी मेंदूतील तंत्रिकांची आदान-प्रदान करणारी मंडलं व त्या वाहून नेणारे हजारो तंत्रिकामार्ग ही कृत्रिम स्मृतिपटलात आढळल्याचं लक्षात आलं. मानवी मेंदूत मेरूरज्जू हे कार्य करतात तर संगणकात स्वतंत्र कृत्रिम स्मृतिपटल कार्य करते. यातूनच जटिल कार्यप्रणाली उभी राहते.''

प्रा. चांदवडकरांनी टेबलावर पाण्यानं भरलेला ग्लास उचलून तोंडाला लावला. सेकंदात पाणी पिऊन वेलणकरांकडे पाहत म्हणाले,

''खरं म्हणजे कुठल्याही ज्ञानार्जनाकरिता स्मृती आवश्यक असते. स्मृती म्हणजे विशिष्ट उद्दीपनाच्या परिणामांची नोंद. कालांतराने ती कशीही तपासता येते. तसेच कृत्रिम स्मृतिपटलेही विशिष्ट विद्युत् पुरवठा पाठवून, उद्दीपन घडवून, त्यातील साठवलेली माहिती वापरून ज्ञानार्जन करणे शक्य आहे. राहिला प्रश्न पूर्वस्मृतींचा. या स्मृतिपटलांची क्षमता भरमसाठ असून तुमच्या मुलाच्या सर्वच पूर्वस्मृती यात साठवता येतील आणि त्यांचा उपयोग करून तो वर्तमानाशी सांगड घालू शकेल. आयुष्यात झालेलं स्थित्यंतर मार्गावर येण्यास निश्चितच मदत होईल. त्यासाठी प्रयोग आवश्यक आहे. परिणामांची चर्चा आताच करणे योग्य नाही, पण मला स्वतःला आत्मविश्वास आहे, हे यशस्वी होईल.'' प्रा चांदवडकर बोलून थांबले व त्यांनी आशेने वेलणकरांकडे पाहिलं.

मानवाच्या स्थित्यंतरात महत्त्वाचा बदल घडवून आणणाऱ्या विज्ञानानं अप्पासाहेब थक्क झाले. आयुष्यभर त्यांनी सैद्धांतिक भौतिकशास्त्र केलं व नेहमीच प्रायोगिक भौतिकशास्त्रांची अवहेलना करीत राहिले. आयुष्याच्या उत्तरार्धात मात्र प्रायोगिक भौतिकशास्त्रानेच त्यांच्यापुढे पर्याय ठेवला होता. मुलासाठी त्यांनी मनोमन ठरवलं होतं. ते अगतिकतेने म्हणाले,

''डॉक्टर, निर्णय घेण्यापूर्वी मला एकदा माझ्या सुनेला व नातीला विचारू द्या!''

''निश्चितच मि. वेलणकर, मी तर म्हणेन तुम्ही सर्वांच्याच संमतीने निर्णय

घ्या.'' डॉ. ग्रँटनी अप्पासाहेबांना धीर दिला.

अप्पासाहेब निश्चयाने उठले. केबिनचं दार ओढून बाहेर पडले. शेफाली, शेफालीचे वडील व स्वीटी अप्पासाहेबांची वाट पाहत होते पण अप्पासाहेबांचा काळजीयुक्त चेहरा पाहून शेफालीचं काळीज पुन्हा हेलावलं.

अप्पासाहेब जवळ येताच सर्वांनाच त्यांनी तो प्रस्ताव सांगितला. उलट-सुलट चर्चा होऊन शेवटी सर्वांच्याच चेहऱ्यावर आशेचा किरण दिसू लागला. आल्या पावलीच अप्पासाहेब डॉ. ग्रँटच्या केबिनकडे परतले.

दार उघडल्या उघडल्या अप्पासाहेब म्हणाले,

''डॉक्टर आम्ही तयार आहोत.''

डॉ. ग्रँट व प्रा. चांदवडकरांच्या चेहऱ्यावरचाही ताण सैल झालेला दिसला. तरी डॉ. ग्रँट म्हणाले,

''मि. वेलणकर, पुन्हा एकदा विचार करा. शेवटी हा प्रयोग आहे. तो अयशस्वीही होऊ शकतो.''

''माझा निर्णय ठाम आहे. यदाकदाचित जर का हा प्रयोग अयशस्वी झाला तर विज्ञानासाठी माझ्या मुलाने बलिदान केलं असं मी समजेन आणि यशस्वी झाला तर त्याच्यासारख्या अनेक रुग्णांसाठी ही दालनं उघडणार आहेत. डॉक्टर यू कॅरी ऑन.'' अप्पासाहेब ठामपणे उत्तरले.

अप्पासाहेब वेलणकरांचे अर्थपूर्ण शब्द ऐकून डॉ. ग्रँटसोबतच प्रा. चांदवडकरही अंतर्मुख झाले.

दरम्यानच्या काळात प्रा. चांदवडकरांनी ऑपरेशनपूर्व तयारी म्हणून अप्पासाहेब, शेफाली यांच्याबरोबर बोलण्याची दीर्घ सेशन्स केली. अनेक बारकावे, समीरच्या सवयी, आवडी सगळं जाणून घेतलं. स्वीटीशीही ते बोलले. अखेर ऑपरेशनचा दिवस उजाडला. समीरला पुन्हा एकदा ऑपरेशन थिएटरमध्ये नेण्यात आलं. लाल दिवा लावून दार बंद झालं. प्रसिद्ध शल्यविशारद डॉ. ग्रँट त्याचं ऑपरेशन करीत होते. नव्हे, एक प्रयोग करीत होते. स्मृती गेलेल्या मानवांसाठी जर का हा प्रयोग यशस्वी झाला तर डॉ. ग्रँट, प्रा. चांदवडकरांसोबतच समीरही अजरामर होणार होता.

जीवघेणी प्रतीक्षा चालूच होती. पाच-सहा-सात तास होऊन गेले. ऑपरेशन चालूच होते. बाहेर अप्पासाहेब, शेफाली, स्वीटी, शेफालीचे आई-वडील तिष्ठत उभे होते. दहा तास होऊन गेले तरी लाल दिवा प्रखरपणे तळपतच होता. डॉ. ग्रँटचीही ही आयुष्यातील सर्वात मोठी शस्त्रक्रिया होती.

शेवटी ऑपरेशन थिएटरचे दार उघडले. डॉ. ग्रँट यांच्या तोंडून शब्द बाहेर आले, ''ॲन एक्सपरिमेंट इज व्हेरी मच सक्सेसफुल!''

सर्वांच्याच चेहऱ्यावरचा ताण सैल झाला. आनंदानं चेहरे उजळून निघाले. समीरचा आवाज ऐकण्यास साऱ्यांचेच कान उतावीळ होते. डॉ. ग्रँट व प्रा. चांदवडकरही त्याला अपवाद नव्हते. तीस तासांच्या जीवघेण्या बेशुद्धावस्थेचा समीरचा प्रवास आणि त्याच्यासाठी प्रतीक्षा करणारे आप्तस्वकीय यांची सहनशक्ती अखेर समीरनंच शुद्धीवर येऊन संपुष्टात आणली. समीर सगळ्यांकडेच ओळखीचं हसला. स्वीटीकडे पाहत तो म्हणाला,

"बछडीऽऽ.."

सर्वांच्याच आनंदाला पारावार उरला नाही. स्वीटी धावतच पप्पांना बिलगली. नकळत आनंदाश्रू ओघळू लागले. शेफालीच्या तोंडून अत्यानंदानं हुंदकाच बाहेर पडला.

हुंदका ऐकताच समीर म्हणाला,

"शेफूऽऽ"

शेफाली धावतच समीरला बिलगली. पुढे समीर एकेकाची नावं घेऊ लागला.

"अप्पा, अण्णा, आई..."

सर्व हर्षाने बोलू शकत नव्हते. अप्पासाहेब विज्ञानाची एक मोठी मजल पाहत होते. डॉ. ग्रँट व प्रा. चांदवडकरांकडे अप्पासाहेबांनी कृतार्थपणे पाहिलं.

डॉ. ग्रँट व प्रा. चांदवडकर स्मित हास्यानं सर्व पाहत होते. तेवढ्यात, समीर पुढं बोलू लागला. सर्वांनाच त्याच्या तोंडून निघणारी लय विचित्र व अनोळखी वाटली. प्रा. चांदवडकरांच्या मात्र ते ताबडतोब लक्षात आलं. नैसर्गिक सीमाच इथं आडवी आल्यानं तेही काहीच करू शकणार नव्हते. निसर्गापुढे विज्ञानाला जाणं अशक्य आहे हेच यावरून सिद्ध होत होतं. समीरच्या कृत्रिम स्मृतीत जी माहिती साठवली होती, तीच तो सलगपणे बोलत होता. एखाद्या यंत्रमानवासारखं. पण समीर यंत्र नव्हता, तो एक जिवंत यंत्रमानव होता. त्याचा मेंदू यांत्रिक असल्यानं त्याला स्वत:ची नैसर्गिक आठवण किंवा स्मृती साठवून ठेवता येत नव्हती. प्रा. चांदवडकरांनी पुन्हा यावर संशोधन करून नैसर्गिक परिसीमा ओलांडण्याचा निर्धार केला.

शेफाली, स्वीटी, अप्पासाहेबांना अपघातानंतरच्या अनोळखी समीरपेक्षा आताचा समीर किमान त्यांच्यातला वाटत होता. तो त्यांच्याशी सुसंवाद साधू शकत असल्यानं ते आनंदात होते. समीर यंत्रमानवासारखा वागल्यानं अथवा बोलल्यानं त्यांचा एकमेकांवरील जिव्हाळा, प्रेमात काहीही फरक पडणार नव्हता.

डॉ. ग्रँट व प्रा. चांदवडकरांचा निरोप घेत, लोणावळा सर्वांनी अत्यानंदानं सोडलं. रस्त्यात स्वीटी व समीरची नेहमीचीच मस्ती चालू झाली होती. कसाही असला तरी अखेर तो परतला होता.

◆

सॉकर

बर्लिनमध्ये चालू असलेला इटली व फ्रान्समधला तो फुटबॉलचा अंतिम सामना रोमहर्षक स्थितीत पोहोचला होता. एकमेकांच्या आक्रमक फळ्या, प्रतिस्पर्ध्यांची बचावफळी भेदून गोल करण्याचा प्रयत्न करीत होती. दोन्ही संघ सरस वाटत होते. झिनेदिन झिदानने मॅटेराझ्झीला दिलेल्या धडाक्याने झिदान संघाबाहेर पडला होता. त्यामुळे फ्रान्सची बाजू थोडी डावी पडली होती पण तरीही प्रत्येक जण नेटाने खेळत होता. म्हणूनच सामना उत्तरोत्तर उंचीच गाठीत होता. डॉ. पितांबर पाळंदे हे रोमांचक क्षण डोळ्याने टिपत होते. या क्षणाला झिदानची कृती त्यांना आवडली नव्हती. कारण फ्रान्सलाही त्याची गरज होती. खेळाची ठरवून दिलेली वेळ टळून सामना अतिरिक्त वेळेत गेला होता पण तेथेही निकाल लागण्याची शक्यता दिसत नव्हती. जो तो खेळाडू आपल्या देशासाठी जीव तोडून खेळत होता. धक्काबुक्की, प्रसंगी बाचाबाची होत होती. शेवटी अतिरिक्त वेळही टळून गेल्याने, सामना पेनल्टी शूटआउटमध्ये गेला होता.

दोन्ही संघ पेनल्टी शूटआउटमध्ये दाखल झाले होते. जगातील अब्जावधी लोकांचे श्वास रोखले गेले होते. डॉ. पितांबर पाळंदेही स्वत:ला सावरून गंभीर झाले होते. त्यांचा स्वत:चा कल फ्रान्सच्या बाजूने असल्याने ते अस्वस्थ झाले होते. कारण किक मारायला आता झिदान नव्हता. एक एक करत पेनल्टी किक मारली जात होती. कधी प्रेक्षकांची बोटे तोंडात जात होती तर कधी झपकन डोळे मिटले जात होते. शेवटी निर्णायक क्षण आला होता. फ्रान्सच्या जीवनमरणाचा प्रश्न होता. ट्रेझेंग्युएटने किक मारून इटलीच्या गोलरक्षकाने ती शिताफीने अडवताच जल्लोष झाला. सर्वच खेळाडू एकमेकांना हर्षाने आलिंगन देत होते. इटली जगज्जेता झाला होता. यावेळी फ्रान्सच्या खेळाडूंना दु:खावेग आवरता आला नव्हता. इटलीचे समर्थक बेभानपणे आनंदात उसळले, तर फ्रान्सच्या समर्थकांवर मरणप्राय दु:ख कोसळलं, डॉ. पाळंदेही निराश झाले होते. फ्रान्सने विजयी व्हावं ही त्यांची

मनापासूनची इच्छा होती.

डॉ. पाळंदे थोडा वेळ स्तब्ध बसून होते. पुढचा कार्यक्रम होईपर्यंत ते तसेच बसून राहिले. जर्मनीच्या चॅन्सलरच्या हस्ते इटलीला विश्वचषक प्रदान करण्यात आला. त्यावेळी काहींची भाषणंही झाली. समीक्षकांच्या टिप्पणी सुरू झाल्या. कोणी कसं खेळायला हवं होतं, झिदाननं असं करायला नको होतं, अशा विविध समीक्षा होऊ लागल्या. जो तो आपापली मतं मांडू लागला. जगभरात फुटबॉलचा ज्वर कमालीचा पसरला होता. तो आता हळूहळू कमी होणार होता. जागतिक फुटबॉलमध्ये भारताचं स्थान काय, यावर काही समीक्षकांनी तोंड उघडलं. भारताची १३० व्या क्रमांकावर झालेली घसरण आणि त्याचा काही समीक्षकांनी तुच्छतेने केलेला उल्लेख पाहून डॉ. पाळंदे मनातून दुःखी झाले. पण शंभर कोटी लोकसंख्या असणाऱ्या देशात दर्जेदार खेळाडू तयार होऊ शकत नाही, अशी एका समीक्षकाची टिप्पणी मात्र डॉ. पाळंदेंच्या जिव्हारी लागली. ते कमालीचे अस्वस्थ झाले. पुढची चर्चा ऐकण्याच्या मन:स्थितीत ते राहिले नव्हते. त्यांनी टीव्ही बंद केला. रात्रीचे दोन वाजून गेले होते. त्यांच्यासारख्या संवेदनक्षम व्यक्तीला त्या समीक्षेचं शल्य खूप लागलं होतं. भारताचं स्थान कुठंच नव्हतं पण जगभरापेक्षा भारतातून या स्पर्धेला चाहता वर्ग खूप मिळाला होता. म्हणूनच प्रामुख्याने फुटबॉल क्षेत्रात भारताची चर्चा होऊ लागली होती.

अस्वस्थ मनाने डॉ. पाळंदे बिछान्यावर पहुडले पण झोप येत नव्हती. समीक्षकांचे घणाघाती शब्द त्यांच्या डोक्यात रुंजी घालत होते.

डॉ. पितांबर पाळंदे. एक चाळिशीतलं व्यक्तिमत्त्व, किंचित डोकावणारे पांढरे केस, डोळ्याला चश्मा, अंगकाठी सुदृढ, गोरा वर्ण. शास्त्रज्ञाची लक्षणं त्यांच्यात दिसताक्षणीच जाणवावीत. पुण्याच्या ससून हॉस्पिटललगत असणाऱ्या जनुकीय संस्थेत शास्त्रज्ञ म्हणून कार्यरत. त्यांचं स्वत:चं जनुकशास्त्रात मोठं योगदान. मूळचे जैवभौतिक विषयाशी निगडित असणारे डॉ. पाळंदे वैद्यकशास्त्राशीही संबंध ठेवून होते. पुढे जनुकीय शास्त्रात संशोधन केल्याने त्यांचं नाव आंतरराष्ट्रीय पातळीवर झालं होतं. जनुकशास्त्रात निपुण असल्याने, वैद्यकशास्त्रात बऱ्याच डॉक्टरांशी त्यांचे संबंध होते. आजही त्यांचे विविध प्रयोग ससूनमध्ये चालले होते. बहुतांशी मानवी जनुकांची माहिती व त्यांचं कार्य, यावर त्यांचं संशोधन प्रसिद्ध होतं. ही माहिती व कार्य समजून घेण्यासाठी त्यांनी वेगवेगळी तंत्रं विकसित केली होती. त्या आधाराने त्यांनी जनुकात बदल घडवून आणण्याची किमया साध्य केली होती. मानवी आयुष्यालाच त्यांनी हात घातला होता. जनुकांविषयीची माहिती मिळविल्यानंतर त्यांनी विविध मूलकणांचा वापर करून अभिनव बदल घडवून आणले होते. जेथे प्रजनन शक्य नाही तेथे हे 'किरण तंत्र' वापरून त्यांनी ते साध्य केलं होतं. काही

प्रयोग यशस्वीही झाले होते. जनुकांविषयीची माहिती व त्यांच्या कार्याविषयी संशोधन जगभर प्रसिद्ध पावलं होतं, पण त्यांच्यात फेरफार करून, बदल घडवून आणण्याचं तंत्र मात्र त्यांनी अद्यापही प्रकाशात आणलं नव्हतं. त्यांनी ते त्यांच्यापर्यंतच सीमित ठेवलं होतं कारण ही निसर्गातील ढवळाढवळ होती. कुणालाही नकळत त्यांनी काही प्रयोग केले होते आणि त्यांना अजूनही काही करायचे होते. योग्य वेळी ते तसा निर्णय घेणारच होते. मात्र त्यांच्या संशोधनामुळे भारतात त्यांचं नाव मोठ्या आदरानं घेतलं जात होतं.

डॉ. पाळंदेंना जनुकशास्त्रापाठोपाठ खेळाचं मोठंच वेड होतं. त्यातल्या त्यात फुटबॉलचं. भारतात प्रामुख्याने क्रिकेट खेळाला राजमान्यता असली तरी क्रिकेटवर तसाही त्यांचा रागच होता. कारण या खेळामुळेच इतर पारंपरिक खेळांचा विकास झाला नसल्याचं त्यांचं ठाम मत होतं. फुटबॉल त्यांना आवडत होता, कारण तो खेळ अंगावर रोमांच उभा करण्यासोबतच वेगवान होता. क्षण न् क्षण तिथे महत्त्वाचा असतो. पेले, दिएगो मॅरॅडोना त्यांचे आवडते. मॅरॅडोनाचा खेळ तर त्यांनी प्रत्यक्ष पाहिलेला. त्याच्यासारखा खेळाडू पुन्हा होणं नाही, असं आजही त्यांचं मत होतं. ते त्याचे निस्सीम चाहते होते. एकहाती सामना फिरविण्याची जिद्द व कसब मॅरॅडोनात होतं. केवळ त्याच्या खेळामुळेच डॉ. पाळंदेंची फुटबॉलमधली आवड द्विगुणित झाली होती आणि उत्तरोत्तर ती वाढतच गेली.

प्रत्येक विश्वचषकाला ते एक महिना सुटी घेऊन, प्रत्येक सामन्याचा आनंद लुटत असत. कुठल्यातरी एका देशाच्या बाजूने ते झुकतं माप देऊन चिअर करीत असत. आतापर्यंत अर्जेंटिना ही त्यांची आवडती टीम होती कारण मॅरॅडोना हा त्या देशाचा होता. या वर्षीच्या विश्वचषकालाही त्यांनी संपूर्ण जून महिना सुटी घेऊन, प्रत्येक सामन्याचा आनंद लुटला होता. प्रत्येक सामन्यातली जिद्द, रोमांच, हर्ष, ताण त्यांनी अनुभवला होता. अंतिम सामन्याने तर परमोच्च बिंदू गाठला होता. सारं जगच संमोहित झालं होतं. त्या प्रत्येक क्षणाचे डॉ. पाळंदेही साक्षीदार होते. या खेळात ते स्वत: शास्त्रज्ञ आहेत हेही विसरून जात असत. अंतिम सामना संपल्यानंतरच्या समीक्षकांच्या चर्चेने मात्र ते कमालीचे अस्वस्थ झाले. शेवटी भारत हा त्यांचा देश होता. आज तरी भारताने फुटबॉलच्या विश्वचषकाच्या गटसाखळीत खेळणं हे एक दिवास्वप्न होतं. आजपर्यंत नुसती पात्रता फेरीही भारत गाठू शकला नव्हता. भारतात पं. बंगाल, गोवा, पंजाब येथे काही उत्साही क्लब होते आणि भारतीय फुटबॉल संघटनाही होती, पण एकूणच राजकीय हस्तक्षेप व निराशा, पैशाचा अभाव या दोलकावर ही संघटना उभी असल्याने फुटबॉलचा विकासच झाला नव्हता. पण भारतीयांचा फुटबॉल ज्वर हा युरोपपेक्षाही प्रचंड असल्याचं या वर्षीच्या प्रेक्षकांच्या संख्येवरून कळलं होतं.

या खेळात भारताचं कुठेच नसलेलं स्थान पाहून व समीक्षकांची टीका पाहून त्या रात्री डॉ. पाळंदे झोपूच शकले नव्हते. पहाटे कधीतरी त्यांचा डोळा लागला.

सकाळी उठल्या उठल्या भारतीय फुटबॉलपटू बायचुंग भुटियाचा ढसाढसा रडणारा वर्तमानपत्रातला फोटो पाहून डॉ. पाळंदे अजूनच व्यथित झाले. झपाटल्यागत त्यांनी ती न्यूज वाचून काढली. भुटिया हा भारताचा अव्वल फुटबॉलपटू होता. स्वतः निवृत्ती जाहीर करीतच, जगात फुटबॉलमध्ये घसरलेल्या भारताच्या स्थानाने तो अस्वस्थ झाला. भावना व्यक्त करतानाच त्याला रडू कोसळलं होतं. डॉ. पाळंदेंच्याही अशाच भावना होत्या. भुटियाचा रडणारा फोटो पाहून मात्र ते आणखी व्यथित झाले. भुटिया हा होतकरू व मेहनती खेळाडू असल्याचं त्यांना माहीत होतं. भारतीय फुटबॉलमध्ये गुणवत्तेमुळे ग्लॅमर असणारा तो एकमेव खेळाडू होता. म्हणून त्याचे अश्रू हे किमती होते.

डॉ. पाळंदेंच्या डोक्यात अजूनही समीक्षकांची चर्चा घोंघावत होती. तयारी करून त्यांनी लगेच इन्स्टिटयूट गाठली होती. त्यांना आता संशोधनाला वेग द्यायचा होता. गेला महिनाभर रखडलेल्या प्रयोगांना हात घालायचा होता.

त्यांच्या रूममध्ये येऊन ते काही वेळ विचारमग्न बसून राहिले. अजूनही त्यांच्या डोक्यात फुटबॉलचीच विचारचक्रं फिरत होती. भारताने पुढल्या विश्वचषकासाठी प्रयत्न करायला हवा, असं त्यांना वाटत होतं. या घडीला ते सर्वच सैद्धांतिक होतं. जादूची कांडी फिरावी आणि भारताला विश्वचषक मिळावा, असं काहीही होणार नव्हतं. प्रयत्न करणं महत्त्वाचं होतं.

"सर आत येऊ का?"

विचारमग्न डॉ. पाळंदेंनी आवाजाच्या दिशेने पाहिलं. समोर तिशीतला एक इसम हातात फाईल घेऊन उभा होता. त्याच्या सोबतच एक स्त्रीही होती. मध्यमवर्गीय जोडपं दिसत होतं. डॉ. पाळंदेंनी क्षणात आपले विचार झटकले व म्हणाले,

"या ना, बसा. आपण?"

मध्येच त्या तरुणानं समोरची खुर्ची ओढली व त्यात बसत म्हणाला,

"सर, मी किशोर कवाडे." हातातली फाईल डॉ. पाळंदेंच्या पुढ्यात ठेवत तो पुढे म्हणाला. "आणि ही माझी बायको शर्मिली."

ती स्त्रीही हात जोडत एका खुर्चीत स्थिरावली होती.

डॉ. पाळंदेंनी दोघांकडेही आलटून पालटून पाहिलं. दोघांचेही चेहरे केविलवाणे व डोळे त्यांच्याकडून काहीतरी मिळविण्याची अपेक्षा करीत होते. तो तरुण म्हणाला,

"सर, आम्हाला डॉ. निखिल साठेंनी पाठवलं आहे."

यावर डॉ. पाळंदेंनी अर्थपूर्ण रीतीने पाहिलं. समोरची फाईल हातात घेत ते उद्गारले,

"ओ ऽऽ आय सी." आणि फाईल चाळू लागले.

डॉ. साठे हे भारतातील काही मोजक्याच गायनॉकॉलॉजिस्टपैकी एक होते. डॉ. पाळंदेंनी त्यांच्यासोबत बरेच प्रयोग केले होते. डॉ. पाळंदेंच्या नवनवीन कल्पनांना मूर्त स्वरूप देण्याचं काम डॉ. साठे करीत असत. काही दिवसांपूर्वीच मनात घोळत असलेल्या संशोधनाविषयी डॉ. पाळंदे साठेंना बोलले होते आणि आज त्यांनी त्यासाठी पेशंट उपलब्ध करून दिला होता.

फाईल चाळताना डॉ. पाळंदे गंभीर झाले होते. तोंडाचा चंबू करीत त्यांनी पुन्हा समोर बसलेल्या कवाडे जोडप्यावर अर्थपूर्ण नजर टाकली. फाईल तत्काळ टेबलावर पुनश्च ठेवीत त्यांनी फोन उचलला व डायल केला.

"हॅलो, साठे?"

"येस, बोलतोय." पलीकडून आवाज आला.

"हं, मी डॉ. पाळंदे."

"बोल पितांबर, काय करतोस?" डॉ. साठे ज्येष्ठ असल्याने ते एकेरीनेच हाका मारीत असत.

"तुम्ही मिस्टर आणि मिसेस कवाडेंना माझ्याकडे पाठवलंत?"

"होय, डिजनरस केस आहे. मूल-बाळ होण्याची सुतराम शक्यता नाही. स्त्रीबीजातच बिघाड आहे. मी सर्व चाचण्या करून घेतल्यात." डॉ. साठे.

"आणि पुरुष?"

"ही इज ऑलराइट. एखादं तरी मूल व्हावं, ही त्या दोघांची तळमळ."

"अरे, पण मग मी..." डॉ. पाळंदे..

मध्येच डॉ. साठे उत्तरले, "मागे ज्या संशोधनाविषयी तू मला म्हणालास, जे तंत्र विकसित केलं आहेस, ते तू अमलात आण. प्रयोग करण्याची ही सुवर्णसंधी आहे. प्रयोगासाठी असे पेशंट मिळणं दुरापास्त आहे. यू गो अहेड." डॉ. साठेंनी सूचना केली.

"पण त्यांना कल्पना दिली आहे का?"

"होय सर्व कल्पना दिली आहे. यू डोन्ट वरी. यू कॅन ट्राय युवर एक्सपेरिमेंट."

"ठीक आहे, आय विल गेट बॅक टू यू व्हेरी सून."

डॉ. साठेंनी फोन ठेवला. डॉ. पाळंदे खुर्चीतच सावरत बसले व तरुणाकडे पाहत म्हणाले,

"किशोर, तुम्ही काय करायला जात आहात याची कल्पना तुम्हाला आहे?"

"होय सर."

शर्मिलीनेही होकारार्थी मान डोलवली होती.

"मिस्टर किशोर, हे बघा शेवटी हा प्रयोग आहे. यशस्वी होण्यापेक्षा अयशस्वी

होण्याची शक्यता जास्त आहे. माझा सैद्धांतिक विचार व प्रयोग मी उंदरांवर केला. तुमच्या रूपानं मी प्रथमच मानवावर हा प्रयोग करीत आहे, हे लक्षात घ्या.'' डॉ. पाळंदेंनी वस्तुस्थिती सांगितली.

''चालेल सर.'' दोघंही अगतिकतेने उद्‌गारले. किशोर पुढे ठामपणे म्हणाला, ''निसर्गाने तसा आम्हा दोघांवर अन्यायच केलेला आहे. तसं अपयश आमच्या पदरी आहेच. मग तुमच्या प्रयोगाच्या रूपाने आम्ही चान्स का घेऊ नये?''

''शिवाय यात जोखीम आहे, हेही आम्हाला डॉ. साठेंनी सांगितलं पण हरकत नाही सर. आम्ही मनं घट्ट केली आहेत. कमीत कमी तुमच्या प्रयोगाच्या रूपाने एक आशेचा किरण तरी दिसतोय.'' शर्मिलीनेही ठामपणे दुजोरा दिला.

समोरच्या दोघा तरुणांच्या निश्चयानं डॉ. पाळंदे हेलावले. ते किंचितसं स्मित करीत म्हणाले,

''ठीक आहे. लेट अस ट्राय. तुम्हा दोघांना काही चाचण्या करून घ्याव्या लागतील आणि शिवाय दोन छोट्या शस्त्रक्रिया. प्राथमिक चाचण्या आताच करून घेऊयात. मात्र उद्या एक छोटीशी शस्त्रक्रिया होईल. ओ.के?'' डॉ. पाळंदेंनी समजावलं.

साहाय्यक शास्त्रज्ञांना बोलावून डॉ. पाळंदेंनी सूचना केल्या. काही महत्त्वाच्या चाचण्या कशा घ्यायच्या, याचंही मार्गदर्शन केलं. डॉ. पाळंदेंनी सांगताच किशोर आणि शर्मिली उभे राहिले आणि साहाय्यकाच्या मागे जायला लागले. दोघांनीही एका प्रशस्त प्रयोगशाळेत पाऊल टाकलं.

डॉ. पाळंदे पुन्हा त्या दोघांची फाईल चाळण्यात मग्न झाले. फुटबॉल अजूनही त्यांच्या डोक्यात कुठंतरी घोंघावतच होता. प्रयोगाला चालना मिळाली म्हणून त्यांच्या उत्साहात भर पडली होती.

साधारण एका तासानंतर दोघेही डॉ. पाळंदेंसमोर येऊन बसले होते. सर्व प्राथमिक चाचण्या झाल्या होत्या. दोघांचेही चेहरे उजळले होते. तो तरुण म्हणाला,

''सर, आपली प्रयोगशाळा खूपच अद्ययावत्‌ आहे. मी हे प्रथमच पाहतोय.'' किशोर भारावल्यागत बोलत होता. त्यावर डॉ. पाळंदेंनी फक्त स्मित केलं. ते म्हणाले,

''किशोर तुमच्या चाचण्या झाल्या आहेत. उद्या सकाळी दोघंही इथे ॲडमिट व्हा. एक छोटीशी शस्त्रक्रिया करूयात. ओ.के?''

''ओ.के. सर, थँक्स अ लॉट.''

दोघांनीही आभारयुक्त हात जोडले व सकाळी लवकरच येत असल्याचं सांगून दोघं बाहेर पडले. त्या वेळी दोघांच्याही चेहऱ्यावर समाधान होतं. दोघेही जाताच डॉ. पाळंदेंनी पुन्हा डॉ. साठेंना फोन लावला.

पलीकडून आवाज आला,

"बोल पितांबर."

"तुम्ही म्हणाला ते खरंच आहे. बोथ हॅव डेव्हलप्ड डिजनरसी. त्यांच्या सर्व चाचण्या पुन्हा करून घेतल्या. लेट अस ट्राय अँड होप. मी निसर्गात ढवळाढवळ करीत आहे, असं तर वाटत नाहीयेना." डॉ. पाळंदे आशंकित बोलत होते.

पलीकडून जोराने हसण्याचा आवाज आला. डॉ. साठे हसत म्हणाले,

"कम ऑन डॉ. पाळंदे, तू शास्त्रज्ञ आहेस. ढवळाढवळ करणे हे तुझं कामच आहे. मानवासाठी योगदान देतो आहेस, हे काय कमी आहे. गो अहेड. डोंट थिंक मच. ओके?"

"ठीक आहे, पण परवाच मला तुमची मदत लागेल."

"जरूर! यू कॅन कॉल मी एनी टाइम."

"थँक्स!"

पलीकडून फोन ठेवला गेला. डॉ. पाळंदे क्षणभर पुन्हा विचार करीत राहिले. ते जनुकशास्त्रज्ञ होते. जनुकांशी त्यांचा चांगलाच परिचय झाला होता. म्हणून मानवाच्या जैविक मुळाशी जाऊन आपण निसर्गाशी खेळ तर मांडत नाही ना, असा विचार त्यांच्या मनात डोकावला. त्यांनी तो क्षणात झटकला. पुढच्या कामाला गती देण्यास ते उठले. त्यांना उद्याची तयारी करायची होती.

या जोडप्यामुळे व होऊ घातलेल्या प्रयोगामुळे त्यांच्या मनात खदखदणारी समीक्षकांच्या बडबडीची तीव्रता कमी झाली पण भुटियाचा रडणारा फोटो मात्र अजूनही मन:चक्षूंसमोर होताच.

दुसऱ्या दिवशी सकाळीच त्या जोडप्याला दाखल करून घेण्यात आलं. काही उर्वरित चाचण्याही उरकून टाकण्यात आल्या. प्रयोगशाळेलगतच असणाऱ्या छोट्याशा पण अद्ययावत् अशा ऑपरेशन थिएटरमध्ये त्यांना नेण्यात आलं. पुढे दोन तास अखंडपणे डॉ. पाळंदे तेथे होते.

जोडप्याची स्त्री व पुं-बीजं शिताफीने काढून डॉ. पाळंदेंनी ती द्रव नायट्रोजनच्या तापमानाला ठेवली होती. यापुढे त्यांनी विकसित केलेल्या तंत्राचाच येथे उपयोग करायचा होता आणि ते तेच फक्त करणार होते.

दोघांनाही ससूनच्या स्पेशल वॉर्डमध्ये हलविण्यात आलं होतं. उद्याही पुन्हा त्यांच्यावर शस्त्रक्रिया करायची असल्याने, त्यांना वॉर्डमध्येच राहण्याची परवानगी दिली गेली होती.

डॉ. पाळंदे लगेच कामाला लागले. अतिशय सूक्ष्म पातळीवर काम असल्याने त्यांना कुठलीही जोखीम घ्यायची नव्हती. अतिशय काळजीपूर्वक एक एक स्टेप ते घेत होते.

स्त्री व पुं-बिजात बिघाड होता, हे एव्हाना त्यांना अतिसूक्ष्म पातळीवर समजलं होतं. स्त्री-बीज, पुं-बीज, जननपेशी, पेशीकेंद्रक, पेशी आवर्तन, गुणसूत्र, जनुकं, इत्यादींचा डॉ. पाळंदेंचा सखोल अभ्यास होता. या दोघांबाबतची, या सगळ्यांची माहिती त्यांनी क्षणात घेतली. स्त्री-बीजात बिघाड असल्याने त्यात काय बदल घडवून आणता येतील, याचाच ते विचार करीत होते. यात सुधारणा केली तर गर्भधारणा निश्चितपणे होऊ शकते यात शंका नव्हती. पुं-बीजात बिघाड असला तरी ते सामावून घेता येईल. काही दिवसांपूर्वीच त्यांनी मूलकणांचं तंत्र वापरून स्त्री बीजांडात यशस्वी बदल घडवून आणले होते. येथे गॅमा किरणांचा यशस्वीपणे वापर करता येईल, असं त्यांना वाटलं. म्हणून त्यांनी त्याची ऊर्जा, मात्रा, प्रखरता, इत्यादींचा ठोकताळा केला आणि स्त्रीबीजांडांच्या गुणसूत्रातील साखळ्या गॅमा किरणांच्या साहाय्याने तोडण्याचा निर्णय घेतला. जिथे बिघाड होता तेथेच गॅमाचा मारा त्यांना करायचा होता. जेणेकरून विशिष्ट गुणधर्माच्या जनुकांची सलगता मिळू शकेल.

डॉ. पाळंदे लगेच गॅमा किरणांच्या कक्षेत येऊन दाखल झाले. स्त्री व पुं-बीजं असलेल्या कुप्या त्यांनी ठरावीक ऊर्जेच्या गॅमा किरणांच्या झोतामध्ये ठेवल्या. सेकंदागणिक डॉ. पाळंदे सूक्ष्मदर्शिकेच्या साहाय्याने संगणकावर गुणसूत्रांच्या प्रतिमा बघत होते. त्यात बदल होत होता तसा डॉ. पाळंदेंचा चेहरा उजळत होता. ठरावीक गॅमाची मात्रा देताच त्यांनी गॅमाचा झोत बंद केला व प्रयोगशाळेत येऊन दाखल झाले.

ही प्रयोगशाळा खूप अद्ययावत् होती. येथे जनुकांची अभ्यास करणारी मोठी यंत्रणा उभी होती. मती गुंग करणारी उपकरणं होती. प्रत्येक उपकरणाजवळ संगणक पडदे होते व त्यावर वलयांकृत छब्या नाचत होत्या. प्रयोगशाळेतलं वातावरण अतिशय थंड होतं. डॉ. पाळंदेंनी पुन्हा पांढरा ओव्हरकोट चढविला व रबरी हँडग्लोव्हज् चढवीत ते एका काचेच्या केबिनमध्ये शिरले. तेथे सर्वच काचेच्या वस्तू होत्या व त्यात विविध गोष्टी ठेवल्या होत्या. डॉ. पाळंदेंनी काचेच्या एका स्टँडवर ठेवलेल्या, प्रक्रिया केलेल्या स्त्री व पुं-बीजांच्या कुप्या उघडल्या. मोठ्या मायक्रोस्कोपखाली घेऊन ते निरीक्षण करू लागले. फोरसेप्सच्या साहाय्याने त्याची उलाढाल ते पाहू लागले.

क्षणात त्यांनी स्टँडवर असणारी काचेची नळी ओढली. शेजारच्याच चंचुपात्रात स्त्रीबीज टाकलं व विद्युत् उपकरण चालू केलं. विजेचे झटके दिले आणि केंद्रकात पुंबीजांनी हळूच शिरकाव केला. त्याच वेळी त्यांच्या डोक्यात एक योजना लख्खकन येऊन गेली. तो प्रयोगच होता. क्षणभर त्या विचाराने ते शहारले. दुसऱ्याच क्षणाला त्यांनी निर्णय घेतला.

झटकन उठून त्यांनी शेजारच्याच काचकपाटात असलेल्या बाटल्या आणल्या. त्यातील द्रव सूक्ष्मदर्शिकेखाली घेऊन, फोरसेप्सच्या साहाय्याने त्यांनी एक तंतू

उचलला. स्त्री व पुं-बीजांचं संयुगन त्यांनी घडवून आणलं. त्यातल्या पेशी आवर्तन व गुणसूत्रांच्या सीमेरेषेवर तो तंतू इंजेक्ट केला. दुसऱ्या बाटलीतलेही तंतू त्यांनी केंद्रकाच्या सीमारेषेवर सोडले. हा एक नवीनच अभिनव प्रयोग होता आणि तो डॉ. पाळंदेंना क्षणापूर्वीच सुचला होता व त्यांनी तो लगेच अमलातही आणला.

काचेची नळी डॉ. पाळंदेंनी ठरावीक तापमान, दाब व वातावरणात ठेवली. अतिशय सूक्ष्म पातळीवरील क्लिष्ट काम डॉ. पाळंदेंनी शिताफीनं केलं.

ही प्रक्रिया करण्यास त्यांना सलग ५-६ तास लागले होते. तरीही त्यांच्या चेहऱ्यावर थकवा जाणवत नव्हता. पुढचे १२ तास अजून महत्त्वाचे होते.

डॉ. पाळंदे प्रयोगशाळेबाहेर आले तेव्हा रात्रीचे ११ वाजून गेले होते. वेळ कुठे गेला होता कळलंच नव्हतं. या अभिनव प्रयोगाने त्यांच्या डोक्यातील फुटबॉलचे अस्वस्थ करणारे विचार या वेळी काहीसे शमले होते, भविष्यातील वेध घेण्यासाठी.

दुसऱ्या दिवशी सात तासांच्या अखंड शस्त्रक्रियेनंतर डॉ. पाळंदेंनी, डॉ. साठेंच्या साहाय्याने, रेडिएशन तंत्राने प्रक्रिया केलेला गर्भ शर्मिलीच्या गर्भाशयात रोपित केला. शस्त्रक्रिया खूपच किचकट होती. अतिसूक्ष्म पातळीवरील ती गुंतागुंत होती. थोडी जरी चूक झाली तरी प्रयोग फसलाच असता आणि शर्मिलीच्या जिवालाही धोका निर्माण झाला असता. त्यामुळे यशस्वी शस्त्रक्रियेने डॉ. पाळंदे व डॉ. साठेंना बरं वाटलं. डॉ. साठे प्रसिद्ध स्त्रीरोगतज्ज्ञ व शल्यचिकित्सक असल्याने या कामी त्यांची खूपच मदत झाली.

शर्मिलीची प्रकृती सुधारत होती. त्याच वेळी तिचा गर्भही हळूहळू वाढत होता. दर आठवड्यांनी डॉ. पाळंदे तिच्या विविध चाचण्या घेत असत. शर्मिलीचा प्रोग्रेस त्यांना समाधानकारक वाटला.

अखेर योग्य मुदतीनंतर शर्मिलीने एका गोंडस व सुदृढ मुलाला जन्म दिला. मूल पाहून किशोर व शर्मिली कवाडे कमालीचे आनंदित झाले. अशक्यप्राय वाटणारी गोष्ट झाली होती. डॉ. साठे व डॉ. पाळंदेही हर्षोल्लासित झाले होते. डॉ. साठे डॉ. पाळंदेंकडे अभिमानाने पाहत म्हणाले,

''वेल डन पितांबर, मला खात्रीच होती की हा प्रयोग यशस्वी होईल. एका बिघडलेल्या स्त्री व पुं-बीजांडात तू तुझ्या रेडिएशन तंत्राने बदल घडवून आणले व या दांपत्याला पुत्र सुखाचा लाभ झाला. खरं तर ही निसर्गावरची तुझी मात आहे. काँग्रॅच्युलेशन्स!''

डॉ. पाळंदे काहीसे ओशाळत म्हणाले,

''थँक्स डॉ. साठे, तुमचाही त्यात सहभाग आहे. त्याशिवाय हा प्रयोग होऊच शकला नसता.'' पुढे आत्मकेंद्रित होत ते काहीसे स्वत:शीच पुटपुटले, ''अजून एका प्रयोगाचे परिणाम मिळायचेत डॉ. साठे.''

"तू काही बोललास पितांबर?"

विचारतंद्रीतून बाहेर येत डॉ. पाळंदे म्हणाले,

"अं, नाही नाही, काही नाही. इट इज दि सक्सेस ऑफ ऑल ऑफ अस."

"ओ. के. ऑल दि बेस्ट."

डॉ. साठे पुन्हा एकदा शर्मिलीला तपासून निघून गेले. त्या वेळी डॉ. पाळंदे काहीसे विचारात गढून गेले. कदाचित ते भविष्यात घडू पाहणाऱ्या गोष्टींचा वेध घेत असावेत.

त्यांनी पुन्हा जोडप्याशी सुसंवाद साधला. बाळाला पाहिलं होतं. प्रगती अतिशय उत्तम होती. शर्मिली व किशोर कवाडे यांच्या आदरयुक्त आभाराचा स्वीकार करीत ते आपल्या केबिनमध्ये परतले होते.

निसर्गाने जन्मत:च अन्याय केलेल्या या जोडप्याला, डॉ. पाळंदेंनी निसर्गातच ढवळाढवळ करून नैसर्गिक न्याय मिळवून दिला होता. डॉ. पाळंदेंचे शतश: आभार मानून किशोर व शर्मिली दांपत्य आपल्या गावी परतले. त्या वेळी हसणारं ते गोंडस व गुटगुटीत बाळ डॉ. पाळंदेंच्या डोळ्यासमोर खूप काळ रेंगाळत राहिलं. एखाद्याने पेनल्टी शूटआउटमध्ये केलेल्या गोलप्रमाणे.

काळ पुढे सरकत होता पण परिस्थिती तशीच होती. दर चार वर्षांनी येणाऱ्या फुटबॉल विश्वचषकाच्या वेळी डॉ. पाळंदे एक महिना सुट्टी घेत असत व खेळाचा आनंद लुटत. प्रत्येक वेळी ते भारताचा सहभाग न पाहून अंतर्मुख होत होते. व्यथित व अस्वस्थ होत होते. भारतीय क्षितिजावर असा एकही खेळाडू उगवला नव्हता का? पण डॉ. पाळंदे आशावादी होते.

पंधरा वर्षांचा काळ उलटून गेला होता. डॉ. पाळंदेंच्या बऱ्याच घटना विस्मृतीत अथवा धूसर झाल्या होत्या. आशावाद मात्र संपला नव्हता. या पार्श्वभूमीवर भारतीय फुटबॉल क्षितिजावर एक नाव धिम्या गतीनं अधोरेखित होत होतं आणि हळूहळू तळपू लागलं होतं. खूप लहान वयातच त्या नावाला वलय प्राप्त होऊ लागलं होतं. ते नाव होतं प्रतीक कवाडे.

कवाडे नाव ऐकताच डॉ. पाळंदेंच्या गतस्मृती जाग्या झाल्या होत्या. पंधरा वर्षांपूर्वी केलेला प्रयोग त्यांना आठवून गेला. त्यांना कमालीचा आनंद झाला. मध्ये बरीच वर्ष गेल्याने ते हा प्रयोग विसरूनच गेले होते. दरम्यानच्या काळात त्यांनी विविध प्रयोग करून मानवी जनुकांनाच हात घातला होता. अतिसूक्ष्म पातळीवर त्यांनी माहिती गोळा केली होती. जनुकीय अभियांत्रिकीत त्यांचं आंतरराष्ट्रीय पातळीवरही आदरानं नाव घेतलं जात होतं. विविध सन्मान त्यांना मिळाले होते. या अतिशय व्यग्र काळात हा प्राथमिक प्रयोग मात्र त्यांच्या विस्मृतीत गेला होता. काही हेतू ठेवून

त्या वेळी एक नकळत प्रयोगही केला होता, हे त्यांना प्रतीकचं छायाचित्र पाहिल्यानंतर आठवलं होतं. तरीही त्यांना खात्री करून घ्यायची होती.

डॉ. पाळंदेंनी स्वत: प्रतीकच्या आईवडिलांना भेटून खात्री करून घेतली. प्रतीकची भेट होऊ शकली नाही. कारण वयाच्या दहाव्या वर्षीच, फुटबॉलच्या राष्ट्रीय स्पर्धेत त्याची अप्रतिम कामगिरी बघून कोलकात्याच्या एका प्रतिष्ठित फुटबॉल क्लबने त्याला आपल्या संघात स्थान दिलं होतं. योग्य मार्गदर्शनामुळे त्याच्या खेळात लक्षणीय सुधारणा झाली होती. अनेक स्पर्धा त्याने लहान वयात गाजवल्या होत्या आणि आता वयाच्या पंधराव्या वर्षीच भारतीय संघाकडून खेळण्यासाठी त्याची निवड झाली होती. त्यासाठी कोलकातातील भारतीय फुटबॉल संघाच्या सराव शिबिरात तो दाखल झाला होता. बायचुंग भुटिया हा भारताचा माजी खेळाडू व आताचा प्रशिक्षक एका कार्यक्रमानिमित्त महाराष्ट्रात आला होता. तेव्हा एका स्पर्धेतील प्रतीकचा नैसर्गिक खेळ, त्याची चपळता, त्याचा वेग, सावज टिपण्यासाठीची नजर हे सर्व त्याला भावलं होतं. फुटबॉल गोलरक्षकासाठी या गोष्टी लागत असल्याचं त्याच्या लक्षात आलं. त्या वेळी भुटिया प्रतीकच्या आईवडिलांना भेटला. त्याच्यातील नैसर्गिक गुणांची त्यानं प्रशंसा केली आणि भारतीय फुटबॉल संघाच्या शिबिरात दाखल होण्याचा प्रस्ताव दिला होता. त्यांनी लगेच तो मान्य केला. तेव्हा भुटिया प्रतीकला आपल्या सोबतच घेऊन गेला. भारतीय क्षितिजावर प्रतीक नावाचा तारा आता हळूहळू तळपू लागला होता. त्याला साथ होती बायचुंग भुटियासारख्या तितक्याच जिद्दी प्रशिक्षकाची!

डॉ. पाळंदेंना पंधरा वर्षांपूर्वीचा भुटियाचा भावुक चेहरा आठवून गेला. एक जिद्दी प्रशिक्षक प्रतीकला योग्य वेळी मिळाला होता हेच खरं. कुणाच्याही खिजगणतीत नसलेला भारताचा फुटबॉल संघ एक 'ब्लॅक हॉर्स' म्हणून न भूतो न भविष्यति अशी मुसंडी येत्या विश्वचषकात मारेल, असा आशावाद भारतातील फक्त डॉ. पाळंदेंच्या मनात बळावत नव्हता, तर प्रशिक्षक भुटियांच्या मनातही हे स्वप्न तरंगलं होतं.

प्रतीकच्या प्रत्येक प्रगतीवर व बातम्यांवर डॉ. पाळंदेंचं लक्ष होतं. भारताच्या फुटबॉल संघाचा मुख्य गोलरक्षक म्हणून प्रतीक पुढे येऊ लागला होता. त्याच वेळी भुटियांनी आक्रमण व बचावफळीही तयार करण्याचं काम सुरू केलं. प्रत्येक खेळाडूत जिद्द व ईर्षा निर्माण करण्याचा त्यांचा प्रयत्न होता. त्यांच्या तालमीत प्रत्येक खेळाडू तावून सुलाखून निघत होता. देशासाठी जीव तोडून कसं खेळावं, याचं बाळकडूच ते देत होते. यासाठी १८ ते२२ या वयोगटातील खेळाडू त्यांनी निवडले होते. प्रतीक हा एकटाच खेळाडू वयानं लहान होता. जगातला तो सर्वांत लहान गोलरक्षक होता. प्रशिक्षक भुटियांची मदार मात्र प्रतीकवरच होती. भारतासाठी तो करिश्मा करून दाखवेल याची त्यांना आता खात्री वाटू लागली. म्हणून पुढल्या

वर्षीचा विश्वचषक भारतासाठी महत्त्वपूर्ण ठरणार होता. हळूहळू भारतात या वर्षीच्या फुटबॉल संघाची चर्चा होऊ लागली. लेख लिहिले जाऊ लागले. प्रामुख्याने प्रतीकचं नाव व त्याच्या खेळाच्या विश्लेषणाविषयी त्यात लिहिलेलं असायचं. त्यानं डॉ. पाळंदे आनंदित होत असत. डॉ. पाळंदेंनी आता साठी ओलांडली होती. त्यांचा उत्साह अजूनही पंचवीस वर्षांपूर्वीचाच होता. या वेळचा विश्वचषक अविस्मरणीय होणार यात त्यांना शंकाच नव्हती. प्रतीकचा खेळ त्यांनी अजूनही पाहिला नव्हता पण गोलजाळ्यात रक्षकाचं काम तो कसा करीत असेल, याचा त्यांनी अंदाज केला. त्याच्या रूपानं त्या जाळ्यात भिंतच उभी राहणार होती.

फ्रान्समधील विश्वचषकाचं वारं जोरात वाहू लागलं. प्रत्येक देशातील प्रेक्षक मरगळ झटकून उभा राहिला. जसजसा जून महिना येऊ लागला, तसतसं वातावरण तापू लागलं. त्यातच एक आशावादी बातमी येऊ धडकली. फुटबॉलच्या इतिहासात भारत प्रथमच विश्वचषकासाठी पात्र झाला होता. त्यानं बादफेरीत प्रवेश केला होता.

यामुळे भारतीयांच्या उत्साहाला उधाण आलं. प्रथमच पात्र झाल्यानं या वेळी भारतीय प्रेक्षकही मोठ्या संख्येने हजर राहणार होते. आतापासूनच असंख्य भारतीयांनी फ्रान्सला जाण्याची तयारी केली होती. डॉ. पाळंदे मात्र घरातच बसून प्रत्येक सामन्याचा आनंद लुटणार होते. या वेळी कुठल्याही संघाला पाठिंबा देण्याचा प्रश्नच उरला नव्हता. कारण त्यांचा देशच विश्वचषकात सामील झाला होता. जून महिना लागताच भारतीय वातावरणही विश्वचषकमय झालं होतं.

२०२२ च्या फुटबॉल विश्वचषकाचं दिमाखदार उद्घाटन फ्रान्सच्या अध्यक्षांच्या हस्ते झालं. प्रत्येक गटसाखळीतील सामन्यांना सुरुवात झाली. भारत चौथ्या गटसाखळीत खेळत होता आणि पहिलाच सामना कॅमेरून या देशाशी होता. प्रत्येक गटात एकूण आठ देश खेळत होते. इंग्लंडसारखे मातब्बर संघ भारतीय गटात होते.

पहिला सामना चुरशीचा होऊन भारत आश्चर्यकारकरीत्या जिंकला होता. १-० अशी ही लढत भारताने जिंकली. प्रतीकने एकही गोल स्वीकारला नव्हता. भारतीयांच्या आशा पल्लवित झाल्या. गटातील प्रत्येक सामना भारताने हळूहळू खिशात घातला. आठपैकी दोनच संघ उपांत्यपूर्व फेरीत दाखल झाले. भारत गटसाखळीत अव्वल आल्याने, जगाची बोटं तोंडात गेली होती. भारताने आश्चर्यकारक मुसंडी मारली होती. कॅमेरून वगळता सर्वच सामने पेनल्टी शूटआउटमध्ये गेले होते. गोलरक्षक म्हणून प्रतीकचा खेळ प्रत्येकाच्याच लक्षात आला. त्याने आपल्या चपळाईने साऱ्या जगाचं लक्ष वेधून घेतलं. त्याच्या हालचाली कमालीच्या वेगवान होत होत्या. प्रतिस्पर्ध्याला तो नामोहरम करून सोडत होता. त्याच्या रूपाने प्रतिस्पर्ध्याला तेथे भिंतच दिसत होती. डॉ. पाळंदेंनीही प्रतीकचा डोळ्यांची पारणं फेडणारा खेळ पाहिला होता. अतिशय सुरेख! त्याला भेदून जाणं आता कुठल्याही संघाला अशक्य

आहे, असंच त्यांना वाटलं. कारण प्रतीकनं अजून तरी एकही गोल स्वीकारला नव्हता आणि आता तशी शक्यताही दिसत नव्हती. त्यांच्या चेहऱ्यावर स्मितरेषा झळकून गेल्या.

आठ देशांमधल्या मातब्बर संघातील उपांत्यपूर्व सामने अतिशय दर्जेदार व वेगवान झाले. त्यात भारताने उपांत्य फेरीत मुसंडी मारलेली पाहून साऱ्या जगाचेच डोळे व भुवया उंचावल्या होत्या. फ्रान्स, जर्मनी, इटली, पोर्तुगाल, इंग्लंड, घाना, ब्राझील आणि भारत. यांच्यातून घाना, इंग्लंड, जर्मनी व पोर्तुगाल हे मागे पडले होते. फायनल प्रवेशासाठी भारत व इटली यांच्या दरम्यान सामना होता व शेवटी ब्राझील व फ्रान्स यांच्यामधील विजेत्याशी त्यांचा सामना होणार होता.

एव्हाना भारतीय तरुण गोलरक्षक प्रतीक कवाडेकडे सर्वांचं लक्ष लागून राहिलं होतं. मातब्बर खेळाडूंनी त्याच्या खेळाने तोंडात बोटं घातली होती. काही अशक्यप्राय गोल त्याने शिताफीने अडवून टाकले होते. 'फिफा' या फुटबॉल संघटनेच्या पदाधिकाऱ्याचंही लक्ष त्याने आपल्याकडे वेधून घेतलं होतं. नैसर्गिक आविष्कारच त्यांना पाहायला मिळत होता. आक्रमक फळी कितीही चपळ असली तरी प्रतीकला भेदून चेंडू जाऊच शकत नव्हता. प्रतिस्पर्धी हैराण झाले होते.

प्रतीकच्या खेळाने प्रशिक्षक भुटिया आनंदित झाले. नैसर्गिक देणगी लाभलेला प्रतीक त्यांना आधीच माहीत होता. कुठल्याही देशाला आता भारतीय गोलरक्षक भेदणं अशक्य आहे, याची त्यांना जाणीव झाली. भुटिया प्रत्येक वेळी आपल्या खेळाडूंना कमालीचे प्रोत्साहित करीत होते. भारताचंच नव्हे तर साऱ्या जगाचं लक्ष प्रतीकवर लागलं. एकही भारतीय सामना चुकवीत नव्हता. शंभर कोटी भारतीय सामन्यागणिक श्वास रोखून धरत होते.

शेवटी इटलीला पेनल्टी शूटआउटमध्येच हरवून भारताने अंतिम फेरीत प्रवेश केला. फुटबॉलच्या इतिहासात आतापर्यंत असं कधीच झालं नव्हतं. फुटबॉलमध्ये आधी कधीच कुठेही नसलेला एक संघ नवा इतिहास घडवत होता. इतर संघांसाठी भारताचा प्रत्येक विजय हा विस्मयकारक होता. थोडासा गोंधळातच टाकणारा होता आणि अंतिम फेरीत त्यांची गाठ गतकाळच्या विजेत्या ब्राझीलशी होती. अंतिम सामनाच जिंकणं आता बाकी होतं मग भारत जगज्जेता होता. बहुतेक भारतीयांनी या सामन्यासाठी सुटी घेतली होती व ते टीव्हीसमोर ठाण मांडून बसले होते. भारत आयुष्यात प्रथमच अंतिम फेरीत व जगज्जेता होण्याच्या दृष्टीने प्रयत्न करणार होता. साऱ्या भारतीयांची मदार प्रतीक या गोलरक्षकावर होती. तोच भारताला जगज्जेतेपद मिळवून देणार होता का, हे येऊ घातलेला काळच सांगणार होता.

फ्रान्सच्या अध्यक्षांच्या उपस्थितीत ओळख परेड होऊन, ब्राझील व भारतादरम्यान अंतिम सामन्याला सुरुवात झाली होती. एक एक क्षण पुढे सरकत होता. ब्राझीलचे

भेदक आक्रमण भारतीय बचाव फळी सहज भेदून जात होते, पण गोल करण्याचे प्रयत्न प्रतीक हाणून पाडीत होता. प्रतीकची प्रत्येक हालचाल डोळ्यात साठवून ठेवण्याजोगी होती. भारतीयांनी क्वचितच ब्राझीलची बचाव फळी भेदली होती. तरीही भारतीय खेळाडू जीवाचं रान करीत होते. सारं विश्व हा संग्राम पाहत होता. डॉ. पाळंदेही प्रतीकच्या सूक्ष्म हालचाली पाहून थक्क झाले.

ब्राझीलचा मुख्य स्ट्रायकर ज्युनिअर रोनाल्डिनोच्या पायात बॉल होता. भारतीयांना चकवत बचाव फळी भेदून, तो पेनल्टी एरियामध्ये वेगाने दाखल झाला. त्याचा बचाव करायला तेथे कुणीही नव्हतं. रोनाल्डिनो आणि प्रतीक दोघंही समोरासमोर होते. रोनाल्डिनो जगातला उत्कृष्ट फुटबॉलपटू होता. साऱ्या जगाचेच श्वास रोखले गेले होते. डॉ. पाळंदे खुर्चीतून उठून उभे राहिले. प्रतीकची खरी कसोटी आता होती. एवढ्या मोठ्या गोलपोस्टचं रक्षण तो कसा करणार होता. ब्राझीलचा रोनाल्डिनो गोल करणार, हे शंभर टक्के गृहीत धरलं गेलं. रोनाल्डिनोने जीवाच्या आकांताने प्रतीकला चकवत डाव्या बाजूच्या गोल स्पॉटकडे चेंडू मारला. प्रतीक विरुद्ध बाजूला होता. चेंडू आता जाळ्यात जाणार, तेवढ्यात विजेच्या वेगानं प्रतीकने कोलांडी उडी मारीत चेंडू जाळ्याबाहेर ढकलला. स्टेडियममधले सारे प्रेक्षक थक्क झाले. कुठलाही मानव करणार नाही अशी कृती प्रतीकने केली होती. भारतात तर जल्लोष झाला. रोनाल्डिनो काही क्षण तसाच आश्चर्याने उभा होता, अविश्वासाने पाहत. यापेक्षा अजून काय प्रयत्न करायचे, हा त्याचा आविर्भाव होता.

त्या अत्युच्च क्षणाला डॉ. पाळंदे पुन्हा खुर्चीत बसले. प्रतीकमध्ये तंतोतंत माकडाची चपळता व कोळ्याची लवचीकता आली होती. जगातला कुठलाही फुटबॉलपटू आता प्रतीकला भेदूच शकणार नाही, याची त्यांना खात्रीच झाली होती.

ब्राझीलचे खेळाडू जीव ओतून प्रयत्न करीत होते. आताशी त्यांचा संयम तुटून ते धक्काबुक्कीवर येऊ लागले, पण भारतीय खेळाडू अतिशय संयमाने खेळत होते. प्रतीकवर सर्वांचाच विश्वास होता, कारण भारताने आजपर्यंत एकही गोल स्वीकारलेला नव्हता. फुटबॉल विश्वातला हा विक्रम होता.

शेवटी अतिरिक्त वेळ टळून, खेळ पेनल्टी शूटआउटमध्ये येऊन दाखल झाला. या वेळी स्टेडियममधल्या प्रेक्षकांचीच नव्हे, तर भारतीयांचीही हृदयं धडधडत होती. भारत अगदीच विश्वचषकाजवळ येऊन ठेपला होता. काही क्षणांच्या अंतरावर. साऱ्या भारतीयांच्या आशा प्रतीकवरच होत्या. ब्राझीलचा पहिला गोल प्रतीकने सहज अडवला तर भारताचाही अडवला गेला. प्रतीक ब्राझीलचा प्रत्येक गोल हाणून पाडीत होता. तिसरा गोल तर त्याने सूर मारून अडवला. बऱ्याच जणांना तो सूर त्यानं कधी मारला हेच कळलं नाही. ब्राझीलचे खेळाडू त्याच्यापुढे हतबल झाले. शेवटी भारतीय कप्तानाने किक मारताच चेंडू ब्राझीलच्या गोलरक्षकाला चकवत

जाळ्यात गेला आणि एकच कल्लोळ उठला. भारत विश्वचषक जिंकला होता.

प्रशिक्षक भुटिया व इतर खेळाडू बेभानपणे प्रतीककडे धावले होते. त्याला बिलगून खेळाडू अक्षरश: ढसाढसा रडले. त्या वेळी सारं स्टेडियम उभं राहून टाळ्यांच्या गजरात प्रतीकला अभिवादन करत होतं.

भारतात तर जल्लोष झाला. फटाक्यांची आतषबाजी झाली. शंभर कोटी लोक रस्त्यावर येऊन अक्षरश: दिवाळी साजरी करीत होते. प्रतीक खऱ्या अर्थाने हिरो झाला. केवळ त्याच्यामुळेच भारताला विश्वचषक मिळाला होता. एकही गाव अथवा शहर असं नव्हतं जिथे हा विजय साजरा होत नव्हता. ज्यांना फुटबॉल कळत नव्हता तेही सामील झाले होते. हे पाहून डॉ. पाळंदेंच्या डोळ्यातून आनंदाश्रू वाहत होते. राष्ट्रपती, पंतप्रधान, सभापती, मंत्रिमंडळ व राजकीय पुढाऱ्यांनी सामनावीरांचं व विशेषत: प्रतीकचं अभिनंदन केलं. बक्षीसांची खैरात होत होती. फटाके व लेझर रोषणाईच्या साक्षीने भारताला विश्वचषक बहाल करण्यात आला. या क्षणाचा प्रत्येक भारतीय साक्षीदार होता. डॉ. पाळंदेही हा क्षण डोळ्यांत साठवून ठेवीत होते. वीस वर्षांपूर्वी हिणवलेला त्यांचा भारत आज अजिंक्य ठरला होता. प्रतीकच्या नावावर बरीच बक्षिसं जमा झाली होती.

'फिफा' च्या अध्यक्षांनी त्यांच्या भाषणातही प्रतीकचं विशेष कौतुक करून, त्याच्या नैसर्गिक खेळाची स्तुती केली. भारताला विजय केवळ त्याच्यामुळेच मिळाला, हेही नमूद केलं. त्याच वेळी फुटबॉलसाठी प्रतीक एक रोल मॉडेल असून, निसर्गाला पडलेलं कोडं आहे. त्याच्या शरीरातील लवचीकता व चपळता सर्वसामान्य मानवी मेंदूच्या कल्पनेपलीकडली आहे. म्हणून 'फिफा' ने नैसर्गिक देणगी लाभलेल्या प्रतीकचा अभ्यास करण्याचं ठरवलेलं आहे.

त्यांच्या या वाक्यानं डॉ. पाळंदे दचकले. पुढचं भाषण ते ऐकूच शकले नाहीत. त्यांच्या डोक्यात विचारचक्रं सुरू झाली. त्याने ते जास्तच अस्वस्थ झाले. बाहेर फटाक्यांची आतषबाजी अजूनही होतच होती. प्रतीकचा अभ्यास झाला तर त्याच्या जनुकांचाही अभ्यास शास्त्रज्ञ करतीलच, याची त्यांना खात्री होती. जर का असं झालं तर... वीस वर्षांपूर्वी त्यांनी केलेला प्रयोग उघडकीस येणार होता. माकडाची चपळता असणारी जनुकं व कोळ्यांची लवचीकता निर्माण करणारं रेशीम धाग्याचं जनुक डॉ. पाळंदेंनी शोधलं होतं आणि भारताला फुटबॉलमध्ये अजिंक्यपद मिळवून देण्याच्या ईर्ष्येने नकळत किशोर व शर्मिली या दांपत्याच्या स्त्री व पुंबीजांच्या पेशीकेंद्र व आवर्तनात ही जनुकं रोपित केली होती. प्रतीकचा जन्म याच दाम्पत्याच्या पोटी झाला होता. हा फक्त एक अभिनव प्रयोग होता आणि तो यशस्वीही झाला होता.

पण डॉ. पाळंदे 'फिफा'च्या अध्यक्षांच्या शेवटच्या वाक्याने कमालीचे अस्वस्थ

झाले. जर का ही जनुकं प्रतीकमधून आताच्या शास्त्रज्ञांनी शोधून काढली तर त्याचा सर्रास वापर केला जाणार होता. कुणीही निसर्गात ढवळाढवळ करून देशाला हवा तसा खेळाडू निर्माण केला असता. सशक्त अशा खेळाडूंचीच निर्मिती होणार होती आणि मग कुठल्याही नैसर्गिक खेळाला अर्थच उरणार नव्हता. प्रयोगाच्या धुंदीत ही बाजू डॉ. पाळंदेंनी कधीच लक्षात घेतली नव्हती. आता त्यांच्या लक्षात आल्याने ते अस्वस्थ झाले. निसर्गात ढवळाढवळ करण्याचे परिणाम त्यांच्या डोळ्यापुढे येत होते. त्याने त्यांची जास्तच चलबिचल होऊ लागली. काहीतरी करणं गरजेचं होतं पण या क्षणी त्यांच्या हातात काहीच नव्हतं.

अजूनही बाहेर आतषबाजी चालूच होती. घणाघाती आवाज डॉ. पाळंदेंच्या डोक्यात प्रहार करीत होते. त्यांनी झोपण्याचा प्रयत्न केला पण विचार झोपू देत नव्हते. तळमळतच कधीतरी त्यांना डुलकी आली.

सूर्यकिरणाची एक तिरीप त्यांच्या डोळ्यावर येऊन पडली, तसे ते अनिच्छेनेच उठले. आज त्यांना उठावंसंच वाटत नव्हतं. मन मरगळलेलं व देह जड झाला होता. त्यांनी तोंडावर पाण्याचा शिपका मारला व येऊन पडलेलं सकाळचं वर्तमानपत्र हाती घेतलं. मुख्य पानावरील ठळक अक्षरं व छायाचित्र पाहून ते जागच्या जागी थिजले. कशाचातरी आधार घेत ते खुर्चीत स्थिरावले. पुन्हा त्या बातमीवर त्यांनी नजर टाकली. 'भारतीय फुटबॉलच्या अजिंक्य संघाला नेणाऱ्या विमानाला भीषण अपघात. कुणीही जिवंत असण्याची शक्यता नाही.' डॉ. पाळंदे स्तब्ध व सुन्न झाले. प्रतीकच्या छबीने नकळत त्यांच्या डोळ्यातून अश्रू ओघळले. त्यांनी टीव्ही सुरू केला.

जगभर या अपघाताच्या प्रतिक्रिया उमटत होत्या. भारत तर शोकसागरात बुडाला होता. चाहते अक्षरशः रडत होते. प्रत्येकाच्या घरातली व्यक्ती गेल्याची भावना उमटत होती. पंतप्रधानांनी तीन दिवसांचा दुखवटा जाहीर केला होता. टीव्हीवर प्रतीकचं छायाचित्र छातीशी कवटाळून आक्रोश करणारे चाहते सतत दाखवले जात होते. एका चाहत्याच्या हातातील प्रतीकच्या छायाचित्राकडे डॉ. पाळंदे सुन्नपणे पाहत होते.

त्यांचा प्रयोग यशस्वी होऊन अंतर्धान पावला होता. निसर्गाने शेवटी समतोल साधला होता. प्रतीकचं जनुकीय गुपित निसर्गानं आपल्या उदरात दडवून ठेवलं. त्यामुळेच डॉ. पाळंदेंचं अस्वस्थ मन काहीसं शांत झालं. भारताला विश्वचषक मिळवून देण्यापुरतंच डॉ. पाळंदेंच्या प्रयोगाचं अस्तित्व राहिलं होतं. आता यापुढे निसर्गात ढवळाढवळ करण्याचे प्रयोग ते करणार नव्हते. नक्कीच करणार नव्हते.

◆

विचारवहन

दुपारची वेळ होती. उन्हाळ्याचे दिवस असल्याने ऊन बऱ्यापैकी तापत होतं. रस्त्यावर वाहतूक तुरळकच होती. औंधगावच्या मेन रस्त्यालगतच्या पोलीस स्टेशनातही तशी शांतताच होती. चार-पाच भुरटे चोर तेवढे बंदिस्त होते. एकूण वातावरण निवांत होतं. इ. किशोर कदम मात्र एका घडलेल्या केसची फाईल उघडून विचारमग्न अवस्थेत बसले होते. इ. कदम नावाप्रमाणेच होते. वय तीस, पिळदार शरीर, चेहऱ्याला शोभून दिसणारी मिसरुडं, सावळा रंग आणि आकर्षक व्यक्तिमत्त्व. त्यांचा एका लाथेचा प्रहार म्हणजे गुन्हेगाराला ब्रम्हांड आठवत असे, म्हणूनच ते त्यांच्या नावाच्या आद्याक्षरांनुसार 'किक' म्हणून प्रसिद्ध होते. कॉलेज जीवनात व त्यांच्या वरिष्ठ अधिकाऱ्यांच्या गोतावळ्यात ते 'इ. किक' म्हणून प्रसिद्ध होते.

केसची गुंतागुंत पाहून त्यांच्याही डोळ्यावर झापड येऊ पाहत होती. वातावरणात सुस्ती असल्याने ते मध्येच एक प्रदीर्घ जांभई देत होते. डोळ्यावरची झोपेची झापड घालविण्यासाठी इ. कदम उठले व शेजारीच पाण्यानं भरलेला प्याला उचलून तोंडावर शिपका मारला. चेहरा खसाखसा पुसून पुन्हा आसनस्थ झाले. आता त्यांना थोडं फ्रेश वाटत होतं आणि केसमधील गुंतागुंतीचे जाळेही सुटायला लागले, असे वाटत असताना ते स्वतः त्या जाळ्यात अडकत चालले होते. तेवढ्यात आवाज आला,

"आत येऊ का?"

बराच वेळ वाचण्यात गुंग असलेल्या इ. कदमना प्रथम आत कोणी आलं, याची जाणीवच झाली नाही. आवाज ऐकताच ते विचारतंद्रीतून बाहेर आले. त्यांनी वर पाहिलं. समोर हाडकुळं शरीर, धारदार नाक, पाणीदार डोळे, विस्तीर्ण कपाळ, गोरा रंग, डोळ्यांवर चश्मा, पांढरे व काळे केसमिश्रित दाढी, साधारण पन्नाशीतला गृहस्थ उभा होता. चेहरा तसा गंभीर पण स्मित करत असलेल्या प्रयत्नात. त्यामुळे अधिकच गंभीर चेहरा दिसत असलेला. त्यांच्या व्यक्तिमत्त्वाला गूढतेचं वलय होतं. इ. कदम हातातली फाईल टेबलावर ठेवत म्हणाले,

“यस मिस्टर.”

अधीरतेने आपला हात पुढे करीत तो इसम म्हणाला,

“मी डॉ. अरुण बनकर. विद्यापीठात असतो. तसा राहायला मी औंध परिक्षेत्रातच आहे.”

विद्यापीठाचं नाव ऐकताच इ. कदम उठून उभे राहिले व हातात हात मिळवीत खुर्चीकडे निर्देश करीत म्हणाले,

“मी कदम. बसा ना सर!”

इ. कदमना इतर क्षेत्रातील प्रत्येक व्यक्तींची जाण होती व त्यांच्याविषयी आदर होता. विद्यापीठाचं नाव काढताच काही सहपाठींची त्यांना आठवण झाली. डॉ. बनकर शेजारचीच एक खुर्ची ओढत स्थानापन्न होत म्हणाले,

“माहितेय मला इन्स्पेक्टर. शहरात तुम्ही कदमऐवजी इ. किक म्हणून प्रसिद्ध आहात.”

इ. कदमनी यावर आश्चर्य व्यक्त केलं. प्रथमच त्यांना आपल्या टोपण नावाच्या प्रसाराची जाणीव झाली. स्मित करत ते उत्तरले,

“थँक्स फॉर दि कॉम्प्लिमेंटस. बरं आपण कुठल्या विभागात असता?”

“इलेक्ट्रॉनिक शास्त्र विभागात.”

“काय? इलेक्ट्रॉनिक शास्त्र विभागात?”

इ. कदम उत्साहात उत्तरले. कारण त्यांचा एक मित्र विद्यापीठाच्या भौतिकशास्त्र विभागात होता पण या वेळी त्याचा नामोल्लेख टाळत ते पुढे म्हणाले,

“बरं काय काम काढलं होतं सर तुम्ही!”

“काम नव्हे, एक रिटन कम्प्लेंट मला द्यायची होती.” डॉ. बनकर थोडेसे गंभीर होत म्हणाले.

“कम्प्लेंट?” शास्त्रज्ञांनाही पोलिसांकडे तक्रार करायची असते, याचं हसू इ. कदमना आलं. पण ते चेहऱ्यावर न दर्शविता पुढे म्हणाले, “कसली? काही चोरीला वगैरे गेलं का?”

“नाही. तसं काहीही नाही, पण त्यापेक्षाही भयंकर अशी तक्रार आहे.” डॉ. बनकर कोड्यातच बोलत होते, शिवाय त्यांचा चेहरा पूर्वीपेक्षाही गंभीर व व्यथित दिसत होता आणि गूढही.

“कुठली? अगदी मनात कुठलीही भीती न ठेवता सांगा.” इ. कदमांनी दिलासा देत म्हटले.

डॉ. बनकर थोडेसे चुळबुळले. अजूनच अस्वस्थता त्यांच्या चेहऱ्यावर उमटली. कारण त्यांच्या मनात अजूनही द्वंद्व सुरू असावं. शेवटी ते अगतिकतेने म्हणाले,

“इन्स्पेक्टर, परवा रात्री साधारण आठच्या सुमारास माझी हत्या करण्यात

येणार आहे.''

''काय? हत्या?'' इ. कदम उडालेच. डॉ.बनकर स्वतःच्या हत्येविषयी सहजपणे बोलत असलेले पाहून इ. कदम आश्चर्यचकित झाले.

इ. कदमना प्रथम काय बोलावं ते काहीच सुचलं नाही. कारण एखादी व्यक्ती वेळ, काळ, दिवसासकट आपल्या होणाऱ्या मृत्यूविषयी सांगते, तेव्हा समोरच्यांची प्रतिक्रिया काय असू शकेल? नेमकी तीच स्थिती इ.कदमची होती. इ.कदम अविश्वासाने म्हणाले,

''पण डॉ. बनकर तुम्हाला हे कळलं कसं? अगदी दिवस, वेळेसहित?''

''कसं कळलं हा मुद्दा सध्या गौण आहे इन्स्पेक्टर. फर्स्ट ऑफ ऑल, युवर प्रायॉरिटी इज टू सेव्ह माय लाईफ, प्लीज.'' डॉ. बनकर इ. कदमना जाणीव करून देतच काकुळतीने विनवित होते.

''शुअर डॉ. बनकर, आमचं ते कर्तव्यच आहे पण तुमची हत्या कोण करू पाहतंय याची माहिती आम्हाला हवीय. कुणी तुमला धमकी वगैरे दिलीय का?'' इ. कदमनी विचारले.

''नाही.'' डॉ. बनकर ठामपणे म्हणाले.

''मग कुणी पत्र पाठवलं का? किंवा तुमचा कुणावर संशय आहे का?'' इ. कदम पिच्छा पुरवित म्हणाले होते.

''नाही तसं नाही. तसा संशय मी कुणावरही घेऊ शकत नाही.'' डॉ. बनकर निर्विकारपणे उत्तरले.

''मग तुम्ही हे ठामपणे कसं सांगू शकता डॉ. बनकर?'' इ. कदम थोड्या वैतागाने म्हणाले, ''जर का तुम्ही साहाय्य करू शकत नाहीत, तर हाऊ कॅन वुई सेव्ह यू?''

''ते तुम्हाला करावंच लागेल इन्स्पेक्टर. अजूनही मी तेवढ्याच ठामपणे सांगू शकतो की, परवा माझी हत्या करण्याची योजना आहे.'' डॉ. बनकर पुन्हा कोड्यात बोलत होते.

''पण कशाच्या आधारावर?''

''सध्या आधार काहीच नाही इन्स्पेक्टर. फक्त माझ्यावर विश्वास ठेवा. प्लीज! ओन्ली यू कॅन हेल्प मी अँड सेव्ह माय लाइफ.''

आता इ. कदम अस्वस्थ झाले. डॉ. बनकरांशी कसं बोलावं त्यांना सुचत नव्हतं. विश्वास ठेवावा की नाही हेही कळत नव्हतं. त्यांनी ओझरतंच डॉ. बनकरांकडे पाहिलं. पूर्वीपेक्षा त्यांचा चेहरा इ. कदमना अधिकच गूढ व रहस्यमय भासला. त्यांचे पाणीदार डोळे अधिकच बटबटीत दिसत होते. क्षणभरच इ. कदमच्या मनात विचारांचे तरंग उठले.

'डॉ. बनकर वेडे तर नाहीत?'

तत्काळ डॉ. बनकर उत्तरले,

"इ. किक तुम्ही विचार करत आहात तसा मी वेडा नाहीये. प्लीज बिलिव्ह मी. मी जे सांगतो आहे ते खरं आहे."

इ. कदम या वाक्याने चांगलेच चपापले. आपल्या मनात आले ते यांना कसे कळले? ते गडबडून सावरीत म्हणाले,

"तसं मी कुठं म्हटलं डॉ. बनकर?"

"बोलला नाहीत इ. कदम पण तसा विचार केलात. मला कळलंय ते!"

"काय?" इ. कदम पुन्हा आश्चर्यचकित झाले.

"होय, मला हे कळू शकतं, म्हणून मी तुम्हाला एवढीच विनंती करतो की, परवा तुम्ही मला मदत करा आणि या प्रसंगातून बाहेर काढा."

इ. कदमनी यावेळी डॉ. बनकरांविषयी कुठले नकारात्मक विचार येऊ दिले नाहीत. डॉ. बनकर आता त्यांना जास्तच गूढ वाटायला लागले होते. तरी इ. कदम पाठपुरावा करत म्हणाले,

"डॉ. बनकर तुम्हाला जी माणसं मारणार आहेत त्यांची नावे तुम्हाला ठाऊक आहेत?"

"होय."

"मला तुम्ही का नाही सांगत? शेवटी तुमच्याच जीवाचा प्रश्न आहे." इ. कदम कसोशीने प्रयत्न करत होते.

"मान्य आहे, पण तरीही मी तुम्हाला सांगू शकत नाही. जर का सांगितलं तर ते अलर्ट होतील आणि माझ्या संशोधनाला मिळालेल्या परिणामांनाही प्रश्नचिन्ह लागेल." डॉ. बनकर थोडे खुलत म्हणाले.

"संशोधन?" इ. कदम न समजून उत्तरले.

"होय. इ. कदम. मी केलेल्या संशोधनातूनच हे परिणाम मला मिळालेले आहेत असे हवे तर समजा." डॉ. बनकरनी विस्तार करत सांगितले.

"कुठलं संशोधन आणि कुठले परिणाम?" इ. कदमचा सहज प्रश्न.

"मी ते सांगू शकत नाही पण त्या संशोधनाचे परिणाम मी आधीच सांगितले. इ. कदम म्हणूनच मी इथे आलो. परवा रात्री आठच्या सुमारास माझी हत्या केली जाईल. हेच ते परिणाम आणि हो जर का तुम्ही माझे प्राण वाचवले तर तुम्हाला त्या संशोधनाविषयी मी जरूर सांगीन. ते अतिशय क्रांतिकारी आहे, मानवासाठी." डॉ. बनकर थोड्या रिलॅक्स मूडमध्ये आले होते.

इ. कदम नुसतेच स्तब्ध बसले होते. डॉ. बनकरांकडे अर्थपूर्ण पाहत विचार करत होते. त्यांचा अजूनही विश्वास बसत नव्हता. डॉ. बनकरांचं वागणं त्यांना

विचित्र व तेवढच असुसंगत वाटत होतं. विश्वास ठेवावा असं काही दिसत नव्हतं, म्हणून ते कुठल्याही निर्णयाप्रत आलेले नव्हते. शेवटी विचार करत डॉ. बनकरांना त्यांनी प्रश्न केला,

''डॉ. बनकर, जर का तुम्हाला तुमचा मृत्यू होणार हे ठाऊक आहे, तर ते तुम्हाला सहज टाळता येण्याजोगे आहे. तुम्ही त्या ठिकाणी जाऊच नका.''

''अगदी बरोबर इ. कदम. माझी हत्या मी टाळू शकतो पण मला ही जोखीम मी अथक प्रयत्नांनी केलेल्या संशोधनासाठी घ्यायचीय. शेवटी या परिणामांनाच मला मूर्त स्वरूप द्यायचंय म्हणून ही तुम्हाला विनंती.'' डॉ. बनकरांनी हा हेतू स्पष्ट केला होता.

इ. कदमांपुढे पर्यायच नव्हता. एक शास्त्रज्ञ काही सांगतोय यावर त्यांना विश्वास ठेवावाच लागणार होता. सध्या तरी. कारण हे सर्व त्यांच्या कल्पनेपलीकडचं होतं. मनाशी विचार करत म्हणाले,

''ठीक आहे डॉ. बनकर, आय विल बी देअर.''

''यू हॅव टू बी देअर इ. कदम. डू नॉट टेक इट कॅज्युअली. माझे प्राण तुमच्यावर अवलंबून आहेत, एवढं लक्षात ठेवा. एक क्षण जरी विलंब केला तरी आय विल लूज माय लाइफ अॅज वेल अॅज माय रिसर्च आणि शिवाय जे माझी हत्या करणार आहेत तेही तुम्हाला कधीच सापडू शकणार नाहीत. सो प्लीज कीप धिस इन माइन्ड.'' डॉ. बनकर पुन्हा-पुन्हा विनंती करत खुर्चीतून उठले. इ. कदमही उठले.

दोघांनीही एकमेकांचे हात हातात घेतले. त्यावेळी डॉ. बनकर पुन्हा म्हणाले,

''सी यू इ. कदम, मी पुन्हा फोन करून तुम्हाला आठवण करून देईन.'' आणि डॉ. बनकर तडक बाहेर पडले होते.

इ. कदमनी शेवटच्या वाक्यावर फक्त मान डोलवली होती. क्षणभर ते तसेच उभे राहिले होते, रिकाम्या दाराकडे पाहत.

डॉ. बनकरांची छबी डोळ्यापुढून जाताच, ते पुन्हा खुर्चीत येऊन बसले. शेजारची फाईल पुन्हा त्यांनी उघडली पण त्यात त्यांचं लक्ष लागत नव्हतं. थोड्या वेळापूर्वी वाटणारी ही गुंतागुंतीची केस डॉ. बनकरांच्या पुढे काहीच वाटत नव्हती. सारखे त्यांच्याविषयीचे विचारचक्र डोक्यात सुरू होते. आजपर्यंत इ. कदमनी अतिशय किचकट केसेस हाताळल्या होत्या पण ही केस मात्र फारच वेगळी होती. शास्त्रज्ञ खरोखरच वेडे असतात हे मात्र इ. कदमना आता पटायला लागलं. संशोधनासाठी ते काय करतील याचं काहीच सांगता येत नाही.

पण तरीही इ. कदमना विश्वास ठेवावा असं वाटत नव्हतं, म्हणून या केसची उकल करण्यासाठी इ. कदमनी विद्यापीठातील भौतिकशास्त्राचे त्यांचे मित्र डॉ. माणिक मोरे यांना भेटण्याचं ठरवलं. काही माहिती घेता येते का म्हणून त्यांनी

विचार केला, कारण दुर्लक्ष करण्यासारखं हे प्रकरण मुळीच नव्हतं.

डॉ. बनकरांनी सांगितल्याप्रमाणे, तसा मध्ये एकच दिवस शिल्लक होता. त्यामुळे कमीत-कमी प्राथमिक माहिती मिळवणं गरजेचं होतं म्हणून इ. कदमांनी आताच विद्यापीठात जाण्याचा निर्णय घेतला. त्यांनी लगेच शिपायाला हाक मारली,

"वाळके."

"जी साहेब." वाळके लगेच हजर झाला.

"गाडी काढ. अर्धा तासात विद्यापीठात जाऊन येऊ," इ. कदम कॅप घेऊन उठले होते.

"ठीक आहे, साहेब."

वाळके बाहेर पडला व त्यानं लगेच जीप काढली. इ. कदम त्याच्या शेजारी बसताच जीप मुख्य रोड ओलांडून उजव्या दिशेने विद्यापीठाकडे धावू लागली.

भौतिकशास्त्र विभागासमोर पोलीस जीप थांबताच, बऱ्याच जणांच्या भुवया उंचावल्या गेल्या. जणू काही पोलिसांचं भौतिकशास्त्रात काम असूच शकत नाही.

इ. कदम जीपमधून उतरताच सरळ डॉ. माणिक मोरेंच्या केबिनसमोर येऊन थांबले. हळूच दार उघडत म्हणाले,

"भाऊ आत येऊ का?"

वाचण्यात गुंग असलेले डॉ. माणिक मोरे भाऊ शब्द ऐकून दचकले. ठरावीक लोकच त्यांना भाऊ म्हणून हाका मारत असत. बहुतेक त्यांचा कॉलेज जीवनातील मित्र. त्यांनी आवाजाकडे पाहिलं व उत्स्फूर्तपणे म्हणाले,

"अरे किक, आज इकडं कसा? ये बैस!"

डॉ. माणिक मोरे व इ. किशोर कदम हे खानदेशातील धुळे या एकाच गावचे. तेथेच त्यांनी प्राथमिक ते कॉलेज जीवनातील शिक्षण पूर्ण केलं होतं. किशोर कदम तेव्हापासूनच किक म्हणून प्रसिद्ध होते. या मित्रांनी कॉलेज जीवनात प्रचंड उलथापालथी केल्या होत्या. दोघेही एकत्र आले म्हणजे ते अहिराणीतच बोलत असत. आता त्यांच्या गप्पा अहिराणीतच चालल्या होत्या.

इ. कदम हात मिळवीत एका खुर्चीत बसत म्हणाले,

"तुला भेटायचं तर होतंच पण त्याचसोबत एक महत्त्वाचं काम होतं."

"महत्त्वाचं काम?" डॉ. मोरे थोडे गंभीर होत म्हणाले, "किक काही प्रॉब्लेम तर नाही ना? नाही म्हणजे तू बाबा पोलिसातला. काही केसबिस घेऊन आला की काय?"

"होय, तशी केसच समज. मला नेमकं काय निर्णय घ्यावा कळत नाही, म्हणून तुझ्याकडून माहिती हवी." इ. कदमनी सांगितलं.

"माहिती? कुठली? भौतिकशास्त्र विभागातली?" डॉ. मोरेंचा स्वाभाविक प्रश्न. माझ्यासारखा गरीब शास्त्रज्ञ काय माहिती देऊ शकेल? हा त्यांचा चेहऱ्यावरचा

आविर्भाव होता.

“भौतिकशास्त्र विभागातली नाही, इथे इलेक्ट्रॉनिक शास्त्र विभाग कुठे आहे?” इ. कदमनी तपासातला एक भाग म्हणून प्रश्न हळूच पुढे केला.

“मागेच, का रे?”

“तिथे कुणी डॉ. अरुण बनकर आहेत?”

“आहेत ना, ते वरिष्ठ प्राध्यापक आहेत.” डॉ. मोरेंनी माहिती दिली.

“तू ओळखतोस त्यांना?”

“हे बघ, तशी विद्यापीठात सगळ्यांशीच तोंडओळख असते. डॉ. बनकरांशीही आहे.” डॉ. मोरेंनी सांगितलं होतं.

“कसे आहेत ते?” स्वत:ला सावरीत इ. कदमांनी विचारले, “नाही म्हणजे त्यांचा स्वभाव, राहणीमान, इतर लोकांशी वागणं....”

“उत्तम, काय आहे किक, जी लोकं काम करतात त्यांना इतरांशी बोलायला फारसा वेळच मिळत नाही. त्यातलेच डॉ. बनकर. आपल्याच विश्वात असणारे. अतिशय हुशार माणूस. पदार्थविज्ञानात तर गती आहेच पण त्याचबरोबर त्यांचे मूलभूत इलेक्ट्रॉनिक्सही जबरदस्त आहे. अतिसूक्ष्म इलेक्ट्रॉनिक्सची जाळी, सारणी त्यांनी विकसित केली आहे. स्मृतिपटलांमध्ये त्यांचं काम उत्कृष्ट आहे. कॉम्प्युटरमध्ये तर दादा माणूस आहे. शिवाय आता त्यांनी नुकतेच नॅनो पदार्थांच्या साहाय्याने स्फटिकं तयार केलीत अशी बातमी आहे. मुख्य म्हणजे आपल्याच विश्वात रमणारा तो शास्त्रज्ञ आहे.” डॉ.मोरेंनी डॉ. बनकरांचा थोडक्यात स्वभावदोषासोबत परिचय करून दिला.

इ. कदमही प्रभावित झाले व उत्तरले,

“आता भेटू शकतील?”

“भेटायचं का तुला?”

“होय!”

“चल आताच त्यांच्या प्रयोगशाळेत जाऊ या!” डॉ. मोरे हातातला एक संशोधन पेपर टेबलावर ठेवत म्हणाले.

दोघेही उठले व बाहेर पडले.

भौतिकशास्त्राच्या मागच्या एका छोट्याशा मार्गाने ते दोन मिनिटांत इलेक्ट्रॉनिक शास्त्र विभागात दाखल झाले. प्रयोगशाळेत शिरताच डॉ. बनकरांचा विद्यार्थी समोर आला. त्याला डॉ. मोरेंनी विचारलं,

“बनकर सर आहेत का रे?”

विद्यार्थी अतिशय अदबीने उत्तरला.

“सर, ते बाहेर गेलेत. सकाळपासून प्रयोगशाळेतच आलेले नाहीत.”

डॉ. मोरे क्षणभर तसेच विचार करत उभे राहिले. इ. कदमनी लगेच त्या विद्यार्थ्याला विचारलं,

"आम्ही प्रयोगशाळा बघू शकतो?"

"हो निश्चितच. मोरे सरही सोबत आहेतच." विद्यार्थीने अनुमती दिली.

डॉ. मोरे इ. कदमांना स्वत:हून प्रयोगशाळा दाखवत होते. इ. कदम अद्यावत् प्रयोगशाळा बघून आश्चर्यचकित झाले. अतिशय सूक्ष्म व प्रचंड तारांची गुंतागुंत असणारी जाळी व भरपूर इलेक्ट्रॉनिक्सच्या सारणी होत्या. काही उपकरणांवर सिग्नल्स वरखाली करत होते, तर काही भडक लाल डिस्प्ले आकडे दर्शवत होते. सगळंच इ. कदमांच्या विचार व कल्पनेपलीकडचं होतं. आजपर्यंत अशी प्रयोगशाळा त्यांनी कधीच पाहिली नव्हती. यापूर्वी पोलीस ठाण्यातील त्या रिकाम्या खोल्या व कैद्यांच्या किंकाळ्यांशिवाय त्यांना काहीच माहिती नव्हतं. डॉ. बनकरांच्या निमित्तानं त्यांना हे पहायला मिळालं.

डॉ. मोरे इ. कदमना एका छोट्याशा खोलीत घेऊन आले. तेथे अतिसूक्ष्म स्फटिक चमकताना दिसत होते आणि त्याच्या आजूबाजूलाही तारांची जंजाळी व अतिसूक्ष्म इलेक्ट्रॉनिक्स दिसत होतं. डॉ. मोरे त्या सूक्ष्म स्फटिकांकडे पाहत इ. कदमना म्हणाले,

"किक, सध्या याच स्फटिकांविषयीचं त्यांचं संशोधन आंतरराष्ट्रीय पातळीवर गाजतंय. मला एक्झॅक्टली त्यांचं कार्य माहीत नाही पण मानवी गुणधर्म त्यांच्यात आहेत असं मी वाचलं होतं. कदाचित मानवासाठी ते महत्त्वाचंही ठरू शकेल."

इ.कदम नुसतेच ऐकत होते. डॉ. बनकरांविषयीची गूढता कायमच होती पण त्यांच्याविषयी आदरही दुणावत होता. ते जे काही म्हणाले त्याला थोडी पुष्टी मिळत होती पण तरी त्यांच्या मनात शंका होत्याच. डॉ. बनकरांच्या स्वभाव-वैशिष्ट्यांची साधारण कल्पना मात्र इ. कदमना आली.

विद्यार्थ्याचे आभार मानून डॉ. मोरे व इ. कदम इलेक्ट्रॉनिक शास्त्र विभागातून बाहेर पडले. भौतिकशास्त्र विभागाच्या टी क्लबमध्ये डॉ. मोरे व इ. कदमनी चहा घेतला. त्यावेळी डॉ. मोरेंनी इ. कदमना शंकेनं विचारलं,

"किक, डॉ. बनकरांविषयी एवढ्या आपुलकीने चौकशी करतोय. त्यांची प्रयोगशाळा बघतोय. काही प्रॉब्लेम आहे का रे? कुठं अडकलेत का ते!"

इ. कदम या प्रश्नावर थोडे निरुत्तर झाले. डॉ. मोरेंना सांगावं की नाही या द्विधा मन:स्थितीत ते होते. शेवटी न सांगण्याचा निर्णय घेत इ. कदम म्हणाले,

"तसा काही प्रॉब्लेम नाही. फक्त एका केसच्या संदर्भात तिसऱ्या व्यक्तीने नामोल्लेख केल्याने मी ही माहिती घेतोय, पण त्या निमित्ताने तुम्ही लोकं काय संशोधन करताय, एवढं तर मला कळलंय." इ. कदमनी वेळ मारून नेली होती.

डॉ. मोरेही फारसे खोलात न जाता म्हणाले,

''हाततिच्या एवढंच ना! बस तर मग. डॉ. बनकर हा माणूस घुम्या आहे पण प्रामाणिक आहे एवढं मात्र निश्चित.'' डॉ. मोरेंनी पुष्टी दिली.

अजून इकडच्या तिकडच्या गप्पा करीत दोघांनीही पुन्हा एकदा चहा रिचवला. धुळ्यातील गतकाळाच्या आठवणींनाही उजाळा दिला.

नंतर दहा मिनिटांनी इ. कदम डॉ. मोरेंचा निरोप घेऊन बाहेर पडले. जीप पुन्हा औंध स्टेशनकडे जाताना इ. कदमांच्या डोक्यात विचार चालूच होते. परवा जावे की नाही हा निर्णय अजूनही व्हायचा होता. नेमकं डॉ. बनकरांच्या वक्तव्याला किती महत्त्व द्यायचं हे ठरत नव्हतं.

दुसऱ्या दिवशी एका वेगळ्याच केसमध्ये गुंतल्याने इ. कदमांच्या डोक्यातून काही काळ डॉ. बनकरांचा विषय बाजूला पडला.

तिसऱ्या दिवशी डॉ. बनकरांनी मात्र आठवणीने फोन केला. पलीकडून आवाज आला,

''हं, इ. कदम बोलतोय.''

''मी डॉ. बनकर. लक्षात आहे ना इन्स्पेक्टर?'' डॉ. बनकर उत्तरले.

डॉ. बनकरांचा स्वर ऐकताच इ. कदमना आठवलं. काल दिवसभर त्यांच्या डोक्यात वेगळ्याच केसचा विषय असल्याने डॉ. बनकरांचं लक्षातच नव्हतं. पलीकडून स्तब्धता असल्याने डॉ. बनकर पुन्हा म्हणाले,

''लक्षात आहे ना इन्स्पेक्टर.'' तत्काळ पलीकडून आवाज आला.

''अं! हो आहे ना डॉ. बनकर, बरोबर आठ वाजता मी तिथे हजर राहीन.''

''ठीक आहे, आय ॲम वेटिंग फॉर यू. परवा माझ्या प्रयोगशाळेत येऊन गेलात म्हणे?'' डॉ. बनकरांनी एकदम आठवत विचारलं.

''अं हो, माझे मित्र डॉ. माणिक मोरेही भौतिकशास्त्र विभागात असतात, त्यामुळे त्यांना भेटण्याच्या निमित्तानं तुम्हालाही भेटायला आलो होतो.'' इ. कदम त्रोटकपणे बोलले.

डॉ. बनकर त्यावर स्मित करत उत्तरले,

''...की मला भेटण्याच्या निमित्ताने डॉ. मोरेंना तुम्ही भेटलात? बरं जाऊ द्या. दॅट इज युवर जॉब टू डू इट. माझी काहीही हरकत नाही. माझी प्रयोगशाळा कशी वाटली? दुर्दैवाने तुम्ही आलात तेव्हा मी नव्हतो.''

''अतिशय उत्तम आहे डॉ. बनकर. माझ्यासारख्या रांगड्या माणसाला त्यातलं काही कळत नाही, पण डॉ. मोरेंनी मला तुमच्या संशोधनाची सर्वसाधारण कल्पना दिली. तुमच्या प्रयोगशाळेला भेट ही अविस्मरणीय होती. एवढंच मी या क्षणी सांगू

शकतो. सर तुम्ही सांगितल्याप्रमाणे मी आज येतो आहे. निश्‍चिंत राहा.'' इ. कदमनी शेवटी सहमती दर्शविली.

''थँक्यू इ. कदम. मला तुमच्याकडून हीच अपेक्षा होती. मी वाट पाहतोय.'' आणि डॉ. बनकरांनी फोन ठेवला.

आज दिवसभर ते प्रयोगशाळेत होते. त्यांनी पुन्हा आपल्या काही सिस्टिम्स तपासून पाहिल्या. ते पुन्हा प्रयोगशाळेतील आपल्या छोटेखानी केबिनमध्ये येऊन बसले व मनात योजलेल्या गोष्टी होतील की नाही याची जुळवाजुळव करू लागले. आज रात्री इ. कदम वेळेवर आलेच नाहीत तर काय? आपण जोखीम तर घेत नाही ना? प्रयोगानं मिळालेली माहिती खरी असेल का? त्यांच्या मनात द्वंद्व सुरू होतं पण त्यांनी केलेल्या संशोधनावर त्यांचा विश्‍वास होता. ते विचार करतच होते.

रात्री त्यांना एका पार्टीला जायचं होतं. अगदी जवळच्या तिघा मित्रांनी त्यांना बोलावलं होतं. तसे ते सर्वच लहानपणापासूनचे मित्र. वेगवेगळ्या क्षेत्रात कार्यमग्न असणारे. त्यांच्यात डॉ. बनकर मात्र वेगळेच होते. लहानपणापासूनच प्रत्येक क्षेत्रात बाकीच्यांना पुरून उरणारे. डॉ. बनकर पुढेच झेप घेत राहिले. आर्थिक स्थितीसोबतच, त्यांचे अग्रगण्य शास्त्रज्ञ म्हणूनही आंतरराष्ट्रीय पातळीवर नाव झालं होतं. संशोधनाचे वेगवेगळे टप्पे त्यांनी पार केले होते.

चार दिवसांपूर्वी ते त्यांच्या संशोधनाची अंतिम चाचणी करत होते. सर्व उपकरणं चालू होती. त्यांच्या आजूबाजूला तारांची जंजाळं होती व ती अतिसूक्ष्म स्फटिकं जागोजागी विखुरलेली होती. त्यांच्यातून सूक्ष्म प्रवाह सोडताच, त्या स्फटिकांमध्ये सूक्ष्म असे तरंग बाहेर पडून, हालचाल होत होती. डोळ्याला न दिसणारी. डॉ. बनकर पूर्णतः प्रयोगात गुंतले होते व वेळोवेळी काही गोष्टींची नोंदही करून घेत होते.

त्याच क्षणाला डॉ. बनकरांचे तिघे मित्र हिरो होंडा गाडीतून उतरून, प्रयोगशाळेत शिरले होते. डॉ. बनकरांचं लक्ष जाताच त्यांनी उत्स्फूर्तपणे त्यांचं स्वागत केलं होतं. प्रयोगाच्या मुख्य नोंदी चाललेल्या असल्यामुळे त्यांनी मित्रांना शेजारीच बसायला सांगितलं होतं, पण डॉ. बनकर प्रयोगात व्यस्त असलेले पाहून, त्यांच्यापैकीच एका मित्राने पुढे होऊन सांगितलं,

''अरुण! तुझं चालू दे. बऱ्याच दिवसांतून आपण एकत्र आलो नाही. म्हटलं पार्टी करू यात. परवा रात्री ठरवलीये, शामच्या वडगाव शेरीच्या बंगल्यावर. आठ वाजता तू जरूर ये. तुझ्याशिवाय ती पूर्ण होणार नाही. ओ. के. आम्ही निघतो.''

डॉ. बनकर आनंदाने म्हणाले होते,

''अरे वा! चला त्या निमित्ताने आपण एकत्र येऊ. फार दिवस झाले तुमच्याशी गप्पा मारून. आय विल डेफिनेटली कम.''

तिघांनीही हात मिळवले आणि तत्काळ बाहेर पडले.

मित्र जाताच डॉ. बनकर कॉम्प्युटरवर बसले होते. काही परिणाम त्यांना बघायचे होते आणि स्फटिकांकडून क्षणापूर्वीच आलेली, कॉम्प्युटरवरची माहिती वाचून ते हादरले होते. काही काळ सुन्न झाले होते. त्यांच्या मित्रांनी आयोजिलेल्या पार्टीचा हेतूच त्यात स्पष्ट झाला होता. डॉ. बनकर खूपच अस्वस्थ झाले होते. स्वप्नातसुद्धा ते त्याचा विचार करू शकणार नव्हते.

पण एका गोष्टीचा त्यांना आनंद झाला होता. काही वर्षे करत असलेल्या संशोधनाला काहीतरी परिणाम प्राप्त झाले होते. विश्वास ठेवण्यासारखे नसले तरी ते परिणाम होते कारण डॉ. बनकरांच्या मित्रांनी हात मिळवले. तेव्हा सूक्ष्म स्फटिक जाल चालूच होतं. त्यांच्यातून प्रवाह सुरूच होता. त्यामुळे ते अति-अति सूक्ष्म लहरींना संवेदनक्षम झाले होते. तेथे उपस्थितांच्या प्रक्षेपित लहरी तेथील स्फटिकांनी सहज ग्रहण करून, सिग्नल पृथक्करण करून इलेक्ट्रॉनिक सारणी व कॉम्प्युटरला पाठवला होता. म्हणजेच डॉ. बनकरांनी निर्माण केलेले अतिसूक्ष्म स्फटिक संवेदना निर्माण करून परिणाम देत होते. डॉ. बनकरांना याचाच आनंद झाला होता पण परिणामांमधील मजकूर मात्र भयानक होता.

प्रयोगाच्या परिणामांची खात्री करून घेण्यासाठी डॉ. बनकरांनी जीवावर उदार होऊन पार्टीला जाण्याचं ठरवलं होतं, पण त्याआधी पोलीस स्टेशनमध्ये तक्रार देण्याचे विसरले नव्हते. त्रयस्थाला त्यांच्या प्रयोगाचा परिणाम वेड्यासारखा वाटला असता म्हणून इ. कदमांनाही त्यांनी त्याची कल्पना दिली नव्हती. त्यामुळे डॉ. बनकरांचं वागणं स्वाभाविकपणे वेडा व मानसिकदृष्ट्या खचलेल्यासारखं भासत होतं.

या सर्वांची जाणीव डॉ. बनकरांना पुरेशी होती, म्हणूनच ते इ. कदमांच्या मागे दटून होते. शेवटपर्यंत त्यांचा पिच्छा पुरवला होता. डॉ. मोरेंनी त्यांच्याविषयी इ. कदमांना चांगलंच सांगितले असणार याची खात्री डॉ. बनकरांना होती.

डॉ. बनकर विचारातून बाहेर आले. संशोधनानं त्यांना एका वेगळ्याच वळणावर आणून ठेवलं होतं. परिणामांची दृढता त्यांना तपासून पाहायची होती.

घड्याळात पाहिलं. साडेपाच वाजले होते. मन घट्ट करत त्यांनी पार्टीला जाण्याचा निर्णय घेतला. प्रयोगाचा परिणाम जीवनमरणाचा झाला होता. विद्यार्थ्यांवर काही गोष्टी सोपवून ते बाहेर पडले. स्वत:च्या कारमध्ये बसताच ती त्यांनी मेन गेटकडे वळविली होती.

अर्ध्या तासातच वडगाव शेरीत राहणारा त्यांचा मित्र शामच्या बंगल्यासमोर त्यांनी कार पार्क केली. गाडीतून उतरले तेव्हा त्यांच्या मनात असंख्य प्रश्नांचे मोहळ उठले. त्यात चीड, उद्वेग, संतापही होता. स्वत:हून आपण मृत्यूच्या दाढेत जात असल्याची प्रथमच त्यांना जाणीव झाली.

तिघाही मित्रांनी डॉ. बनकरांचं जोरदार स्वागत केलं होतं. पार्टीची जय्यत तयारी झाली होती. खमंग वास येत होता. बीअर व दारूचे खास ब्रॅन्ड्स आणून ठेवण्यात आले होते. बंगल्यात ते तिघे व डॉ. बनकर चौथे होते. प्रत्येकाच्या चेहऱ्यावर आनंद होता पण मनात मात्र किल्मिषे होती. डॉ. बनकरांना कळत होतं. पुढील काही क्षण त्यांच्यासाठी खूपच महत्त्वाचे होते. त्यांना शुद्धीवरच राहावं लागणार होतं कारण त्यांच्या प्रयोगानं आताही तोच संदेश दिला होता आणि पुन्हा पुन्हा देत होता.

हळूहळू पार्टीला सुरुवात झाली. प्रत्येक जण एक-एक पेग रिचवीत होता. डॉ. बनकरांनी आतापर्यंत एकच पेग घेतला होता. त्यावर ते तिघेही तोंडसुख घेत होते. हा लहानपणापासूनच नेभळट असल्याचं सांगत होते पण तरीही डॉ. बनकर शांत होते. शुद्धीवर राहाण्याचा प्रयत्न करत होते. आता मात्र मनोमन इ. कदमांनी त्यांच्यावर विश्वास ठेवावा हीच प्रार्थना करत होते कारण त्यांच्या मदतीची गरज लागणार होती. प्रयोग खरा ठरलाच, तर इ. कदमांशिवाय त्यांना कुणीही वाचवू शकणार नव्हतं.

पार्टीत हळूहळू रंगत चढू लागली होती. कॉलेजपासूनच्या गप्पा निघून प्रत्येक वेळी डॉ. बनकरांना तिघेही अपमानित करत होते. दोघे तर आता बरळायलाही लागले होते. प्रत्येकाच्याच डोळ्यात लाली चढू लागली होती. नशेची की अजून कसली तरी? फक्त डॉ. बनकरांनाच ठाऊक होतं. डॉ. बनकर आता फारसं त्यांच्याशी बोलणं टाळत होते कारण त्यांच्या मनातील विचारांची उकल आता त्यांना स्पष्टपणे होत होती. पुढच्या येऊ घातलेल्या प्रसंगानं त्यांचं हृदयही धडधडू लागलं होतं. बाहेर ठार अंधार होता. आजूबाजूला कोणीही नव्हतं. प्रथमच हे तिघे त्यांना नराधम वाटू लागले. मित्रांनी शेवटी दगा दिलाच होता.

पार्टीने परमोच्च बिंदू गाठला होता. तिघेही धुंद झाले होते. अखंड बडबड सुरू होती. डॉ. बनकरांना असह्य झालं होतं. शेवटी त्यांचीही सहनशक्ती संपली होती. घड्याळात पाहिलं. आठला पाच कमी होते. ते अगतिकतेनं म्हणाले,

"मित्रांनो, मला आता जायला हवंय."

शाम नावाच्या मित्राचा या वाक्यानं उद्रेक झाला. हातातल्या ग्लासमधली व्हिस्की संतापाने डॉ. बनकरांच्या चेहऱ्यावर फेकत एक शिवी हासडत तो ओरडला,

"साऽऽ..... आम्ही तुझ्यासाठी मरमर मरून पार्टी अरेंज केलीय. कित्येक दिवसांपासून प्लॅन करीत होतो आणि असा जायला निघालास हराऽऽ....."

शामच्या डोळ्यातून आग निघत होती.

डॉ. बनकर या त्याच्या रूपानं सुन्न झाले. वेळ आली होती हे त्यांना कळलं होतं. मित्रांच्या मनातील दुष्टचक्र वेगाने त्यांना समजत होती. ते आपल्याला मारणार हे त्रिकालाबाधित सत्य त्यांना जाणवले. संशोधनाच्या परिणामानं त्यांना आनंदही

झाला होता पण मरणही आलं असल्याने ते शहारले. अतिशय निकराने उठत ते म्हणाले,

"मी आता निघतो."

दुसऱ्या माऊली नावाच्या त्यांच्या व्यावसायिक मित्रानं त्यांच्यावर झडप टाकून त्यांना खाली पाडलं व दात-ओठ खात म्हणाला,

"असं कसं जातो तू आता? आणि आम्ही जाऊ देऊ तुला? विचार तरी कसा केलास? भडऽऽ...." अखंड शिव्याही सुरूच होत्या.

डॉ. बनकर स्तब्ध झाले. उठण्याचा प्रयत्न करत असहायतेने उत्तरले,

"मित्रांनो! असं तुम्ही माझ्यासोबत का करीत आहात? मी काय बिघडवलंय तुमचं? असा विश्वासघात तुम्ही का करीत आहात?"

तिसरा शिशिर नावाचा प्राध्यापक मित्र जोरात ओरडला,

"चूपऽऽ....... साऽऽ....... विश्वासघात! म्हणे आम्ही केला? अरे लहानपणापासून तू आमचा विश्वासघात करीत आलास. प्रत्येक ठिकाणी तूच आम्हाला डावलून पुढे गेलास. तुझ्या तुलनेत आम्ही कमीच पडत गेलो. केवळ तुझ्यामुळे. विश्वासघात आम्ही नाही तू केलास."

"अरे, पण मी तुमच्याविषयी असा कधीही विचार केला नाही. माझ्यामुळे तुम्ही एवढे दुखावला असाल असं मला वाटलंच नाही. मी कधीही तुम्हाला दुखावलं नाही. नैसर्गिक बुद्धिमत्ता ही माझी चूक आहे का?" डॉ. बनकर काकुळतीला येऊन म्हणत होते.

शाम पुन्हा त्यांच्या गालात मारत ओरडला.

"तुझी नैसर्गिक बुद्धिमत्ता आहे ना? मग आता नैसर्गिक मृत्यूलाही सामोरा जा. लहानपणापासून तुझ्याविषयी असणारी आमची मळमळ आता तुला ठार करूनच शमणार आहे."

आणि तिघेही जोरजोराने हसू लागले. वेड्यासारखे. तिघांच्याही डोळ्यातून आग निघत होती. क्रौर्य काय असतं हे त्यांच्या चेहऱ्यावरून दिसत होतं. आपले सख्खे मित्र असे वागतील हा त्यांनी स्वप्नातही विचार केला नव्हता. अजूनही त्यांचे भेसूर हसण्याचे आवाज येतच होते. डॉ. बनकरांनी डोळे गच्च मिटून कानावर हात दाबले. तिघेही डॉ. बनकरांना मानसिक रोगाने पछाडलेले भासले कारण त्यांच्याविषयीची चीड प्रत्येकाच्याच मुखातून निघत होती.

शाम पुन्हा ओरडत म्हणाला,

"माऊली, पकड त्याला आणि बांध साल्याला. आता त्याची खांडोळीच करू यात."

आदेश मिळताच माऊली व शिशिरनं डॉ. बनकरांवर झडप घातली. डॉ. बनकर

पुतळ्यासारखे स्तब्ध उभे होते, ते खाली कोसळले. दोघेही त्यांच्यावर तुटून पडले होते. शाम मात्र भेसूरपणे हसतच होता.

माऊलीने डॉ. बनकरांचे हात तर शिशिरने पाय पकडले होते. ते कुठलीही हालचाल करू शकत नव्हते. शामच्या हातात नायलॉनची दोरी होती. तो एका वेगळ्याच पवित्र्यात पुढे सरकत होता. डॉ. बनकर डोळे फाडफाडून नुसतेच बघत होते. मरणच डोळ्यापुढे दिसत होतं. त्यांच्या डोक्यात विचार आले,

जोखीम तर आपण घेतली. प्रयोगही यशस्वी झाला पण त्याचा आनंद लुटायला जिवंतच राहाणार नाही तर त्याचा काय उपयोग? इ. कदम अजून का आले नाहीत म्हणून ते विचार करत होते. त्यांनी आपली कम्प्लेंट सहज तर घेतली नसेल? एक वेडा शास्त्रज्ञ म्हणून? या विचारानं डॉ. बनकरांच्या अंगावर सरसरीत काटा उभा राहिला. मनातून इ. कदमांचा ते धावा करू लागले.

शाम हातात दोरी घेऊन पुढे येताच त्यानं डॉ. बनकरांच्या गळ्यात तिचा वेढा टाकून ओढलं. त्यांच्या गळ्यावरील फास आवळला जाणार, तेवढ्यात मागून मोठा आवाज आला. त्यासरशी तिघांनीही भयभीत नजरेनं वळून पाहिलं.

इ. कदम दारावर लाथेचा प्रहार देत आत आले होते. फक्त एका किकनेच दार कोलमडून पडलं होतं. त्यांच्यासोबत इतर चार-पाच पोलीसही शिरले. शामच्या पेकाटात एक लाथ घालीत इ. कदम त्वेषाने उत्तरले,

''अरे मित्रांनो, आपल्याच मित्राला असूयेपोटी मारताना लाज नाही वाटली? स्वत:मध्ये धमक नाही आणि स्वत:च्या आयुष्याचं खापर डॉ. बनकरांवर फोडता? हरामऽऽ...... अरे डॉ. बनकरांशी तुमची तुलना, कितीही जन्म घेतले तरी होऊ शकणार नाही. तुम्ही त्यांचे मित्रच कसे झालात याचंच आश्चर्य वाटतंय.''

इ. कदम बोलतच होते. तिघेही आश्चर्याने पाहत होते. इ. कदमना हे कसं कळलं, हे त्यांना अजूनही उमजत नव्हतं. तिघेही हैराण झाले होते. एव्हाना पोलिसांनी त्यांना ताब्यात घेतलं होतं.

खाली पडलेल्या डॉ. बनकरांना हळूच आधार देत इ. कदम उठवत म्हणाले,

''सॉरी सर, मी केव्हाच आलो होतो. फक्त शेवटच्या क्षणाची वाट पाहत होतो. तुम्हाला एक बोटही लावू दिलं नसतं.''

डॉ. बनकर सुटकेच्या खातरीने हुश्श करत उठले व इ. कदमांकडे पाहत स्मित करत म्हणाले,

''आभारी आहे इ. किक, यू आर रिअली किक ॲन्ड जिनिअस. मघाशी दार तोडल्याचं पाहिलं मी. शेवटी तुम्ही माझ्यावर विश्वास ठेवला तर! थँक्स अगेन फॉर सेव्हिंग माय लाइफ.''

इ. कदम त्यावर दीर्घ श्वास घेत डॉ. बनकरांच्या खांद्यावर हात ठेवत म्हणाले,

"डॉ. बनकर, तुमच्या प्रयोगशाळेतल्या भेटीनंतरच मी विश्वास ठेवला होता आणि संशोधनाच्या परिणामात सामील होण्याचं ठरविलं होतं. आय ॲम नॉट अ जिनिअस. यू आर रिअल जिनिअस अँड हिरो. तुमच्यासारख्या शास्त्रज्ञांची या देशाला खरी गरज आहे."

तिघा आरोपींकडे वळत इ. कदम म्हणाले,

"तुम्हाला आश्चर्य वाटत असेल की तुमची योजना मला कशी कळली? नाही का? तुम्ही त्यांचा खून करणार हे डॉ. बनकरांनी मला चार दिवसांपूर्वीच सांगितलं होतं. जे काही त्यांना तुमच्याकडून कळलं, तो त्यांच्या संशोधनाचा परिणाम होता. एका अर्थानं तुम्हीच त्यांच्या संशोधनाला असूयेपोटी परिणाम प्राप्त करून दिला, त्यामुळे अप्रत्यक्षपणे तुम्ही अजूनच त्यांना मोठं केलं."

एका शिपायाकडे पाहत ते म्हणाले.......

"न्या रे या तिघांनाही आपल्या पोलीस स्टेशनात. निवांतपणे बघतो त्यांच्याकडे आता." तिघेही आश्चर्याने, भयभीतपणे पाहत राहिले. त्यांच्या चेहऱ्यावर कमालीचे नैराश्य व अपराधीपणाची भावना होती. पोलिसांनी तिघांच्याही हातात बेड्या ठोकल्या व त्यांना जवळ-जवळ ओढतच पोलीस बाहेर पडले.

डॉ. बनकर इ. कदमांजवळ येत त्यांचा हात हातात घेत म्हणाले,

"इ. कदम आभारी आहे. माझ्या प्रयोगाच्या परिणामांचा जेवढा आनंद आहे. तेवढंच तुमचं ऋणही आहे. तुम्ही आला नसता, तर मी केलेल्या संशोधनाच्या परिणामांना काहीच अर्थ राहिला नसता, थँक्स!"

"सर, असं काय करताय? माझं ते कर्तव्यच होतं. फक्त थोडी शहानिशा करावी लागते. बरं आता तुम्ही सांगितल्याप्रमाणे तुमचं संशोधन व परिणामांबद्दल मला जाणून घेण्याची इच्छा आहे. तुम्ही तसं कबूल केलं होतं सर!" इ. कदमनी स्मित करत आठवण करून दिली होती.

डॉ. बनकरांनी इ. कदमांकडे कौतुकाने पाहिलं व त्यांच्या आठवणीला दाद देत म्हणाले,

"जरूर इ. कदम, मी आश्वासन पाळीन आणि तुम्हालाच सांगीन."

"मग सर, तुमचा मृत्यू होणार हे तुम्हाला तंतोतंत कसं कळलं?" इ. कदमांचा उत्सुक प्रश्न.

डॉ. बनकर थोडं खाकरत उत्तरले,

"मी दुसऱ्यांचे विचार जाणू शकतो इ. कदम."

"काय?" इ. कदमांची अविश्वसनीय प्रतिक्रिया. परवा डॉ. बनकरांविषयी मनात उठलेले तरंग त्यांना यावेळी आठवून गेले.

"होय, तुमचेही विचार मी जाणू शकतो. सात-आठ दिवसांपूर्वीच ते यशस्वी

परिणाम मला मिळाले होते. दुर्दैवाने ते परिणाम माझ्या मित्रांनीच मला मिळवून दिले होते.'' डॉ. बनकर खिन्न होत म्हणाले.

''कुठलं संशोधन?'' इ. कदमांचा स्वाभाविक प्रश्न.

डॉ. बनकर शून्यात पाहत म्हणाले,

''सात-आठ वर्षांपूर्वी माझ्या डोक्यात ते विचार आले होते. त्याचा पाठपुरावा केल्यानंतर मला खात्री पटली. अद्ययावत् संशोधन पेपर मी चाळून पाहिले. डोक्यात एक विचार पक्का झाला होता. मानवी मेंदू हा एक सूक्ष्म रेडिओ लहरी प्रक्षेपक आहे, ही माझी अगदी पहिल्यापासूनची धारणा आणि नैसर्गिक बदलांमुळे मेंदू लहरी ग्राहकही बनू शकतो, हा माझा अलीकडचा विचार. याचाच अर्थ माणूस जेव्हा विचार करतो, तेव्हा त्याचा मेंदू रेडिओ लहरी उत्सर्जित करतो. याला तसा शास्त्रीय आधार नव्हता पण मी पाठपुरावा केला आणि या अतिसूक्ष्म लहरी पकडायच्या कशा?...''

''कशा सर!'' इ. कदमचा मध्येच त्यांना अडवत उत्सुक प्रश्न. त्यांना संशोधन जाणून घेण्याची अतीव इच्छा निर्माण झाली होती, कारण माणसाचे विचार जाणून घेणं तसं क्रांतिकारक संशोधन होतं.

डॉ. बनकरांनी त्याच्या अधीरतेकडे पाहिलं व स्मित करत म्हणाले,

''पाच-सहा वर्षांपूर्वी मी अतिसूक्ष्म पदार्थामध्ये (Nano materials) काम करायला सुरुवात केली होती. वेगवेगळी पद्धत वापरून मी अतिसूक्ष्म घटक निर्माण केले. पण जेव्हा शक्तिशाली इलेक्ट्रॉन किरणांचा वापर करून मी कोबाल्ट, निकेल, जस्त यांचे नॅनोकण तयार केले, तेव्हा मला त्यांच्यात सूक्ष्म स्फटिकं निर्माण झालेली दिसली. त्याचं मला आश्चर्य वाटलं. त्यांच्यात चकाकीही खूप होती. ती असंख्य नॅनोस्फटिकं मी बाजूला काढली. त्यांच्या विविध गुणधर्मांमध्ये बदल झालेला मला आढळला. नंतर सूक्ष्मदर्शिकेखाली जेव्हा मी पाहिलं, तेव्हा त्यांची हालचाल होत असलेली मला जाणवली.''

''म्हणजे कुठलेही बाहेरचं बळ न देता?'' इ. कदमांचा चकित प्रश्न.

''होय, तीच हालचाल मला खूप भावली. पुढे त्याचं कारण शोधलं तेव्हा माझ्या लक्षात आलं की, निर्माण होणाऱ्या अतिसूक्ष्म लहरींमुळे ही स्फटिकं उद्दिपीत होत आहेत पण हा स्त्रोत कुठला हेच मला कळत नव्हतं. अंतिमतः मी स्पंदन होणाऱ्या स्फटिकांमधून उत्सर्जित होणाऱ्या लहरी अद्ययावत् उपकरणांच्या सहाय्याने मोजल्या आणि मी आश्चर्यचकित झालो. मानवी मेंदूतून उत्सर्जित होणाऱ्या अतिसूक्ष्म लहरींशी त्या स्फटिकांचे आकार तंतोतंत जुळले असल्याने, ते ग्राहक म्हणून कार्य करत होते. या शोधाने मी हर्षभरित झालो. पुढे त्या स्फटिकांमध्ये निर्माण होणाऱ्या लहरींचं पृथक्करण मी वाहनिक तरंगांमार्फत संस्कारित करून घेतलं आणि अतिसूक्ष्म इलेक्ट्रॉनिक्सच्या साहाय्याने विवर्धन (amplify) करून

कम्प्युटरला जोडलं.''

''होय,मी तुमच्या प्रयोगशाळेत तारांची जाळी पाहिली आणि अतिसूक्ष्म इलेक्ट्रॉनिक्स सारणीही पाहिली. ती सर्व याच संदर्भातील होती का?'' इ. कदम आठवत म्हणाले होते.

''होय, तीच इलेक्ट्रॉनिक्स सारणी मी विकसित केली. मग कॉम्प्युटरवर मला अस्ताव्यस्त असा डेटा मिळाला. तो मी फॉरमॅट करून घेताच, आश्चर्याने पाहत राहिलो. तेथे मला काही घटना नमूद केलेल्या आढळल्या, काही माझ्या स्वत:च्या तर काही इतरांच्या. मी हर्षाने वेडा झालो. कारण ते मानवी विचार होते आणि ते मी वाचू शकत होतो. मी पुन्हा सुधारित आणि व्यवस्थित प्रयोग करायचे ठरवले. पुन्हा त्याची पडताळणी पाहाण्यासाठी.'' डॉ. बनकर उत्तेजित होऊन सांगत होते.

''तुमचे मित्र निमंत्रण घेऊन आले त्यावेळचाच तो प्रयोग ना?'' इ. कदम आठवण करत म्हणाले.

''अगदी बरोबर, खऱ्या अर्थाने तोच माझा प्रथम प्रयोग होता. त्या वेळी सगळ्या स्फटिकांमधून प्रवाह सोडले होते. अतिसूक्ष्म विचारलहरींनी ते उत्तेजित होऊन मला ती भयानक माहिती कॉम्प्युटर पडद्यावर दिसली होती. नंतरचं पुढे तुम्हाला माहितीच आहे.'' डॉ. बनकर स्मित करत समाधानानं म्हणाले. इ. कदम डॉ. बनकरांच्या बुद्धिमत्तेकडे पाहत राहिले. मनोमन त्यांनी डॉ. बनकरांना त्रिवार सलाम केला. इ. कदम अति प्रभावित होत म्हणाले.

''खरंच सर! तुमचं संशोधन एक वेगळं मानवी रूप व चेहरा घेऊन आलेलं आहे. यू आर ग्रेट! बरं पुढे काही योजना आहेत का?''

''हो आहे तर! खऱ्या अर्थानं मला हे संशोधन मानवाला लागू करायचंय, त्यामुळे माझ्या मित्रांसारखी पापी माणसं आधीच आपल्याला कळू शकतील. मोठ्या-मोठ्या गुन्हेगारांच्या मनातले प्लॅन्स आपल्याला अगोदरच उधळून लावता येतील. कुणीही कुणाबद्दल वाईट विचार करू शकणार नाही. असे खूप फायदे आहेत पण त्यासाठी मला अजून संशोधन करणं गरजेचं आहे. नाहीतर हे बघा प्रत्येक मानवाला शरीराभोवती अशी इलेक्ट्रॉनिक्स सारणी, स्फटिकं व तारा न्याव्या लागतील.''

डॉ. बनकरांनी त्यांच्या शरीरावरचा कोट काढून दाखवताच इ. कदम आश्चर्यचकित झाले. त्यांचं शरीर संपूर्ण तारांनी वेढलं होतं. ठिकठिकाणी स्फटिकं व इलेक्ट्रॉनिक सारणी होत्या. त्यांचं शरीर विचित्र दिसत होतं. इ. कदम उद्‌गारले,

''हे काय आहे सर! याची तुम्हाला गरज होती का?''

''होय, मला माझ्या मित्रांच्या मनातील विचार वाचायचे होते. त्यांच्या मेंदूत चाललेले विचारवहन मी माझ्या घड्याळात असलेल्या कॉम्प्युटरवर वाचत होतो. त्या त्या क्षणाला त्यांचे भयानक विचार मला कळत होते. माझ्या संशोधनाचा तो

दुसरा यशस्वी परिणाम होता.'' डॉ. बनकरांनी सगळंच उलगडून सांगितलं. इ. कदम डॉ. बनकरांकडे अविश्वसनीय नजरेने पाहत होते. ते म्हणाले,

''तुम्हाला आता प्रत्येक मानवाला हे संशोधन कसं उपलब्ध करून द्यायचंय?''

''सरळ आहे. एखाद्या इलेक्ट्रॉनिक्सचा वापर न करता मानवी शरीराचाच उपयोग करायचा. मी मघाशीच सांगितलं, नैसर्गिक बदलांमुळे मेंदू लहरी ग्राहकही होऊ शकतो. हीच स्फटिकं मेंदूत रोपण करायची. दुसऱ्याच्या मनातील विचार जाणण्याची विचारवहन शक्ती ही निसर्गाने प्रत्येकालाच दिलेली आहे. फक्त ती खूप क्षीण आहे एवढंच. आपल्या शरीरावर अतिशय संवेदनशील असे भाग आहेत. त्यात बोटं, नाडी, गाल, कानाच्या पाळ्या यांच्याद्वारे या उत्सर्जित लहरी मानवाच्या शरीरात प्रवेश करून मेंदूपर्यंत पोहोचतात. आपली बोटे जर का उजव्या हाताच्या नाडीवर टेकविली तर दुसऱ्याच्या मनात क्षीण असे आवाज ऐकू येतात. ते आपण ऐकण्याच्या पलीकडे असतात. याच संवेदनशील भागाचा उपयोग करून मी लहरी मेंदूतील स्फटिकांपर्यत नेईन आणि मग पुढे मानव ते विचार नैसर्गिकरीत्या जाणू शकेल.''

डॉ. बनकरांनी भविष्यातील योजनांची माहिती व स्पष्टीकरण दिलं.

इ. कदमांच्या वैचारिकतेच्या हे सर्वच पलीकडचं होतं. डॉ. बनकरांचा मेंदूच आता त्यांना रहस्यमय व अगाध असा वाटायला लागला होता, पण डॉ. बनकरांच्या विचारांनी ते अस्वस्थ व अंतर्मुखही झाले होते. इ. कदम हात मिळवीत म्हणाले,

''थँक्यू सर, तुम्ही तुमचं संशोधन मला विश्वासपूर्वक सांगितल्याबद्दल. बरं, तुम्हाला माझ्यासोबत फक्त पाच मिनिटं पोलीस स्टेशनला यावे लागेल. येऊ शकता ना?''

डॉ. बनकर उत्स्फूतपणे म्हणाले,

''नो प्रॉब्लेम इ. किक. मी आताच तुमच्यासोबत येतो. आय विल कम्प्लीट ऑल दि फॉरमॅलिटिज.'' डॉ. बनकर मूडमध्ये होते. त्यांचा चेहरा आता चांगलाच खुलला. घुमेपणा कुठच्या कुठे पळाला.

इ. कदम जीपमध्ये बसताच वाळकेने जीप रस्त्यावर घेतली. डॉ. बनकर यांनी आपली स्वत:चीच कार घेऊन इ. कदमांच्या जीपमागे नेली. दोन्ही गाड्या पळू लागल्या, औंधच्या दिशेने. रात्रीचे साडेनऊ वाजून गेले होते. रस्त्यावर उजेड अंधाराचा खेळ सुरू झाला होता. इ. कदम शांत होते. हवेचा गारवा अंगाला चांगलाच झोंबत होता पण त्यांचे विचार वेगळीकडेच पळत होते. डॉ. बनकरांच्या शेवटच्या प्रायोगिक योजनेने इ. कदम कमालीचे अस्वस्थ झाले होते. तो प्रयोग त्यांना फारसा उत्साहवर्धक वाटत नव्हता. आनंदाच्या भरात डॉ. बनकरांना त्याची जाणीव नव्हती. प्रत्येक मानवाला एकमेकांचे विचार जाणून घेण्याची सुविधा उपलब्ध झाली, तर स्वातंत्र्यच धोक्यात येणार होतं. कुणीही मोकळेपणाने जगूच

शकणार नव्हतं. स्पर्धा नाहीशी होऊन मानवाचा विकासच थांबणार होता. एकमेकांमध्ये हेवेदावे होऊन अराजकता माजणार होती. उभी मानवजातच नाहीशी होणार होती आणि हे सर्वच निसर्गाविरुद्ध होतं. संशोधनाची दुसरी बाजू भयानक होती. डॉ. बनकरांनी ती बाजू बघितलीच नव्हती. निसर्गाची गुप्तताच त्यांनी धोक्यात आणली होती आणि नेमकं इ. कदमांच्या हे लक्षात आलं. अगदी क्षणापूर्वी ही भयानक बाजू त्यांच्या डोक्यात आली. त्यामुळे ते अस्वस्थ होते. आल्हाददायक वातावरण असूनही ते विचारात व्यग्र होते.

वाळकेने क्षणातच जीप जोराने डाव्या बाजूला घेतली. इ. कदमांचा तोल बाहेर गेला. ते पडणार तोच गज पकडून त्यांनी स्वत:ला सांभाळलं. समोरून बेभानपणे एक ट्रक आडवा-तिडवा आला होता. अगदी शिताफीने वाळकेने तो चुकवला. नाहीतर क्षणात मृत्यू अटळ होता. जीप बाजूला एका छोट्याशा खड्ड्यात उतरली होती.

बेभान जाणारा ट्रक मागे येणाऱ्या डॉ. बनकरांच्या कारवर मात्र आदळला. डॉ. बनकरांना कुठलीच संधी मिळाली नाही. अगदी जोराचा आवाज झाला होता. डॉ. बनकरांची संपूर्ण कार ट्रकच्या बॉनेटमध्ये घुसली होती.

आवाज ऐकताच इ. कदमनी मागे पाहिलं. डॉ. बनकरांची कार ट्रकखाली आल्याने ते स्तंभित झाले. वेगाने ते खाली उतरले व अपघात झाला त्या ठिकाणी आले. वाळकेही धावत-पळत आला.

कारचा संपूर्ण चुराडाच झाला होता. काही लोकांच्या मदतीने इ. कदमनी डॉ. बनकरांना बाहेर काढलं. ते बेशुद्ध पडले होते व बऱ्याच ठिकाणी खोलवर जखमा झाल्या होत्या. हाडं खिळखिळी झाली होती. अजूनही त्यांची नाडी संथगतीने चालत होती. तातडीने त्यांनी रुग्णवाहिका बोलावून डॉ. बनकरांना शेजारच्याच एका खाजगी रुग्णालयात नेलं.

पण रुग्णालयात पोहोचण्याआधीच त्यांची प्राणज्योत मालवली. इ. कदम सुन्न झाले. स्वत:चा मृत्यू माहीत असतानाही तो त्यांनी शिताफीने टाळला होता पण नैसर्गिक मृत्यूला त्यांना सामोरं जावंच लागलं. या घटनेचं विचारवहन शक्यच नव्हतं, कारण ही नैसर्गिक घटना होती आणि ती डॉ. बनकरांना आधी कळणं शक्यच नव्हतं.

क्षणापूर्वी विचार करणाऱ्या इ. कदमांच्या डोक्यात लख्खकन प्रकाश पडला. निसर्गानं आपलं काम चोख केलं होतं. पुढील अनैसर्गिक प्रयोग करण्यापासून डॉ. बनकरांना निसर्गानंच रोखलं होतं.

इ. कदमनी टोपी हातात घेतली व आकाशाकडे कृतज्ञतेने पाहत निसर्गाला अभिवादन केलं. त्याचवेळी त्यांना डॉ. बनकरांचा चेहराही आकाशाएवढा होताना दिसला. सहजच इ. कदमांनी निसर्ग व तो उकलू पाहणाऱ्या डॉ. बनकरांना सॅल्यूट ठोकला.

◆

दुर्गम्य

डॉ. जयंत ढवळे, प्राध्यापक, भौतिकशास्त्र विभाग, पुणे विद्यापीठ यांच्या हाती एक पत्र पडलं. उघड्या अंगाचं. मोतीशार अक्षरांनी पांघरूण घातलेलं. ती अक्षरं पाहताच त्यांच्या तत्काळ लक्षात आलं की, ते पत्र त्यांच्या मित्राचंच आहे, डॉ. कापडण्यांचं! भराभर त्यांनी ते वाचून काढलं. स्मित करीत त्यांनी खिशातून मोबाइल काढला व मेमरीतून कापडणे नाव काढत बटन प्रेस केलं.

पण तिथपर्यंत सिग्नल मिळत नसल्याचा संकेत मिळाला. म्हणूनच डॉ. कापडणेंनी पत्र टाकलं असावं, असा विचार करीत डॉ. ढवळेंनी मोबाइल खिशात घातला. जिथं तो गेला होता तिथला स्थानिक दूरध्वनीही त्यांच्या जवळ नव्हता.

डॉ. ढवळेंनी टेबलाच्या उजव्या कप्प्यातून एक पत्र काढलं व त्यावर दोन ओळी खरडल्या, "मी या महिन्याच्या १५ तारखेला तोरणमाळला येत आहे." आणि शिपायाला बोलावून त्याच्या हाती पत्र देऊन टाकलं.

डॉ. ढवळे क्षणभर विचारमग्न झाले.

डॉ. विकास कापडणे, पुणे विद्यापीठाच्या सूक्ष्मजीवशास्त्र विभागात प्राध्यापक. भारतीय अवकाश संशोधन संस्थेच्या (इस्रो) अंतर्गत काही संशोधन प्रकल्पांची प्रेझेंटेशन्स भौतिकशास्त्र विभागात आयोजित केली होती. त्याला डॉ. ढवळेही हजर होते कारण त्यांचा स्वत:चाही एक प्रकल्प होता. त्याच सभेसाठी डॉ. कापडण्यांनीही संशोधन प्रकल्प सादर केला होता. त्यात तोरणमाळचा उल्लेख होताच, डॉ. ढवळे सावरून बसले व त्यांचा प्रकल्पाचा हेतू लक्षपूर्वक ऐकत राहिले. डॉ. कापडण्यांनी जीवसृष्टीच्या मुळाशी हात घालून तोरणमाळ परिसरातील एका दुर्गम भागातील आदिवासी जमातीचा उल्लेख केला होता. एक-दोनदा ते तिथे जाऊनही आले होते व त्यादरम्यान आलेल्या काही आश्चर्यकारक अनुभवांवर त्यांनी हा प्रकल्प सादर केला होता. वैद्यकीय, स्वभाव, राहणीमान यांचा आधार घेत त्यांनी या जीवसृष्टीचं मूळ शोधण्यासाठी, अनुभवलेल्या आदिवासी जमातीचा कसा उपयोग करून घेता

येईल याचे सचित्र व्याख्यानच दिलं होतं. इस्रोतील शास्त्रज्ञही या नवख्या प्रकल्पानं भारावले होते.

डॉ. ढवळेंनाही गंमत वाटली होती. 'तोरणमाळ' या गावाचा नामोल्लेख होताच ते उत्सुकतेने सावरून बसले आणि डॉ. कापडण्यांच्या प्रेझेंटेशनमधे समरसून गेले.

कारण तोरणमाळ हे डॉ. ढवळेंच्या गावाशेजारीच, सातपुडा पर्वतांमध्ये वसलेलं एक छोटसं थंड हवेचं ठिकाण होतं. त्यांचं बालपणच त्या परिसरात गेल्यानं, बहुतांशी सर्व आदिवासी जमाती त्यांना माहीत होत्या. पण शिक्षणानिमित्त बाहेर असल्याने ते एकदाही तोरणमाळला जाऊ शकले नव्हते. त्यामुळे त्यांची उत्सुकता वाढणे साहजिक होतं.

सर्वांचे प्रेझेंटेशन होताच डॉ. ढवळेंनी, डॉ. कापडण्यांना गाठलं व प्रकल्पाची सखोल माहिती घेऊन ते म्हणाले,

"डॉ. कापडणे, तुम्ही ज्या गावाचा उल्लेख केला त्याच परिसरात माझं स्वत:चंही गाव आहे." त्यावर डॉ. कापडणे खळखळून हसत म्हणाले,

"काय म्हणताय डॉ. ढवळे? फारच छान. तुमच्या परिसरात एवढ्या आश्चर्यकारक गोष्टी घडत असूनदेखील तुम्हाला कल्पना नाही. इट्स स्ट्रेंज! तुम्ही भौतिकशास्त्रज्ञ. परिसरातच काय पण देशातही थांबत नाही याची कल्पना आहे मला."

"तसं काही नाही डॉ. कापडणे," डॉ. ढवळे काहीसे ओशाळत पुढे म्हणाले, "माझ्या विषयातलं तसं तिथं काही करण्यासारखं नसल्यामुळे जिज्ञासाच निर्माण होऊ शकली नाही."

"आय वॉज जस्ट जोकिंग. त्याची कल्पना आहे मला. तुमचं नाव मी ऐकून आहे." डॉ. कापडणे स्मित करीत म्हणाले.

"पण आता जिज्ञासा वाढलीय. आय वुड लाइक टू टेक मच फीडबॅक फ्रॉम यू. शेवटी तुम्ही आमच्या गावाकडे संशोधन करीत आहात."

डॉ. कापडणे पुन्हा खळखळून हसत म्हणाले,

"निश्चितच डॉ. ढवळे, इट्स माय प्लेझर!"

त्या भेटीनंतर दोघांचंही सख्य वाढलं होतं. चर्चेदरम्यान डॉ. ढवळ्यांना डॉ. कापडण्यांची संकल्पना आवडली होती. बऱ्याच परिश्रमानंतर डॉ. कापडण्यांना एक आदिवासी जमात सापडली होती. अनाकलनीय अशी. त्यांच्यात ते राहूनही आले होते. या जगाच्या भौतिक सुखापासून लांब असणारी ती जमात असल्याने, डॉ. कापडण्यांना त्यांच्यात जीवसृष्टीचं मूळ सापडलं होतं.

पुढे डॉ. ढवळे व डॉ. कापडण्यांमध्ये मैत्रीचे घट्ट धागे विणले गेले. एक भौतिकशास्त्रज्ञ म्हणून नाही, तर एक जिज्ञासू शास्त्रज्ञ म्हणून डॉ. ढवळ्यांची रुचीही या विषयात वाढली होती व एखाद्या प्रयोगात सामील करून घेण्याची विनंतीही

केली होती. डॉ. कापडण्यांनी त्यावर तत्काळ मान्यता देऊन, आश्वासन दिलं होतं. त्यानुसारच आजचं त्यांचं पत्र आलं होतं. वेळोवेळी डॉ. कापडण्यांनी डॉ. ढवळ्यांना माहिती दिली होती.

पण आजच्या पत्राची ओढ काही वेगळीच होती. त्यांच्या लिखाणात डॉ. ढवळ्यांना ती जाणवली. कदाचित एखादा महत्त्वाचा परिणाम त्यांना मिळाला असावा आणि त्या परिणामात डॉ. ढवळ्यांना सामील करून घेण्याची त्यांची तीव्र इच्छा असावी. किंबहुना अद्भुत असं काही असावं अशी शंका डॉ. ढवळ्यांना आली. कारण अप्रत्यक्षपणे त्यांनी काही शब्दांचा उल्लेख केला होता. म्हणून डॉ. ढवळेंनी प्रतिसादादाखल लगेच तोरणमाळला येत असल्याचं पत्र लिहिलं होतं.

डॉ. ढवळे स्वत: भौतिकशास्त्राचे प्राध्यापक होते. त्यांची स्वत:ची प्रयोगशाळा होती व इलेक्ट्रॉन, प्रोट्रॉन, न्यूट्रॉन या प्रयोगांवर त्यांचं बहुतांशी काम होतं. त्यांच्या हाताखाली किमान १२ ते १५ संशोधक विद्यार्थी काम करीत होते. सध्या अंतराळातील प्रारणांवर व त्यांच्या इतर उपग्रहांवर होणाऱ्या परिणामांवर त्यांचं संशोधन जोमाने सुरू होतं. डॉ. कापडणे करीत असलेल्या संशोधनात डॉ. ढवळे नकळत ओढले गेले. कारण कुठल्याही नवीन गोष्टीत त्यांना चटकन रुची निर्माण होत असे आणि डॉ. कापडणेंशी त्यांच्या ताराही चांगल्या जुळल्या होत्या.

डॉ. कापडणेंनी पुन्हा एकदा मोबाइल करून पाहिला पण नॉट रिचेबलचा संकेत मिळाला. तोरणमाळ तसं अतिशय दुर्गम भागात असल्याने, तेथे मोबाइल सिग्नलची रेंज असण्याची शक्यताच नव्हती. म्हणून त्यांनी तो प्रयत्न सोडला.

पंधरा तारीख उजाडली. डॉ. ढवळ्यांनी माफक सामान घेतलं व ते तोरणमाळला निघाले. किमान दोन-चार दिवस नसल्याने त्यांनी आपल्या प्रत्येक संशोधक विद्यार्थ्यांशी चर्चा करून, पुढील काही प्रयोगांची सूची तयार करून दिली होती. म्हणजे परत आल्यानंतर त्या प्रयोगांचे परिणाम त्यांच्या हाती असणार होते.

रात्री शहाद्याच्या बसने डॉ. ढवळे निघाले. कित्येक वर्षे त्यांनी हा असा प्रवास केला होता, विद्यार्थीदशेपासूनच. किमान दहा-बारा तासांचा तो प्रवास होता.

बस सुरू झाली तशी आतापर्यंतच्या गतकाळातल्या आठवणी त्यांच्या मन:चक्षूंवर उमटून गेल्या. त्यात प्रामुख्याने पुण्याला शिक्षणानिमित्त येताना शिवाजीनगर बस स्टँडवरील त्यांची पहिली रात्र आठवली. शहरात कुणीही आप्तस्वकीय नसल्याने त्यांचा मुक्काम दोन दिवस बसस्थानकात होता. पुढील काळात त्यांनी शिक्षणात चांगली प्रगती केली. पदव्युत्तर होऊन, पीएच.डी. झाले. परदेशात गेले व पुन्हा याच विभागात प्राध्यापक म्हणून रूजू झाले. हा सगळाच पट कष्टाचा व मेहनतीचा होता, याची जाणीव त्यांना झाली. आठवणीत डोळा कधी लागला ते कळलंच नाही.

सकाळी सकाळी शहाद्याला पोहोचले तेव्हा गावाकडे जाऊन यावं असं मनात आलं. कारण इथून बावीस कि.मी.वरच त्यांचं छोटंस गाव होतं पण क्षणात त्यांनी सरळ तोरणमाळलाच जाण्याचा निर्णय घेतला. बस आठ वाजताच होती.

थोडं फ्रेश होऊन त्यांनी कॉफी घेतली. हे बसस्थानक छोटं असलं तरी ते त्यांच्या आवडीचं होतं. लहानपणापासून ते पाहत असल्यानं एक प्रकारची जवळीक होती. पेपर घेऊन त्यांनी ठळक घडामोडींवरून नजर फिरवली.

बस वेळेवरच लागली व सुटली. म्हसावद, राणीपूरमार्गे तिनं आपला प्रवास सुरू केला. पावसापूर्वीचं स्वच्छ वारं त्यांच्या अंगावर खेळत होतं. डॉ. ढवळेंना आल्हाददायक वाटत होतं. पाऊस पडेल असं वाटत नव्हतं पण ढगाळ वातावरण मात्र होतं.

बसनं नागमोडी वळणं घेत घाटात प्रवेश केला. घाट खूपच अरुंद व खड्ड्यांचा होता. बस चालकाची ती किमयाच होती. आजूबाजूला तळ न दिसणाऱ्या खोलगट दऱ्या होत्या आणि त्यावर हिरवंगार आच्छादन होतं. पशुपक्ष्यांची रेलचेल होती. ते दृश्य पाहूनच डॉ. ढवळेंचा थकवा दूर झाला.

साडेतीन तासांचा प्रवास करून बस तोरणमाळमध्ये येऊन दाखल झाली. गाव अतिशय सुटसुटीत होतं. फारशा सुविधा नसल्या तरी शासकीय विश्रामगृह होतं. तिथंच डॉ. ढवळेंची सोय केली होती. डॉ. कापडणेही तिथेच उतरत असत. या तोरणमाळ परिसरात बहुतांशी आदिवासी समाजच विखुरलेला होता. त्यात भिल्ल व पावरी समाज प्रामुख्याने आढळत होते. या दोन्हीही भाषा डॉ. ढवळेंना चांगल्याच अवगत होत्या. लहानपणी अवगत केलेल्या या आदिवासी भाषा ते आजही विसरले नव्हते. शासकीय विश्रामगृह सोडलं तर पक्की घरे फारशी नव्हती. फक्त झोपडीवजा कौलारू व ताट्यांनी बांधलेली घरे होती पण निसर्गानं इथे भरभरून दिलं होतं. स्वच्छ हवेसोबतच घनदाट अरण्य. सातपुडा पर्वतांमधला हा मुख्य भाग होता. डॉ. ढवळे निसर्गाचं रूप पाहून हरखून गेले.

विश्रामगृहात आल्याआल्याच डॉ. कापडण्यांनी आपल्या नेहमीच्या सवयीत, गडगडाटी हास्य फेकीत डॉ. ढवळेंचं स्वागत केलं आणि म्हणाले,

“या या डॉ. ढवळे!” त्यांना आलिंगन देत पुढे म्हणाले, “परवाचं तुझं पत्र मिळालं. तू येशील याची खात्री होती.”

“खात्री? न येऊन कुणाला सांगतोय? किमान माझ्या गावाशी मी प्रतारणा करू शकत नाही. तुमच्यासारखी मंडळी एवढ्या लांबून येऊन इथं संशोधन करतात आणि मी याच परिसरातला असूनदेखील मी येणार नसेन तर ती प्रतारणा होणार नाही का?” डॉ. ढवळेही हसत उत्तरले.

डॉ. कापडणे त्यांच्या खांद्यावर हात ठेवत म्हणाले,

"मला वाटलंच तू असं काहीसं म्हणशील. हाउ यू आर सेंटिमेंटल अबाउट यूवर कॉन्शस दॅट आय नो. बरं जाऊ दे. तू फ्रेश हो. आराम कर. देन वुई विल हॅव टॉक ॲण्ड व्हिजीट."

"आरामाचं जाऊ दे विकास. रात्रभर मी झोपूनच आलोय आणि शिवाय हा मोहक परिसर पाहून शीण कुठल्या कुठं पळालाय. उलट दहा पटीनं उत्साह आला. बरं मी अंघोळ करतो आणि आलोच." थोडं काहीतरी आठवत ते पुढे म्हणाले, "तू मगाशी व्हिजिटबद्दल म्हणालास, म्हणजे तू म्हणतोय ती ही लोकेशन नाही का?"

"महाराज!" डॉ. कापडणे त्यांच्या खास शैलीत म्हणाले, "त्यासाठीच मी तुला थोडा आराम करायला सांगितलंय. कारण ती ही लोकेशन नाही. येथून किमान ८-१० कि.मी. अंतरावर अतिशय दुर्गम, निर्जन अशा भागात ते स्थळ आहे. छोटसं गाव म्हण. कुठलीही घोडागाडी तेथे जात नाही. वुई विल हॅव टू वॉक डाउन. रस्ता संपूर्ण दऱ्याखोऱ्यांचा आहे. लक्षात ठेव."

डॉ. ढवळे उत्साहाने म्हणाले,

"मग मी तर आता दहा मिनिटांतच आलो. आय ॲम व्हेरी मच ईगर टू गो देअर." डॉ. ढवळे तत्काळ बॅग हाती घेऊनच खोलीत शिरले.

या उत्साही आणि हुशार प्राध्यापकाकडे पाहत डॉ. कापडणे मिश्कीलपणे हसत राहिले. मागे वळून तेही तयारीला लागले.

खरोखरच दहा मिनिटांत डॉ. ढवळे डॉ. कापडण्यांच्या खोलीत आले आणि म्हणाले,

"चल विकास! आय ॲम रेडी."

डॉ. कापडणे आश्चर्याने पाहत राहिले आणि म्हणाले,

"अरे! अंघोळ केली की नाही? की पाण्याला आपलं अंग दाखवून आलाय?"

"तसं म्हण हवं तर! दोन ते तीन मिनिटांच्या वरती मी अंघोळीला कधीच घेत नाही. तासन् तास अंघोळ करणाऱ्यांची मला भयंकर चीड आहे. कधीतरी आपण गोरं होऊ या आशेनं ते पाण्याचाही अपव्यय करतात." डॉ. ढवळे मिश्कीलपणे म्हणाले. यावर डॉ. कापडणे मनापासून हसले. त्यांच्या सहज बोलण्याला दाद देत म्हणाले,

"खरंय तुझं म्हणणं, आय ॲग्री. चल आपण नाश्ता घेऊ आणि निघू."

दोघेही स्वयंपाकघरात गेले व पोटभर नाश्ता करून बाहेर पडले.

बाहेर वातावरण ढगाळच होतं. गार वारे वाहत होते. थंड हवेचे ठिकाण आहे याची प्रचिती येत होती. हुडहुडी भरणारी थंडी नसली तरी, अंगावर काटे काढणारी थंडी मात्र होती.

विश्रामगृहाला वळसा घालून पूर्वेकडील एका पायवाटेने दोघेही चालायला लागले. आजूबाजूला घनदाट अरण्य होतं. विविध प्रकारच्या वनस्पती होत्या. प्राणी

होते पण डॉ. कापडण्यांना कशाचीही भीती नव्हती. कारण त्यांना ही पायवाटी ओळखीची झाली होती.

वीस मिनिटं चालून गेल्यानंतर पाचशे मीटर परीघ असणारं एक भव्य तळं लागलं. डॉ. ढवळे तेथील निळंशार पाणी पाहून हर्षोल्हासित झाले. एखादी डुबकी मारून घ्यावी असं त्यांना वाटून गेलं. डॉ. कापडण्यांनी त्याविषयी माहिती दिली.

तळ्याला पुन्हा वळसा घालून ते उत्तरेकडील वाटेला लागले. ही वाट अरुंद व चढ असणारी होती आणि आजूबाजूला दऱ्या होत्या. डॉ. कापडणे म्हणाले,

"जयंत, जरा जपून. आता ही वाट अशीच आहे. चढ-उतारांची, बिकट, तोल गेला तर खाईत नेणारी."

डॉ. ढवळे त्यांच्याकडे पाहत म्हणाले,

"विकास, तू असा दररोज ये जा करतोस का रे?"

"अरे चेष्टा करतोस की काय? तुझ्यासाठी मी आज येथे आलो. नाहीतर मी सहसा त्यांच्यामध्येच राहतो." डॉ. कापडणे म्हणाले.

"त्यांच्यामध्ये? म्हणजे?" डॉ. ढवळेंच्या चेहऱ्यावर प्रश्नार्थक भाव.

"मी पत्रामध्ये तुला ज्या आदिवासी जमातीबद्दल लिहिलंय त्या आदिवासींमध्ये!" डॉ. कापडणेंनी आठवण करून दिली. डॉ. ढवळेंना पत्राचा गोषवारा आठवला. तसे ते म्हणाले,

"हो आठवलं, तू अजून बरंच ओझरतं असं आश्चर्यकारक लिहिलं होतं. मी ते समजू शकलो नाही, पण तो तुझा संशोधनाचा विषय आहे एवढं मात्र खरं!"

"होय, म्हणून मी त्यांच्यातच राहून अवलोकन करतोय. त्यांच्या शरीरांच्या वेगवेगळ्या अवयवांच्या स्पेसीज घेऊन संशोधन करतोय." डॉ. कापडणेंनी माहिती देण्यास सुरुवात केली.

"तू मगाशी म्हणाला होतास तसं तू या जमातीत काय विशेष पाहिलं? आय मीन नेमकं तू कुठलं आश्चर्य पाहिलंस तेच जाणून घेण्याची माझी इच्छा आहे." डॉ. ढवळेंनी आपली उत्सुकता दर्शविली.

अजूनही चढ होता. दोघांचीही छाती वरखाली होत होती. सौम्य धाप लागतच होती. तशाही स्थितीत डॉ. कापडण्यांनी डॉ. ढवळ्यांकडे नखशिखांत पाहिलं व म्हणाले,

"त्यासाठीच मी तुला बोलावून घेतलं. ते परिणामच मला तुझ्याशी शेअर करायचेत." डॉ. कापडणे थोडे थबकले. डॉ. ढवळेही थबकले. दोन क्षण विश्रांती घेऊन पुढे चालत म्हणाले,

"जयंत, गेले काही दिवस मी या आदिवासी जमातीचा, तेथील लोकांचा, स्वभावाचा, गुणदोषांचा आणि गुणधर्मांचा रिगरस अभ्यास करतोय. त्यांच्यातील एक गोष्ट मला प्रकर्षानं जाणवलीय."

यावेळी डॉ. ढवळ्यांनी नुसतंच प्रश्नार्थक पाहिलं. डॉ. कापडणे विचारमग्न होत पुढे म्हणाले,

"कुठल्याही भौतिक सुखाचा लाभ न घेता ही जमात टिकली कशी? तू पाहशीलच. तिथं कुठलीही सरकारी यंत्रणा गेलेली नाहीये. वैद्यकीय सेवा नाही. अजूनपर्यंत ते कुठल्याही रोगाला बळी पडलेले नाहीत की आजारी झाले नाहीत. डॉक्टर ही संकल्पना त्यांच्यात नाही. दिसायला ते सर्वसाधारण माणसासारखेच दिसतात पण ते अंतर्यामी वेगळे आहेत."

यावर डॉ. ढवळे आश्चर्य व्यक्त करीत म्हणाले,

"म्हणजे? त्यांच्या शरीराची संरचना वेगळी आहे की काय?"

गहन विचार करीत डॉ. कापडणे म्हणाले,

"तसं समज हवं तर!"

"काय?" पुन्हा डॉ. ढवळे पाहतच राहिले.

"होय, अरे कुठलीही प्रतिजैवकं (Antibiotic) न घेता या पृथ्वीवरील कुठल्याही जिवाणूंशी सामना करण्याची ताकद त्यांच्यात आहे. प्रथम माझा त्यांच्या या बोलण्यावर विश्वासच बसत नव्हता. म्हणून मी एक चाचणी घेण्याचं ठरवलं."

"कुठली?" डॉ. ढवळेंचा उत्सुकतेनं प्रश्न.

"त्यांच्या त्वचेची. एका आदिवासीच्या त्वचेचा नमुना घेऊन मी अद्ययावत् यंत्रणेमार्फत पृथक्करण करून घेतलं. तेव्हा मी चकितच झालो. अनाकलनी असे गुणधर्म त्यात आढळले." डॉ. कापडणे थोडा वेळ बोलण्याचं थांबले. डॉ. ढवळेंच्या चेहऱ्यावर पुन्हा उत्सुकतेचा प्रश्न सहज उमटला. त्यांचा रोख ओळखून डॉ. कापडणे पुढे म्हणाले,

"जयंत, मुळात आपलं मानवी शरीरच विविध प्रथिनांनी बनलेलं आहे. या प्रथिनांमध्ये जे घटक आहेत त्यांना ॲमिनो ॲसिड्स म्हणतात. ही प्रथिनेच पेशींचं कार्य करीत असतात. मुळात पेशीच्या केंद्रकामध्ये जी जनुके व गुणसूत्रं असतात ती आपल्याला ज्ञात आहेत. त्यात प्रामुख्याने रायबोन्युक्लिक ॲसिड म्हणजेच आर.एन.ए. (RNA) असून यात रायबोज नावाची शर्करा असते, तर डीऑक्सी रायबोन्युक्लिक ॲसीड (DNA) यातही शर्कराप्रणित रायबोज असून त्यात ऑक्सिजनचा अणू कमी असतो. ही झाली मूळ मानवी जनुकं व गुणसूत्रांची प्रणाली. तीच या आदिवासी जमातीत नेमकी उलटी आहेत. गुणसूत्रांत असलेल्या डी.एन.ए च्या पेंड्या वेणीसारख्या गुंतलेल्या नसून, समांतर आहेत व त्यातील प्रथिनेही वेगळी आहेत. जनुकं व गुणसूत्रांची संख्याही वेगळी असून क्रमवारीही वेगळी आहे."

"काय म्हणतोस विकास? इज दॅट रिअली ट्रू!" डॉ. ढवळे अविश्वासाने बोलते झाले.

"अरे म्हणून तर मी तुला बोलवलंय. याची खात्री मी दहा वेळा करून घेतलीय. शिवाय त्यांच्या गुणसूत्रांचा सिक्वेन्सही वेगळाच आहे. या व्यतिरिक्त तुला अजून एक गोष्ट प्रामुख्याने मला सांगायचीय की, त्यांच्या शरीरात जन्मत:च सशक्त अशी प्रतिजैविके उपलब्ध आहेत. त्यांचं पृथक्करणं केलं असता अजूनही अशी प्रतिजैविके आपल्या संशोधनात नसल्याचं आढळलं. आपल्या या मानवांत तर नाहीच नाही. म्हणूनच माझा संशोधनाचा विषय या जीवसृष्टीच्या मुळाशीच येऊन ठेपला."

डॉ. ढवळे काहीसे सुन्न झाले व विचारमग्न होत म्हणाले,

"पण विकास, अशी जमात वर्षानुवर्षे कुठलीही प्रतिजैविके न घेता त्यांची प्रतिकारशक्ती प्रचंड सशक्त होऊ शकते; त्यामुळे कुठल्याही रोगाशी सामना करण्याची प्रवृत्ती निर्माण होऊ शकते. ही जमात कधीपासून आहे याचा विचार केलास का?"

"होय, मी बऱ्याच जणांना विचारलं पण कुणालाही निश्चित माहीत नाही. म्हणून मी त्यांच्या त्वचेचं डेटिंग करून घेतलं, तेव्हा तर मी उडालोच."

डॉ. कापडणे अजून काहीतरी आश्चर्यकारक माहिती देऊ पाहत आहेत म्हटल्यावर डॉ. ढवळे सावध झाले व म्हणाले,

"कुठली माहिती विकास?"

"त्यांना कुणाला वय असं नाहीच बहुधा कारण प्रत्येकाचं आयुष्य हे कित्येक कोट्यवधी वर्ष दर्शवित होतं. लहान व मोठ्यांचंही. त्यावेळी मुळात मानवाचाच जन्म झालेला नव्हता." डॉ. कापडणेंनी माहिती दिली.

पुन्हा डॉ. ढवळे आश्चर्याने पाहण्यापलीकडे काहीच बोलू शकले नाही. डॉ. कापडणे हे आघाडीचे जीवशास्त्रज्ञ होते, याची डॉ. ढवळेंना जाणीव होती. कुठलाही परिणाम जाहीर करण्याआधी ते दहा वेळा प्रयोग करून पाहत असत. भारतातील ते एक अग्रगण्य शास्त्रज्ञ होते. अशा अद्भुत व आश्चर्यकारक जमातीकडे म्हणूनच ते ओढले गेले होते आणि त्याचा छडा ते लावून राहतील याची डॉ. ढवळेंना खात्री होती. डॉ. कापडणे उद्गारले,

"जयंत, म्हणूनच मी तुला तातडीने बोलावून घेतलय. तूही आता पाहशीलच. अतिशय शांत, सोज्ज्वळ, कष्ट घेणारी अशी ती जमात आहे. मला त्यांची भाषा कळत नाही, पण भावनांच्या आधारेच आम्ही संवाद साधतो." ही एक वेगळीच माहिती डॉ. कापडण्यांनी सांगितली. डॉ. ढवळ्यांची उत्सुकता आता शिगेला पोहोचली.

बोलण्यात ती दोघं बरंच अंतर चालून आले होते. पायात गोळे आले होते पण थकवा मात्र नव्हता. अनेक चढउतार पालथे घालीत ते एका सर्वात उंच डोंगरमाथ्यावर येऊन थांबले. ते दृश्य खरोखरच डोळ्यात साठवून ठेवण्यासारखं होतं. डॉ. कापडणे म्हणाले,

"बघ जयंत, चोहोबाजूंनी डोंगरांनी वेढलेला हा परिसर आहे. अतिशय घनदाट

अरण्य.'' बोटांनी निर्देश करीत ते म्हणाले, ''ते बघ मध्यभागी काही झोपड्या दिसताहेत. तिथेच आपल्याला जायचंय. इट विल हार्डली टेक हाफ ॲन अवर. आता फक्त उतारच आहे. चला!''

डॉ. ढवळे त्या झोपड्यांकडे पाहतच राहिले व नकळत त्यांचे पाय ओढले गेले. मनाने ते केव्हाच तिथे पोहोचले होते.

अर्ध्या तासात ते दोघं खरोखरच तिथं होते. डॉ. कापडणेंनी त्यांना कुठल्या वाटेनं आणलं याचं आकलनच झालं नव्हतं. भारावल्यागत ते तिथं येऊन ठेपले होते.

डॉ. कापडणे दिसताच सर्व आदिवासी जमातीतील स्त्री-पुरुष, मुलं त्यांच्या भोवती आनंदाने येऊन उभे राहिले. भावनांची देवाणघेवाण होऊन त्यांचे संवाद सुरू झाले. डॉ. ढवळेंच्या खांद्यावर हात ठेवून त्यांना काही इशारे केले. तसं त्या सर्वांनी नमस्कार केला. प्रत्येकाच्याच डोळ्यात डॉ. ढवळेंना एक चमक दिसली. त्वचेवर तेज होतं. त्यांनीही नमस्कार केला. एका मुलाला जवळ घेत त्यांनी विचारलं,

''तुझं नाव काय?''

डॉ. ढवळेंनी अस्खलित भिल्ल भाषेत विचारलं होतं. ते या परिसरातील असल्याने सर्व आदिवासींच्या भाषा त्यांना अवगत होत्या, पण त्या मुलाचा प्रतिसाद न येताच त्यांनी पावरी भाषेत विचारलं पण उत्तर नव्हतं. तो मुलगा दुसरं काहीतरीच बडबडला, पण ते डॉ. ढवळेंना समजलं नाही. ती भाषा त्यांनी कुठेही ऐकली नव्हती. त्याला जेव्हा त्यांनी स्पर्श केला तेव्हा त्यांच्या शरीरात विलक्षण अशी स्पंदनं निर्माण झाली. न सांगण्यासारखी. डॉ. कापडणे बराच वेळ त्या आदिवासी लोकांशी हितगुज करीत राहिले. डॉ. ढवळे अवलोकन करीत राहिले. ही जमात विलक्षण आहे याची मात्र त्यांना जाणीव झाली. वेगळी अशी, कल्पनेपलीकडची! त्यांचे हातपाय, नाक, कान, त्वचा मानवासारखी असली तरी अंतरंग वेगळंच होतं याची खात्री डॉ. ढवळेंनाही झाली.

बरेच अंतर चालून आल्याने डॉ. ढवळे थकून गेले होते. शिवाय रात्रभरचा प्रवास होताच. आदिवासींनी त्या दोघांचीही सोय एका झोपडीत केली. शंभराच्या आसपास असणारी ती जमात होती.

रात्रीचा पाहुणचार घेत डॉ. ढवळेंना डोळा लागला. डॉ. कापडणेंनी आधीच इथं उपकरणे आणून ठेवली होती. त्यावर ते काहीतरी रासायनिक क्रिया असणारे प्रयोग करण्यात गुंतले होते. अंधुकशा अशा प्रकाशात कारण इथे वीजही नव्हती.

दुसऱ्या दिवशीही डॉ. कापडण्यांनी डॉ. ढवळ्यांना चोहोबाजूंनी फिरवून आणलं होतं. त्यामुळे काही ज्ञात अज्ञात अशा अद्‌भुत गोष्टींचं नकळत दर्शन डॉ. ढवळेंना झालं. प्रत्येक आदिवासीचा पुन्हा एकवार अभ्यास करण्यात आला होता. त्यांच्या शरीररचनेचा संकल्पित आराखडा करण्याच्या प्रयत्नात डॉ. कापडणे होते.

डॉ. ढवळेही आपल्या परीने मदत करीत होते. या प्रयोगादरम्यान त्यांचीही खात्री होत चालली. संपूर्ण दिवस प्रयोग व आदिवासींच्या सान्निध्यात गेला.

सायंकाळ झाली. सूर्य क्षितिजापलीकडे जाऊन संधीप्रकाशाचं रूपांतर अंधारात होऊ लागलं. डॉ. कापडणे व डॉ. ढवळे निवांतपणे झोपडीत बसले होते.

तेवढ्यात धावपळ सुरू झाली. सर्व आदिवासी स्त्री-पुरुष धावत सुटले होते. प्रत्येकाच्या चेहऱ्यावर चिंता होती. डॉ. कापडणे व डॉ. ढवळेही बाहेर आले, तसा एक आदिवासी जवळ आला. त्याच्या भावना डॉ. कापडण्यांना तत्काळ जाणवल्या. डॉ. ढवळे त्यांच्याकडे पाहत उत्तरले,

"काय झालं विकास? व्हॉट इज ही सेईंग?"

"कुणाचंतरी एक नवजात बालक विहिरीत पडलं म्हणून सांगत होता." डॉ. कापडणेंनी सांगितलं.

"काय?"

"होय, चल बघू यात. वुई कॅन हेल्प देम."

दोघेही लगबगीने सर्व आदिवासी पळाले त्या दिशेने जाऊ लागले. एका विहिरीजवळ बराच घोळका होता. काय करावं कुणालाच सुचत नव्हतं. काही आदिवासी धावपळ करीत होते.

डॉ. कापडणे व डॉ. ढवळे विहिरीजवळ येताच, त्यांनी डोकावून पाहिलं. ती विहीर खूपच खोलवर होती. तळ न दिसणारी. बहुतेक कोरडी असावी. डॉ. ढवळेंनी आजूबाजूला पाहिलं. ते सर्व आदिवासी एका ओळीत बसून आकाशाकडे विशिष्ट हातवारे करून बसले होते. डॉ ढवळेंना आश्चर्य वाटत होतं. इथं एक मुलगा विहिरीत पडला. त्याला काढायचे प्रयत्न न करता हे लोक आकाशाकडे तोंड करून बसले होते. डॉ. ढवळेंना राग येत होता. त्यांची घालमेल होत होती. ते म्हणाले,

"विकास! व्हॉट इज धिस? इथं विहिरीत पडलेल्या मुलाचे प्राण वाचविण्याऐवजी हे लोक असे काय करताहेत?"

डॉ. कापडणेही गांगरले होते. यावेळचं आदिवासींचं अनाकलनीय वागणं त्यांच्याही कल्पनेपलीकडचं होतं. ते म्हणाले,

"माहीत नाही जयंत. असं मी प्रथमच पाहत आहे. आय डोंट नो. ही त्यांची कुठली पद्धत आहे हे मलाही नवीनच आहे. जीवाला जीव देणारे हे आदिवासी असे काय करीत आहेत."

"विकास चल आपण काहीतरी करूयात." डॉ. ढवळे काळजीने म्हणाले.

ते कधी आदिवासींकडे तर कधी विहिरीतील काळ्या डोहात पाहत होते. काय करावे या विवंचनेत असतानाच, विहिरीच्या खोल डोहात एक प्रकाशशलाका झळकून गेली. डोळे दिपवणारी व क्षणात नाहीशी झाली. डॉ. कापडण्यांनी तर डोळे

गच्च बंद करून घेतले. डॉ. ढवळे मात्र या प्रकाशशलाकेने व्यथित झाले होते. कारण अशी प्रकाशशलाका विशिष्ट वातावरणातच निर्माण होऊ शकते, अशी त्यांची खात्री होती. ते स्वत: भौतिकशास्त्राचे संशोधक असल्याने याची जाणीव त्यांना झाली. ते अस्वस्थही झाले.

एका क्षणात त्यांना एक आदिवासी ओरडतच हातात छोटं बाळ घेऊन धावत येताना दिसला. तसे सर्व आदिवासी उठले व आनंदाने त्याकडे धावले. बाळ सुखरूप पाहून सर्वांचा आनंद व्दिगुणित झाला. विहिरीच्या लगत असणारी एक पातळ डोंगराची कड होती. त्यापलीकडे हे बाळ सुखरूप खेळत होतं.

सर्वच आदिवासी पांगले. पण डॉ. ढवळे मात्र विचारमग्न झाले होते. डॉ. कापडण्यांच्याही हे आकलनापलीकडचंच होतं. त्यांच्या जीवसृष्टीच्या मुळाशी त्याचा काही एक संबंध नव्हता. ते न समजून म्हणाले,

"जयंत, हे कसं शक्य आहे? बाळ विहिरीत पडलेलं आपण पाहिलं आणि आता ते सुखरूप बाहेर आहे. हे माझ्या खरोखरंच कल्पनेपलीकडचं आहे. अशा बऱ्याच गोष्टी घडलेल्या आहेत. म्हणून मी तुला पत्र टाकलं होतं. त्यातली ही एक घटना. तू प्रत्यक्ष पाहिलेली. तुझं भौतिक ज्ञान काय म्हणतंय मला ठाऊक नाही. पण दिस हॅज हॅपण्ड ॲण्ड इट इज व्हेरी मच टू. चल!"

डॉ. ढवळे विचार करीत चालू लागले. असं कसं घडू शकतं? ही संकल्पना तर मूलकणांशीच जाऊन मिळतेय. अशी कल्पना करताच त्यांचं अंग शहारून आलं. ते तत्काळ म्हणाले,

"विकास, हे अनाकलनीय व तेवढंच अद्‌भुत आहे हे मान्य. ते इथं कसं लागू झालं मला ठाऊक नाही पण हे भौतिक सत्य आहे. मूलकणांच्या विज्ञानापर्यंत घेऊन जाणारं!"

"म्हणजे? मी नाही समजलो."

"तसं ते अवघड आहे. ती कल्पना इथं लागू करणं कदाचित चुकीचंही असेल पण त्याशिवाय दुसरे भौतिक विश्लेषण नाही." डॉ. ढवळे थांबले. पुन्हा मागे वळून त्यांनी विहिरीचं व परिसराचं अवलोकन केलं व म्हणाले,

"तुला पुंजवादातला (Quantum theory) 'टनेलिंग इफेक्ट' (Tunneling effect) कदाचित माहीत नसेल. त्यामध्ये प्रोटॉन, न्यूट्रॉन, अल्फाकण असे न्युक्लीअसच्या डोहात असणारे मूलकण कुलंब बॅरिअर छेदून बाहेर येतात. लाखातून अशी एक शक्यता असते. कारण हे मूलकण प्रसंगी स्वत:चं अस्तित्व विसरून, तरंग रूप धारण करतात. त्यावेळी कितीही मोठी भिंत भेदून जाण्याची शक्यता व क्षमता त्यांच्यात असते. निसर्गात या पातळीवर अशा घटना घडतात पण त्या अतिसूक्ष्म पातळीवर. कदाचित त्यातलीच ही एक असावी. खात्री नाही कारण ते पाहा." डॉ. ढवळे विहिरीकडे निर्देश करीत म्हणाले, "कारण ते बाळ विहिरीलगतचा

डोंगर छेदून बाहेर आलंय आणि त्याला हेच एकमेव कारण असू शकेल. 'टनेलिंग इफेक्ट'. कारण त्यावेळी विहिरीत आपण दोघांनीही निर्माण झालेली प्रकाशशलाका आत जाताना पाहिली होती.''

डॉ. कापडण्यांनी न समजून मान डोलविली. डॉ. ढवळेंनी सांगितलं त्यावर त्यांचा विश्वास होता पण सर्वसाधारण मानवी जीवनात हे असं घडणं शक्य नव्हतं, पण शक्यता मात्र होती. हीच तर या आदिवासींमध्ये आश्चर्यकारक बाब होती, न समजण्यासारखी.

डॉ. कापडणे आश्चर्यविमूढ होते, तर डॉ. ढवळे मानवाला पुंजसिद्धान्त कसा लागू शकतो याचा विचार करीत होते. दोघेही धीम्या पावलानं झोपडीकडे चालू लागले. कुठलंही संभाषण यावेळी त्यांच्यात नव्हतं. होते ते फक्त निर्माण झालेले प्रकाशशलाकेचे दीप्त तुकडे. जेवणानंतर डॉ. ढवळे विचारातच झोपी गेले व डॉ. कापडणेही काही प्रयोग करून झोपले होते.

अंतराळात विहार करताना या विश्वाचं एक वेगळंच रूप डॉ. ढवळेंना पाहायला मिळालं. त्याचा आनंद लुटत असतानाच अचानक ते कुठल्यातरी गुरुत्वीय शक्तीने खेचले जाऊ लागले. त्यांचा वेग एवढा वाढला की, शेवटी त्यांच्या जीवाची घालमेल होऊ लागली. आकांताने ते ओरडू लागले पण शब्दच फुटत नव्हते. एखाद्या कृष्णविवरात खेचल्याची जाणीव झाली.

धाप लागली तशी डॉ. ढवळे बिछान्यातून उठले. त्यांचं अंग ओलचिंब झालं होतं. छाती वरखाली होत होती. अस्वस्थपणे त्यांनी आजूबाजूला पाहिलं. वस्तुस्थितीची जाणीव होताच, ते स्वप्न होतं असं लक्षात आलं. त्याच वेळी आजूबाजूचा परिसर प्रखर प्रकाशाने झळकत होता. त्यांची झोपडीही त्यात न्हाऊन निघत होती. डॉ. ढवळे क्षणभर गोंधळले. प्रकाश नेमका कुठून येतोय, याची शहानिशा करण्यासाठी त्यांनी झोपडीच्या भेगातून बाहेर पाहिलं आणि ते सुन्न होऊन पाहतच राहिले.

सगळे आदिवासी त्या चौकात जमा होऊन अवकाशाकडे पाहत होते. अवकाशातून हळुवारपणे एक छोटंसं पण तेवढंच प्रखर यान उतरत होतं. प्रत्येक आदिवासीच्या चेहऱ्यावर प्रसन्नता होती.

डॉ. ढवळे ही घटना पाहून आश्चर्यचकित झाले. त्यांनी अगतिकपणे ही भूतो न भविष्यति अशी घटना पाहण्यासाठी डॉ. कापडणेंना उठवलं, पण ते निश्चल होते. पुन्हा गदागदा हलवून पाहिलं पण तरीही ते उठले नाहीत. डॉ. ढवळे घाबरले. काही झालं तर नाही ना, म्हणून नाडी पाहिली पण ती चालू असल्याची खात्री होताच, त्यांनी नि:श्वास टाकला. डॉ. कापडणे एवढे गाढ निद्राधीन का? याचं कोडं त्यांना पडलं पण यावेळी विचार करायला वेळ नव्हता.

त्यांनी पुन्हा बाहेर पाहिलं. सर्वच प्राणिमात्र निश्चल, निद्राधीन झाले होते. आदिवासी व ते स्वत: सोडून. याचा अर्थ त्या यानापासून निघणाऱ्या विशिष्ट वारंवारता असणाऱ्या तरंगांनी परिसरातील सर्वच प्राणिमात्रांना जखडून ठेवलं होतं. मग ते स्वत: यातून कसे सुटले? पण लगेच त्यांच्या लक्षात आलं. ते स्वप्नात असताना विशिष्ट तरंगांचा त्यांच्या मेंदूवर काहीच परिणाम झाला नव्हता. कारण ते स्वत: त्यावेळी अंतराळातच विहार करीत होते.

समोरचं दृश्य मात्र ते डोळ्यात साठवत होते. सर्व आदिवासी शिस्तबद्ध पद्धतीने बसून, एका लयीत हात उंचावत होते. ते यान हळूहळू खाली उतरलं आणि स्थिरावलं. त्यावेळी आजूबाजूला आसमंत प्रखर प्रकाशानं झळाळून गेला. त्या बाळाचं मूलकणात रूपांतर होऊन प्रकाशशलाका का झाली याचं उत्तर आता त्यांना मिळालं होतं. डॉ. ढवळेंचेही डोळे दिपून गेले. त्यांची जिज्ञासा पराकोटीची वाढली. क्षण न क्षण ते स्मृतीत साठवून ठेवत होते. परग्रहावरची सृष्टी ही नुसतीच आता कल्पना नव्हती, ते वास्तव होतं. डॉ. ढवळे स्वत: त्याचे साक्षीदार होते.

प्रखर प्रकाशामुळे डॉ. ढवळेंना त्यातनं काही काळ्या छाया, कदाचित मानवी आकाराच्या किंवा आकार नसलेल्या अशा खाली उतरलेल्या दिसल्या. प्रत्येक आदिवासी त्यांना लवून मुजरा करीत होते. बराच वेळ त्या काळ्या छाया काहीतरी संवाद साधीत होत्या. त्याच वेळी डॉ. ढवळेंच्या डोक्यावर व मेंदूवर निद्रेचा अंमल चढत होता. ते निकराने डोळे उघडून पाहण्याचा प्रयत्न करीत होते पण शेवटी तेही निद्राधीन झाले होते. काळडोहात!

सकाळ झाली. डॉ. कापडणे, डॉ. ढवळ्यांना अगतिकतेने उठवत होते. त्यांच्या स्वरात आश्चर्य होतं. ते म्हणाले,

"जयंत, अरे उठ. बघ तर बाहेर." डॉ. ढवळे निकराने उठले. त्यांचे अंग व मेंदू कमालीचा जड झाला होता. त्यांनी विचारलं,

"काय झालं?"

"बाहेर कुणीही आदिवासी नाहीये!"

डॉ. ढवळे ताडकन उठत म्हणाले,

"काय? कुणीही नाही?"

डॉ. ढवळे लगबगीने बाहेर आले व आजूबाजूला पाहिलं. सर्वच ओस पडलं होतं. एकही आदिवासी तेथे नव्हता. डॉ. कापडण्यांच्या चेहऱ्यावर आश्चर्य होतं, पण डॉ. ढवळ्यांच्या तत्काळ सर्व लक्षात आलं होतं.

डॉ. ढवळेंनी डॉ. कापडणेंना रात्रीचा प्रसंग तसाच कथन करताच, ते सुन्न झाले. जीवसृष्टीच्या मुळाशी जाता जाता त्यांना समांतर सृष्टीच गवसली होती. ते

व्याकूळतेने म्हणाले,

"जयंत अरे, तू मला कसंही करून उठवायचस."

"मी खूप प्रयत्न केले. तूच नाही, तर ह्या पृथ्वीतील सर्व सृष्टीच कदाचित त्यावेळी गलितगात्र, निद्राधीन झाली असावी. मीच फक्त त्यातून सुटलो. कारण त्याक्षणी मी अंतराळात विहार करीत होतो आणि खरं तर हीच बाब त्यांच्या लक्षात आली असावी." डॉ. ढवळे शंकेने म्हणाले.

"म्हणजे?" न समजून डॉ. कापडणे उद्‌गारले.

"कुठल्या तरी मानवी मेंदूने त्यांच्या अस्तित्वाची नोंद घेतलीय हे बहुतेक त्यांच्या लक्षात आलं असावं आणि त्याच क्षणी त्यांनी त्यांचा पडाव हलवला." डॉ. ढवळे सयुक्तिक विचार करत पुढे म्हणाले, "ठीक आहे विकास. तुझ्या ह्या संशोधनाची हीच परिणती आहे असं समज. वुई शुड गो बॅक टू पुणे नाऊ आणि पाहायला हवंय की याचे नेमके मानवासाठी काय दुष्परिणाम आहेत."

डॉ. कापडणेंनी अभावितपणे मान डोलावली. जे घडलं ते सर्वच कल्पनेपलीकडचं होतं. विश्वात आपल्याशिवाय अजून कुणीतरी आहे याची पुष्टी देणारं होतं. परिणाम उत्साहवर्धक होता पण त्याचे दुष्परिणाम काय असतील? कुणालाच माहीत नव्हतं.

पुन्हा दोघांनीही एक वेळ सर्व फिरून पाहिलं. ते आदिवासी सोडले तर सर्व जसेच्या तसे होते.

दोघंही विमनस्कपणे तोरणमाळला आले व त्याच दिवशी तेथून निघाले. मध्ये काही तास डॉ. ढवळ्यांच्या गावी थांबून, रात्रीच्या गाडीने दोघंही शहाद्याहून पुण्याला आले. डॉ. ढवळे आणि डॉ. कापडणे अजूनही परग्रहावरील सृष्टीचाच विचार करीत होते. पृथ्वीवर येण्याचं त्यांचं नेमकं प्रयोजन काय होतं?

साधारण पंधरा दिवसांनंतर सकाळचा चहा पीत असताना एका बातमीनं डॉ. ढवळेंचे लक्ष वेधून घेतलं. ते उत्सुकतेनं वाचत असतानाच हादरले.

ती बातमी म्हणजे— आसाममधील घनदाट जंगलामध्ये तेथील एका संशोधकाला विचित्र आदिवासी जमातीचा शोध लागला होता. पुढे त्या जमातीविषयी बरंचं लिहिलं होतं आणि ते तंतोतंत तोरणमाळमध्ये सापडलेल्या जमातीशीच जुळत होतं.

पुढची बातमी पूर्ण न वाचताच डॉ. ढवळ्यांनी तातडीने फोन उचलला व डॉ. कापडण्यांचा नंबर डायल केला होता. कारण दोघांचीही खरी कसोटी आता होती. पृथ्वी व मानवासाठी हा एक वेगळाच संकेत होता. नव्या सृष्टीचं पृथ्वीवर येण्याचं नेमकं प्रयोजन काय होतं याचा कसून शोध आता दोघांनाही घ्यायचा होता. डॉ. ढवळे खरोखरच दुर्गम्य अवस्थेत सापडले होते.

◆